மும்பை: குற்றத் தலைநகரம்

மும்பை: குற்றத் தலைநகரம்

ஆய்வு - எழுத்து:

என். சொக்கன்

பத்ரி சேஷாத்ரி

மருதன்

முகில்

ஆர். முத்துக்குமார்

ச.ந. கண்ணன்

கிழக்கு

மும்பை: குற்றத் தலைநகரம்
Mumbai: Kuttra Thalainagaram

First Edition: December 2006
184 Pages

ISBN 978-81-8368-245-9

Kizhakku - 188

Kizhakku Pathippagam
177/103, First Floor,
Ambal's Building, Lloyds Road,
Royapettah, Chennai 600 014.
Ph: +91-44-4200-9603

Email : support@nhm.in
Website : www.nhm.in

Cover Photograph : © Shashi Ashiwal / The Hindu

Kizhakku Pathippagam is an imprint of New Horizon Media Private Limited

என்ன சொல்லப் போகிறோம்?

தேசம் முழுவதும் குற்றங்கள் நடக்கின்றன. நல்ல காரியங்களும் நடப்பதைப் போலவே. ஆனால் அவ்வப்போது மும்பையில் நிகழும் பயங்கரங்கள் முழு தேசத்தையும் பாதித்துவிடுகின்றன.

கண்ணுக்குத் தெரிந்த 1993, 2006 குண்டு வெடிப்புகளுக்கு அப்பால் தினசரி, வாரம் தோறும், மாதம் தவறாமல், வருடம் மறக்காமல் மும்பையின் குற்ற எண்ணிக்கை அதிகரித்துக்கொண்டேதான் போகிற தென்று காவல் துறைப் புள்ளிவிவரங்கள் சொல்கின்றன.

அவ்வப்போது அதிரடிகள், என்கவுண்ட்டர்கள், தாதாக்கள் சுற்றி வளைப்பு என்றும் செய்திகள் வருகின்றன. தாவூத் இப்ராஹிம், சோட்டா ராஜன், சோட்டா ஷகீல், அபு சலீம், அருண் காவ்லி போன்ற பெயர் களெல்லாம் நமக்கே சரவணன், சண்முக சுந்தரம், சுப்பிரமணிகள் அளவுக்குப் பரிச்சயமாகிவிட்டன.

துறைமுக நகரம். வர்த்தகம் கொழிக்கும் பூமி. தவிரவும் பங்குச் சந்தையின் அந்தராத்மா அமர்ந்து ஆட்சி புரியும் பிரதேசம். எனவே பாதாளம் வரை அங்கே பாய்வது பணமும் வன்முறையும். இன்று நேற்றாக இல்லை. இந்தியா சுதந்தரமடைந்தபோது பிறந்த குழந்தை களுள் மும்பையின் நிழல் உலகமும் ஒன்று. கரீம் லாலா, ஹாஜி மஸ்தான் என்று அந்நாளைய கடத்தல் சக்ரவர்த்திகள் ஆரம்பித்து வைத்த கலாசாரத்தின் பரிணாம வளர்ச்சிதான் இன்றைய தாவூத் இப்ராஹிம் வகையறாக்களின் திருவிளையாடல்கள்.

மும்பையின் குற்ற சரித்திரத்தை மிக நுணுக்கமாக விவரிக்கும் இந்நூல், சமீபத்திய சஞ்சய் தத் வழக்கு வரை அலசுகிறது. நம்மைச் சூழ்ந்திருக்கும் அபாயங்களில் ஒன்றின் அடியாழம் வரை அழைத்துச் சென்று சுட்டிக்காட்டுகிறது.

- ஆசிரியர்கள்

உள்ளே

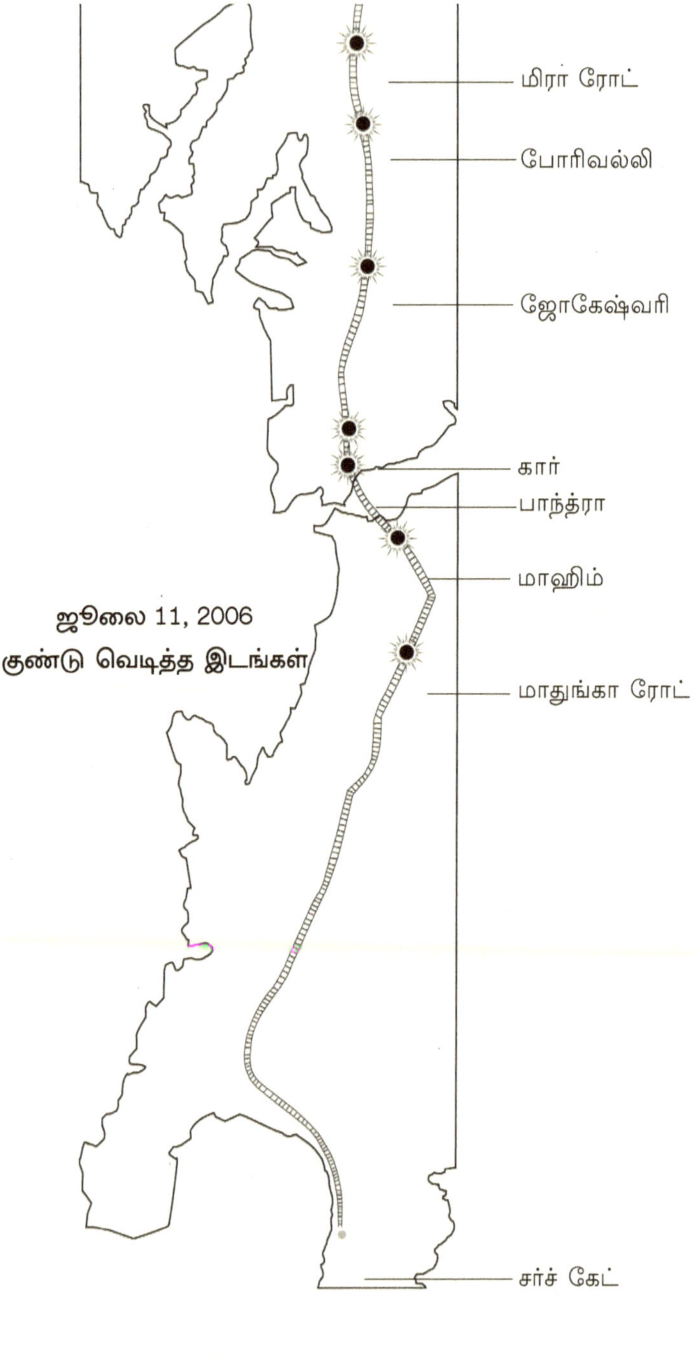

மிரா ரோட்
போரிவல்லி
ஜோகேஷ்வரி
கார்
பாந்த்ரா
மாஹிம்
ஜூலை 11, 2006
குண்டு வெடித்த இடங்கள்
மாதுங்கா ரோட்
சர்ச் கேட்

1. நொறுங்கிய முதுகெலும்பு

ஜூலை 11, 2006. அலுவலக வேலை முடித்துக் கிளம்பிய மும்பைவாசிகள் எப்போதும் போல் நீண்ட நெடும் பயண மொன்றை எதிர்நோக்கியிருந்தார்கள். நிறைய நேரமும், பேசித் தீர்க்க ஏகப்பட்ட விஷயங்களும் காத்திருந்தன.

ஏறி இறங்கி பயம் காட்டும் பங்குச் சந்தை ஒரேயடியாகப் படுத்துவிடுமோ? பாலிவுட்டில் படமாகவிருக்கும் நவீன ராமாயணத்தில் ராமராக நடிக்கப் போவது சல்மான் கானா, ஹிருத்திக் ரோஷனா? இடஒதுக்கீடு பற்றி என்ன நினைக்கி றீர்கள்? கஷ்டப்பட்டுச் சேர்த்து வைத்திருக்கும் பணத்தை மியூச்சுவல் ஃபண்ட்களில் நம்பிப் போடலாமா? அல்லது வீட்டுப் புழக்கடையில் குழி தோண்டிப் புதைக்கலாமா? அடுத்த பிரதமர் ராகுலா, பிரியங்காவா அல்லது சோனியாவேதானா? இன்ஃபோசிஸில் புதியவர்களுக்கு முப்பதாயிரம் ரூபாய்க்கு மேல் மாதச் சம்பளம் தருகிறார் களாமே? மும்பையில் நில மதிப்பு இப்படி விஷம் போல் உயர்ந்து கொண்டிருக்கிற குமிழ், நாளைக்குச் சாயந்திரம் உடைந்துவிடுமா? அமிதாப் பச்சன் தளர்ந்து படுத்துக் கொண்ட பிறகு, 'கௌன் பனேகா க்ரோர்பதி'க்குப் போட்டியாக ஏழெட்டு புரொக்ராம்கள் வருகிறதே, அவற்றில் எது தேறும்? ஜீன்ஸை எங்கே கிழித்துக் கொள்வது லேட்டஸ்ட் ஃபேஷன்?

எல்லாவிதமான ஆர்வங்களைக் கொண்ட மனிதர் களையும் தனக்குள் ஏற்று நிரப்பிக் கொண்டிருக்கும் அபூர்வமான இந்திய நகரம் மும்பை. கார் கண்ணாடியை அவசரகதியில் துடைத்துவிடும் பெட்ரோல் பங்க் பையனுக்கு அலட்சியமாக நூறு ரூபாய் டிப்ஸ் தருகிற பெரும் பணக்காரர்களில் தொடங்கி, அந்தத் தொகையில் ஒரு வாரத்தையோ, மாதத்தையோ ஓட்ட

வேண்டியிருக்கிற வீதிக் குடும்பத்தினர் வரை எல்லோரையும் இங்கே மட்டும்தான் இத்தனை நெருக்கத்தில் பார்க்க முடியும்.

சில மாதங்களுக்கு முன், உலகிலேயே மிகவும் மரியாதை இல்லாத (Rude) நகரம் என்று மும்பையை வர்ணித்து எழுதியது 'ரீடர்ஸ் டைஜஸ்ட்' (Readers Digest) இதழ். அப்போது இந்தக் கருத்தை மறுத்து வாதிட்ட எல்லோரும், ஒரு விஷயத்தைத்தான் முக்கியமான சமாதான மாக முன்வைத்தார்கள்.

மும்பை ஒரு வணிக நகரம். எப்போதும் ஓடிக்கொண்டே இருக்கிற ஒரு ராட்சஸ இயந்திரத்தைப் போல அங்கே வாழ்கிறவர்கள், வேலை பார்க்கிறவர்கள் என்று எல்லோருமே, அதோடு சேர்ந்து ஓட வேண்டியது அவசியம்; கட்டாயம். கொஞ்சம் தயங்கினாலும், பின்னால் வந்துகொண்டிருக்கிறவர்கள் உங்களைச் சுலபமாக நசுக்கித் தேய்த்துவிட்டுப் போய்விடுவார்கள்.

இப்படி எப்போதும் புலி வாலைப் பிடித்தபடி விரைந்து கொண்டு இருக்கிற நகரத்தில், சகமனிதர்களுக்கு மரியாதை தருவதா முக்கியம்? இத்தனை பேருக்கும் பிழைக்க வழி அமைத்துக் கொடுத்திருக்கிறதே மும்பை, அது போதாதா?

கொஞ்சம்கூட மனிதத்தன்மை இல்லாமல் இப்படி ஒரு வாதமா என்று ஆச்சரியப்படாதீர்கள். அதுதான் மும்பை! 'வாழ்வதையெல்லாம் வீட்டுக்குள் வைத்துக் கொள்ளுங்கள். வெளியே பிழைக்க வேண்டும்; சம்பாதிக்க வேண்டும்; அதற்கான வழியைப் பாருங்கள். இல்லா விட்டால் நகர்ந்து மற்றவர்களுக்கு வழிவிடுங்கள்.'

மேற்படி உண்மை மற்றவர்களுக்குப் புரிகிறதோ இல்லையோ, மும்பைவாசிகளுக்கு நன்றாகப் புரிந்திருக்கிறது. அதனால்தான், யார் என்ன சொன்னாலும் பெரிதாக அலட்டிக் கொள்ளாமல், தட்டிவிட்டுக் கொண்டு தங்களுடைய வேலையைப் பார்த்துக் கொண்டிருக்கிறார்கள்.

மும்பையின் இந்த மனப்பான்மைக்குச் சாட்சி வேண்டுமானால், ஒரே ஒரு மாலை நேர ரயிலைப் பார்வையிட்டாலே போதும். சுமார் ஆயிரத்து எழுநூறு பேர் பயணம் செய்ய வேண்டிய ரயிலில், ஐந்தாயிரம் பேருக்கு மேல் போவார்கள். சிக்குகிற இண்டு இடுக்குகளிலெல்லாம் தொற்றிக் கொண்டு நசுங்கியபடி பயணம் செய்யும்போது, பக்கத்தி லிருப்பவனின் சுகதுக்கங்களைப் பார்க்க முடியுமா? மூச்சு விடுவதே சிரமமாக இருக்கிற சூழ்நிலையில், தெரிந்தவர்கள் எதிர்ப்பட்டாலும் கூட புன்னகைக்கத்தான் தோன்றுமா?

இப்படிச் சிரமப்பட்டுக் கொண்டு ஏன் பயணம் செய்ய வேண்டும் என்று யாரேனும் கேட்டால், அவர்களுக்கு மும்பை நகரத்தைப் புரியவில்லை

என்று அர்த்தம். இங்குள்ளவர்கள் சாப்பாடு, தண்ணீரைத் தொடாமல், ஏன்? மூச்சா போகாமல்கூட ஒன்றிரண்டு நாள்களை ஓட்டிவிடமுடியும். ஆனால், மும்பையின் அத்தியாவசிய நரம்பு மண்டலமாகப் பரந்து விரிந்திருக்கிற ரயில்களைத் தவிர்த்து வாழ்வது சாத்தியமே இல்லை.

இதற்கான காரணம், மும்பை அநியாயத்துக்குப் பரந்து விரிந்திருப்பது தான். ஆகவே, தினந்தோறும் நூறு கிலோ மீட்டர்களுக்கு மேல் பயணம் செய்து வேலைக்குச் சென்று திரும்புகிறவர்களெல்லாம் இங்கே சர்வ சாதாரணம்.

இந்தியாவின் வணிகத் தலைநகரமாக மதிக்கப்படுகிற மும்பையின் மையப் பகுதி மற்றும் அதைச் சுற்றியுள்ள பிரதேசங்களில்தான், பெரும் பாலான முக்கிய அலுவலகங்கள், வணிக நிறுவனங்கள் அமைந்திருக் கின்றன. ஆனால், இவற்றில் பணிபுரிகிற லட்சக்கணக்கானவர்கள், நகருக்கு வெளியே வெகுதூரத்தில் வசிக்கிறார்கள்.

அவர்கள் விரும்பினாலும், அவர்களால் மும்பையின் இதயப் பகுதிகளில் குடியேற முடியாது. ஏனெனில், இங்கெல்லாம் சதுர இன்ச் நிலம் லட்சக்கணக்கில் விலைபோய்க் கொண்டிருக்கிறது. ஆகவே, சொந்தமாக வீடு வாங்குகிறவர்கள், நிலம் வாங்கி வீடு கட்டு கிறவர்கள், வாடகைக்குக் குடியிருக்கிறவர்கள் என்று பெரும்பாலான நடுத்தர வர்க்கத்தினர் புறநகர் பகுதிகளில்தான் வாழ வேண்டியிருக்கிறது.

ஆகவே, இந்த விளிம்புப் பிரதேசங்களிலிருந்து தினந்தோறும் ஏராள மானவர்கள் நகருக்குள் வரவேண்டியிருக்கிறது. வேலை முடிந்து மாலையில் திரும்பிச் செல்ல வேண்டியிருக்கிறது. மும்பைப் புறநகர் ரயில் பெட்டிகள் பிதுங்கி வழிவது இதனால்தான்.

நாள் முழுவதும் இருதிசைகளிலும் ஆயிரக்கணக்கான ரயில்களை இயக்கும் மும்பைப் புறநகர் ரயில்வே அமைப்பு, ஏதோ காரணத்துக்காக ஒரே ஒரு ரயிலை நிறுத்தி வைத்தால்கூட, ஆயிரக்கணக்கானவர்கள் ரயில் பாதையில் இறங்கி தர்ணா செய்கிற அளவுக்குப் பிரச்னை பெரிதாகிவிடும். அந்த அளவுக்கு, ரயிலைச் சார்ந்து வாழ்கிற பெரும் சமூகம் இங்கே இருக்கிறது.

சதுர கிலோ மீட்டருக்குச் சுமார் இருபதாயிரம் பேர்வரை வசிக்கிற மும்பையை, உலகிலேயே ஜன அடர்த்தி அதிகமுள்ள நகரம் என்று சொல்கிறார்கள். இதனால், ஆசியாவின் பழைமையான ரயில் கட்ட மைப்புகளில் ஒன்றான மும்பை ரயில்வே, உலகிலேயே மிகவும் அதிகமான அளவு பளுவைச் சந்திக்கிறது - தினந்தோறும் சுமார் ஐம்பது லட்சத்துக்கும் மேற்பட்ட பயணிகள் மும்பை ரயில்களில் பயணம் செய்கிறார்கள்.

இவர்களில் பெரும்பாலானவர்கள் நடுத்தர வர்க்கத்தினர்தான். சொந்த மாக வாகனம் வைத்திருக்கிறவர்கள்கூட தினசரி இப்படி நெடுந்தூரம் வண்டி ஓட்டினால் உடம்புக்கு ஆகாது; பெட்ரோல் ஊற்றிக் கட்டுப் படியாகாது என்பதால், இந்த உள்ளூர் ரயில்களைத்தான் நம்பியிருக் கிறார்கள்.

இதனால், மும்பை ரயில்கள் எல்லாவற்றிலும், அதிலும் குறிப்பாகக் காலை, மாலை அலுவலக நேரங்களில் கிட்டத்தட்ட ஒரே மாதிரியான மனிதர்கள், காட்சிகளைத் திரும்பத் திரும்பப் பார்க்க முடியும். அலுவலக நண்பர்கள் அல்லது இப்படி தினசரிப் பயணத்தாலேயே சிநேகிதமாகி விட்டவர்களுடன் வாய் ஓயாமல் அரட்டை அடிக்கிறவர்கள், கூட்ட நெரிசலில் நசுங்கித் திணறினாலும், அதற் கிடையே 'தி ஹிந்து'வை எட்டாக மடித்து வைத்து ஒரு துண்டு துணுக்கு மீதமில்லாமல் படித்து முடிக்கிறவர்கள், கால் வைக்கக்கூட இடமில்லாத ரயிலில் அபத்திரமாகத் தொற்றிக் கொண்டு, எங்கோ இன்னொரு ரயிலில் சென்று கொண்டிருக்கிற காதலியுடன் செல்ஃ போனில் வருங்கால ரகசியங்களைப் பேசுகிற காதலன்கள், நேரிலோ, தொலைபேசி வழியாகவோ பேசுவதற்கு ஆளில்லாதபோது, காதில் அவரவர் வசதிக்கேற்ப எஃப்.எம். அல்லது ஐபாட் பொருத்திய அதிர் இசைப் பிரியர்கள், அன்றைய சமையலுக்கு ரயிலிலேயே காய் நறுக்கித் தயார் செய்கிற இல்லத்தரசிகள், எல்லோருக்கிடையிலும் எப்படியோ புகுந்து புறப்படும் வியாபாரிகள்-

சுருக்கமாகச் சொல்ல வேண்டுமென்றால், மொத்த மும்பையின் குறுக்குவெட்டுத் தோற்றத்தை அதன் ரயில்களில் பார்க்க முடியும். மும்பைவாசிகளின் தினசரி நடவடிக்கைகளில் நீங்காத, நீக்க முடியாத இடம் பிடித்திருக்கும் இந்த ரயில்களை, அவர்கள் எந்த அளவு சார்ந் திருக்கிறார்கள் என்பதற்குச் சமீபத்திய சாட்சியம் வேண்டுமானால், சென்ற ஆண்டு அடித்துப் பெய்த பெருமழைக் காலத்தைக் குறிப்பிடலாம்.

அப்போதைய பேய் மழையில் தண்டவாளங்களெல்லாம் மூழ்கிப் போய், ரயில்கள் அனைத்தும் இயங்காமல் நின்றுவிட்ட போது, மொத்த நகரமும் ஸ்தம்பித்து உறைந்துவிட்டது. பெரும்பாலான மும்பைக் காரர்கள் மழையால் பாதிக்கப்பட்டதைவிட, ரயில் போக்குவரத்து இல்லாமல் அவதிப்பட்டதுதான் அதிகம்.

'பிசினஸ் டிஸ்ட்ரிக்ட்' என்று வருணிக்கப்படும் மும்பையின் வணிகப் பகுதியிலிருந்து ஐம்பது கிலோ மீட்டர், நூறு கிலோ மீட்டர் தொலைவில் குடியிருந்தவர்களெல்லாம், ரயில்கள் இல்லாததால் வீட்டுக்குத் திரும்ப முடியாமல் தவித்துப் போனார்கள். பெரும் பாலானவர்கள் தங்கள் அலுவலகத்திலேயே இரவைக் கழித்துவிட்டு,

மறுபடி எப்போது ரயில்கள் ஓடத் தொடங்கும் என்று ஏக்கமாகக் காத்துக் கொண்டிருக்க வேண்டியதாயிற்று.

இப்படி ஒரு நகரமே அதன் ரயில்களைச் சார்ந்துதான் தனது வாழ்க்கையை அமைத்துக் கொண்டிருக்கிறது என்று நம்புவது கொஞ்சம் சிரமம்தான். ஆனால், மும்பையில் இதுதான் யதார்த்தம். காலையில் ரயில், பகலில் வேலை, மாலையில் ரயில், இரவில் தளர்ந்து போய் தூக்கம், மீண்டும் அடுத்த நாள் காலையில் ரயில் - பெரும்பாலான மும்பைவாசிகளின் தினசரிக் கால அட்டவணை இதுதான்.

இதனால், மும்பையை முடக்க வேண்டும் என்று தீர்மானித்திருந்த சதிகாரர்களுக்கு, எங்கே அடிக்க வேண்டும் என்பதில் குழப்பமே இருக்கவில்லை. நரம்பு மண்டலத்தைத் தாக்க வேண்டும்; முது கெலும்பை நொறுக்கி எறிய வேண்டும் என்று தெளிவாகத் தீர்மானித் திருந்தார்கள், அதற்கேற்பக் கச்சிதமாகத் திட்டமிட்டிருந்தார்கள்.

மாலை ஆறு மணிக்கு மும்பை ரயில்கள் வழக்கம்போல் களைத்துத் திரும்புகிற மும்பைவாசிகளால் நிரம்பி வழியத் தொடங்கியிருந்தன. வம்புப் பேச்சுகளும் தள்ளுமுள்ளுகளும் சரளமாகப் பொங்கிக் கொண்டிருந்தன. அன்றைய தினம் லேசாக மழை வரும்போல் இருந்ததால், சீக்கிரத்தில் வீடு போய்ச் சேர வேண்டுமே என்று நினைத்த ஜனம், ஒற்றைக்காலில் தொற்றியபடி நிற்பதற்காவது துளி இடம் கிடைத்து விடாதா என்கிற ஆவலில் மேலும் மேலும் முட்டி மோத, அநேகமாக எல்லா ரயில்களிலும், எல்லாப் பெட்டிகளிலும் கூட்டம் பிதுங்கிக் கொண்டிருந்தது.

ஆறரை மணிக்குச் சற்று முன்பாக, மேற்குப் பகுதியில் ஓடிக் கொண்டிருந்த ஒரு ரயிலில் முதலாவது குண்டு வெடித்தது. அடுத்த பதினொரு நிமிடங்களுக்குள், அடுத்தடுத்து மொத்தம் எட்டு குண்டு வெடிப்புகள், 'மும்பையின் நரம்பு மண்டலம்' என்று வருணிக்கப்படும் ரயில் பாதைகளில், நிஜமாகவே ரத்த ஆறு ஓடியது.

2. பதினொரு நிமிடங்கள்

லியனார்டோ டாவின்சி வரைந்த 'கடைசி விருந்து' ஓவியத்தில், ஏசுநாதருக்குப் பக்கத்தில் உட்கார்ந்து இருப்பது அவருடைய சிஷ்யரா அல்லது மனைவியா என்று சமீபத்தில் தொடங்கிய சுறுசுறு விவாதம் ஓய்வதற்குள், இன்னொரு புதிய குழப்பம் தொடங்கியிருக் கிறது - அந்தக் கடைசி விருந்தில் பங்கேற்றவர்கள் பதின் மூன்று பேரா அல்லது பதினொன்றா?

இந்தப் புதிய குழப்பத்துக்கு அடிப்படை, மேற்படி காரணத் தால் இதுவரை பதின்மூன்றுதான் அதிர்ஷ்டமில்லாத எண் என்று நினைத்துக் கொண்டிருந்தவர்கள் பலர், சமீப காலமாக பதினொன்றைப் பார்த்து பயப்படத் தொடங்கி யிருக்கிறார்கள்.

எல்லாம், ஐந்து வருடங்களுக்குமுன் நியூயார்க் நகரைத் தீவிரவாதிகள் விமானம் கொண்டு தாக்கிய அந்த 9/11 சம்பவத்தில் தொடங்கியது. அப்போதில் இருந்து, ஒவ்வொரு மாதமும், பதினொன்றாம் தேதி ஆனாலே எங்கேனும் ஏதோ ஓர் அசம்பாவிதம் நடந்துவிடுகிறது என்று சில புள்ளிவிவரப் புலிகள் கணக்குக் காட்டுகிறார்கள்.

இந்த விஷயம் நிஜமோ, பொய்யோ - நிச்சயமாகச் சொல்வதற்கு இல்லை. ஆனால், 2006-ம் ஆண்டில் அந்த ஜூலை 11-ம் தேதி, இந்தியாவுக்கு நல்லபடியாக அமைய வில்லை. ஸ்ரீநகரில் காலை பதினொன்றரை மணிக்குத் தொடங்கி, அடுத்த மூன்று மணி நேரங்களில் ஐந்து வெவ்வேறு இடங்களில் நடந்த வெடிகுண்டுத் தாக்கு தல்களில் ஆறு சுற்றுலாப் பயணிகள் உள்பட எட்டுப் பேர் மரணமடைந்தார்கள்.

நாள் முழுவதும் செய்திகளைத் துரத்திக் கொண்டிருக்கும் தொலைக்காட்சி சேனல்கள் வழியே இந்த விஷயத்தைக்

கேள்விப்பட்ட இந்தியர்கள் ‘அடடா’ என்று உச்சுக்கொட்டி முடிப் பதற்குள், அடுத்த திடுக்கிடும் தகவல், மும்பை ரயில் ஒன்றில் யாரோ குண்டு வைத்துவிட்டார்கள்; இருபத்தைந்து பேர் மரணம்; ஏகப்பட்ட வர்களுக்கு காயம்.

இந்தச் செய்தி செயற்கைக் கோள்கள் வழியே நாடு முழுவதும் பரவு வதற்குள், அடுத்தடுத்த குண்டுகள் வெடித்துவிட்டன. இறந்தவர்களின் எண்ணிக்கை இருமடங்கு, மும்மடங்கு என்று அதிகரித்து, ஒரு கட்டத்தில் இருநூறைத் தொட்டுவிட்டது. காயமடைந்தவர்கள் எழுநூற்றைம்பது பேருக்கு மேல்.

ஒரே நாளில் இப்படிப் பல இடங்களில் குண்டுகள் வெடிக்கிற தொடர் தாக்குதல்கள் மும்பைக்குப் புதிதில்லை. பதிமூன்று வருடங்களுக்கு முன், 1993-ல் நடந்த குண்டுவெடிப்புத் தாக்குதல்களில் இருநூற்றைம்பது பேருக்குமேல் மரணமடைந்த கோர நினைவுகள் இன்னும் மீதமிருக்கின்றன.

ஆனால் இந்தமுறை, நாசக்காரர்கள் குறி பார்த்துத் தாக்கியது, மும்பையின் புறநகர் ரயில்களை. அதிலும் குறிப்பாக, பயணிகளின் எண்ணிக்கை மிகவும் அதிகமுள்ள வழித்தடங்களாகப் பார்த்துத் தேர்ந் தெடுத்து, கூட்ட நெரிசல் உச்சத்தில் இருக்கும் நேரத்தில் வரிசையாகத் தாக்குதல்களை நடத்தியிருக்கிறார்கள்.

இதனால் மிகவும் அதிகமாக பாதிக்கப்பட்டவர்கள், நடுத்தர வர்க்கத் தினர்தான். ஆங்காங்கே சில வைர வியாபாரிகள், பெரும் பணக்காரர்கள் இறந்து போயிருந்தாலும், பெரும்பாலும் மத்தியதர வர்க்கத்து மக்களின் வாகனமான ரயில்களை இப்படிக் குறிவைத்துத் தாக்கிய கொடூரர்கள் யார்? ஏன்? இதுபோன்ற மனிதத் தன்மையற்ற தாக்கு தல்களுக்கு அவசியம் என்ன?

‘ராட்சஸர்கள்’. அன்றைய தினம் மாஹிம் பகுதியில் நடந்த குண்டு வெடிப்பை நேரில் பார்த்த ராஜ் (Raz) என்ற பயணியின் வார்த்தைகள் பதட்டத்தோடு உதிர்கின்றன. ‘கருகிய உடல்கள் பொம்மைபோல் தூக்கி எறியப்பட்டதைக் கண்ணெதிரே பார்த்தேன். இப்படியொரு தாக்குதலைத் திட்டமிட்டு நடத்தியவர்கள் நிச்சயம் ராட்சஸர்களா கத்தான் இருக்க வேண்டும்.’

மனிதர்களோ, ராட்சஸர்களோ, மும்பையில் குண்டு வைத்தவர்கள் நிச்சயமாக அதிபுத்திசாலிகள் என்பதில் சந்தேகமே இல்லை. ரயில்வே கால அட்டவணை, வழித்தடங்கள், நேரவாரியாக அவற்றில் தினந் தோறும் ஏறி இறங்குகிற கூட்டத்தின் அளவு, பாதுகாப்பு ஏற்பாடுகள் (அல்லது அலட்சியங்கள்), எந்தப் பெட்டிகளில் எந்த மாதிரியான

மக்கள் ஏறுகிறார்கள் என்பது போன்ற சகல விஷயங்களையும் உன்னிப் பாகக் கவனித்து, எங்கே வெடி வைத்தால் பாதிப்பு மிக அதிகமாக இருக்கும் என்பதைத் துல்லியமாகக் கணக்கிட்டு, குண்டு வைப்பதற் கான ரயில்கள், பெட்டிகளைத் தேர்ந்தெடுத்திருக்கிறார்கள்.

'மும்பை புறநகர் ரயில்கள்' என்று பொதுவாகக் குறிப்பிடப்பட்டாலும், இங்கே மொத்தம் மூன்று வகையான ரயில் தடங்கள் உண்டு. தினந் தோறும் இந்தியாவிலேயே மிக அதிக எண்ணிக்கையிலான பயணிகளை ஏற்றிச் செல்லும் இந்த ரயில் பாதைகள், மும்பை நகர் நெடுக நாமம் போட்டதுபோல் மூன்று பட்டைகளாக நீண்டிருக்கின்றன.

வடக்குப் பாதை (Western Line), மத்தியப் பாதை (Central Line), துறைமுகப் பாதை (Harbour Line) என்று பெயர் சூட்டப்பட்டிருக்கும் இந்த மூன்று வகையான ரயில் தடங்களையும் இயக்குவது வடக்கு மற்றும் மத்திய ரயில்வே அமைப்புகள். நிர்வாகப் பொறுப்புகளை கவனித்துக் கொள்வது மும்பை ரயில்வே வளர்ச்சிக் கழகம் (MRVC - Mumbai Railway Vikas Corporation) என்ற ஓர் அமைப்பு.

மும்பையின் மையப் பகுதிகளைப் புறநகர் பிரதேசங்களுடன் இணைக்கிற இந்த மூன்று வழித்தடங்களும் ஆங்காங்கே ஓரிரு இடங்களில் சந்தித்துக் கொண்டாலும், பெரும்பாலும் ஒன்றுக்கொன்று இணையாகவே ஓடுகின்றன.

நகரின் மிகப் பரபரப்பான வட்டாரங்களில் ஒன்றான சர்ச் கேட் (Church Gate) பகுதியில் தொடங்கி வடக்குக் கடற்கரைக்கு இணையாக ஓடும் ரயில் பாதையை 'வெஸ்டர்ன் லைன்' என்கிறார்கள். இந்தப் பாதையில் உள்ள முக்கியமான பகுதிகள், மும்பை சென்ட்ரல் (Mumbai Central), தாதர் (Dadar), பாந்த்ரா (Bandra), அந்தேரி (Andheri), மலாட் (Malad), போரிவல்லி (Borivali) மற்றும் விரார் (Virar).

'சென்ட்ரல் லைன்' எனப்படும் மத்தியப் பாதை, சர்ச் கேட் நிறுத்தத்துக்கு அருகில் உள்ள சத்ரபதி சிவாஜி டெர்மினஸில் (CST) தொடங்குகிறது. இந்த வழித்தடத்தில் உள்ள முக்கியமான நிறுத் தங்கள், தாதர் (Dadar), குர்லா (Kurla), காட்கோபர் (Ghatkoper), விக்ரோலி (Vikhroli), முலுந்த் (Mulund), தானே (Thane), கல்யாண் (Kalyan) முதலியன.

இந்த இரு வழித்தடங்களோடு ஒப்பிடுகையில், மூன்றாவதான 'ஹார்பர் லைன்' கொஞ்சம் சிறியது, அதிகக் கூட்டமில்லாததும்கூட. இதுவும் சத்ரபதி சிவாஜி டெர்மினஸில்தான் தொடங்குகிறது. ஆனால், வேறு பாதையில் ரவோலி (Raoli) ரயில் நிலையம் வரை சென்று, பின்னர் அந்தேரிக்குத் திரும்புகிறது.

மேற்சொன்ன மூன்று பாதைகளிலும் விரைவு ரயில்கள், மெதுவான ரயில்கள் உண்டு. அதாவது, மெதுவான ரயில்கள் எல்லா நிறுத்தங்களிலும் நின்று செல்லும். விரைவு ரயில்கள் சில முக்கியமான ரயில் நிலையங்களில் மட்டும்தான் நிற்கும்.

இங்கே கவனிக்க வேண்டிய இன்னொரு விஷயம், மும்பை உள்ளூர் ரயில் பாதைகள் எவையும், வட்டமாகச் சுழன்று வருவதில்லை. அதாவது, பெண்டுலம் போல் ஒரே பாதையில்தான் முன்னும் பின்னும் ரயில்கள் சென்று திரும்பிக் கொண்டிருக்கும். இதனால், வெஸ்டர்ன் லைன் வழித்தடத்தில் உள்ள ஒருவர், சென்ட்ரல் லைனில் இருக்கும் குர்லாவுக்கோ, விக்ரோலிக்கோ செல்ல விரும்பினால், இரு பாதைகளும் சந்தித்துக் கொள்கிற ஓர் இடத்தில் இறங்கி, மீண்டும் ஒரு ரயில் மாற வேண்டும்.

இதனால், எல்லாப் பாதைகளிலும் சராசரியாக மூன்று அல்லது ஐந்து நிமிடத்துக்கு ஒரு ரயில் இயக்கப்பட்டாலும்கூட, எல்லா ரயில்களும் எந்நேரமும் கூட்டமாகத்தான் இருக்கும். நள்ளிரவு நேரத்தில்கூட, பிதுங்கி வழியும் ரயில்களைச் சர்வசாதாரணமாகப் பார்க்கலாம்.

குறிப்பாக, காலை எட்டரை மணியிலிருந்து பத்து மணிவரை, புறநகர் பகுதிகளிலிருந்து நகருக்குள் போகும் ரயில்களில், அலுவலகம் செல்கிறவர்களின் கூட்டம் மிக அதிகமாக இருக்கும். இதே கூட்டம், மாலை ஐந்தரைக்குத் தொடங்கி ஏழு மணிவரை எதிர்திசை ரயில்களை ஆக்கிரமித்திருக்கும்.

பெரும்பாலான ரயில்கள் அதிகபட்சக் கூட்ட நெரிசலில் சிக்கித் தத்தளிக்கும் இந்த 'பீக் ஹவர்' (Peak Hour) நேரங்களில் பயணம் செய்ய வேண்டியிருக்கிறவர்கள், ரயிலில் ஒரு காலை ஊன்றிக் கொள்ளவாவது இடம் கிடைக்க வேண்டும் என்றுதான் பிரார்த்தனை செய்து கொள்வார்கள். உட்காருவதைப் பற்றியெல்லாம் கற்பனை செய்யக்கூட முடியாது.

இத்தனைக்கும், மும்பை ரயில்களில் முதல் வகுப்பு, இரண்டாம் வகுப்பு, ஆண்கள், பெண்கள், வியாபாரிகள், டப்பா வாலாக்கள்* நிறைய மூட்டை முடிச்சு வைத்திருக்கிறவர்கள் என்று சகலருக்கும் தனித்தனிப் பெட்டிகள் உண்டு. ஆனால், காலை, மாலை நேரங்களில் இந்தப் பெட்டிகள் அனைத்தும் விதிவிலக்கில்லாமல் நிரம்பி வழிந்து கொண்டிருக்கும்.

---

* மும்பை நகரின் அலுவலகப் பறவைகளுக்கு தினசரி மதியச் சாப்பாடு கொண்டு செல்கிறவர்கள் இவர்கள்.

இரண்டாம் வகுப்போடு ஒப்பிடும்போது, முதல் வகுப்புக் கட்டணம் ஏழெட்டு மடங்கு அதிகம். என்றாலும், உயர்நடுத்தர வர்க்கத்தில் உள்ள வியாபாரிகள், மேலாளர்கள், மென்பொருளாளர்கள், 'கால் சென்டர்' ஊழியர்கள் போன்ற பலர் முதல் வகுப்பில் தொடர்ந்து பயணம் செய்வ தால், இந்தப் பெட்டிகளிலும் கூட்டத்துக்குக் குறைச்சலிருக்காது.

சுருக்கமாகச் சொன்னால், மும்பையில் சம்பாதிக்கும் வர்க்கத்தின் பெரும்பகுதியை காலை, மாலை வேளை ரயில்களில் கண்டிப்பாகப் பார்க்கமுடியும். கூட்ட நெரிசலில் சிக்கித் திணறியபடி ஊருக்குள் பயணித்துத் திரும்புகிற இவர்கள்தான், இந்த நகரத்தை இந்தியாவின் அசைக்க முடியாத வணிக மையமாக உருவாக்கியவர்கள்.

இந்தமுறை, மும்பையைத் தாக்கத் தீர்மானித்திருந்த தீவிரவாதிகளின் முக்கிய இலக்கு, இந்தக் கூட்டம்தான். மும்பை என்கிற ராட்சஸ இயந் திரத்தை, அதன் விசுவாசமான தொழிலாளிகளுடன் இணைக்கிற ரயில் பாதைகளில் வெடி வைத்தால், இந்தப் பெரும்பான்மையினர் பயந்து போய் சுருண்டுவிடுவார்கள் என்று எதிராளிகள் திட்டமிட்டிருந்தார்கள்.

அவர்கள் தேர்ந்தெடுத்தது, 'வெஸ்டர்ன் லைன்' ரயில் பாதையை. மற்ற இரு வழித்தடங்களோடு ஒப்பிடுகையில், வெஸ்டர்ன் லைனில் குண்டு வைத்தால் பாதிப்பு அதிக அளவு இருக்கும் என்று அவர்கள் தீர்மானித்த தற்குச் சில முக்கியமான காரணங்கள் உண்டு.

தினந்தோறும் வடக்கு ரயில்வே வழித்தடங்களில் பயணம் செய்கிற வர்களின் சராசரி எண்ணிக்கை அறுபது லட்சத்துக்கும் மேல். வெஸ்டர்ன் லைன் ரயில்களில் ஒரு சதுர மீட்டருக்குச் சுமார் பதினான்கு முதல் பதினாறு பயணிகள்வரை நெருக்கி அடித்துக் கொண்டு பயணம் செய்கிறார்கள் என்கிறது சமீபத்திய கணக்கு ஒன்று.

உலக அளவிலான உள்ளூர் ரயில்களைக் கணக்கெடுத்துப் பார்க்கிற போது, இந்த அளவுக்கு நெரிசல் மிகுந்த ரயில் தடங்கள் எவையும் இல்லை. வெஸ்டர்ன் லைனுக்கு அடுத்தபடியாக இரண்டாவது நிலையில் இருப்பதுகூட, அதே மும்பையின் சென்ட்ரல் லைன்தான்!

காலை, மாலை பீக் ஹவர் நேரங்களில் நிலைமை இன்னும் மோச மாகிவிடுகிறது. சுமார் 1700 பேர் பயணம் செய்யக்கூடிய வெஸ்டர்ன் லைன் ரயில் ஒன்றில், ஐந்தாயிரம் பேருக்கு மேல் பயணம் செய்கிறார்கள். ஆகவே, இங்கே ஏதேனும் ஒரு தாக்குதல் நடந்தால், பாதிப்பு அதிகமாக இருக்கும்.

அதுமட்டுமின்றி, வெஸ்டர்ன் லைன் வழித்தடங்களில் குஜராத் மாநிலத்தைச் சேர்ந்தவர்கள் அதிகம் பயணம் செய்வது வழக்கம். ஏனெனில், மகாராஷ்டிரத்தின் அருகே இருக்கும் குஜராத் மாநிலத்தை

நோக்கிச் செல்லும் வழித்தடம் இது. ஆகவே, மும்பையில் பங்குச் சந்தை மற்றும் தங்கம், வைர வர்த்தகத்தில் ஈடுபட்டு வருகிற பணக்கார, செல்வாக்கு மிகுந்த குஜராத்திகள் பலர், இந்த வழியாக மும்பைக்கு வந்து திரும்புகிறார்கள்.

குஜராத் மாநிலத்தில் ஏற்பட்ட மதக் கலவரங்களால் பாதிக்கப்பட்ட சிலர், அம்மாநிலத்தவர்களைக் குறிவைத்துத் தாக்கும் நோக்கத்துடன் இந்தத் தாக்குல்களுக்கு ஏற்பாடு செய்ததாகச் சொல்லப்பட்டாலும் முழுமையாக நம்பும்படி இல்லை. எனினும், சதிகாரர்கள் இந்த வழித் தடத்தைத் தேர்ந்தெடுத்ததற்கு இதுவும் ஒரு காரணமாக இருக்கலாம்.

இன்னொரு காரணம், மும்பை நகரின் அதிமுக்கியமான வணிகத் தலங்களான அந்தேரி, மலாட், தாதர் உள்ளிட்ட பல பகுதிகள் இந்த வடக்குப் பாதையில்தான் இருக்கின்றன. ஆகவே, இந்திய, பன்னாட்டு மென்பொருள் நிறுவனங்கள், கால் சென்டர், பி.பி.ஓ. நிறுவனங்களில் பணிபுரிகிற இளைய தலைமுறையினர் பலர், தினசரி இந்த வழியே சென்று திரும்புகிறார்கள். தீவிரவாதிகள் அவர்களைக் குறிவைத்திருக்க வாய்ப்புகள் அதிகம்.

இப்படிப் பல காரணங்களால், வெஸ்டர்ன் லைன் பாதையில் பதற்றம் உண்டாக்க வேண்டும் என்று யோசித்தவர்கள், இந்த வழியே செல்லும் சில ரயில்களின் இரண்டாம், மூன்றாம் வகுப்புப் பெட்டிகளை விட்டு விட்டு முதல் வகுப்புப் பெட்டிகளில் குண்டு வைப்பது என்று தீர்மானித்தார்கள்.

இதற்கும் ஒரு சுவாரஸ்யமான காரணம் இருக்கிறது. காலை, மாலை அலுவலக நேரங்களைத் தவிர்த்துவிட்டுப் பார்த்தால், முதல் வகுப்புப் பெட்டிகளில் அவ்வளவாகக் கூட்டம் இருக்காது. ஏனெனில், இரண்டாம் வகுப்புக் கட்டணம் ஐந்து அல்லது ஆறு ரூபாய் உள்ள இடத்தில், முதல் வகுப்புக்கு நாற்பது அல்லது ஐம்பது ரூபாய் செலவாகும்.

இதனால், மதிய நேரங்களில், சீஸன் டிக்கெட் வைத்திருக்கிற மிகச் சிலரைத் தவிர மற்றவர்கள் இரண்டாம் வகுப்புப் பெட்டிகளில்தான் முட்டி மோதுவார்கள். இந்த நிலைமையில் அங்கே ரகசியமாக குண்டுகளை மறைத்து வைப்பது கொஞ்சம் சிரமம்தான். ஆகவே, கூட்டமில்லாத முதல் வகுப்புப் பெட்டிகளில் குண்டுகளை மறைத்து வைத்துவிட்டு, பின்னர் கூட்டம் சேர்ந்தபிறகு அவற்றை வெடிக்கச் செய்வது சுலபம்.

அதேபோல், முதல் வகுப்புப் பெட்டிகள் பெரும்பாலும் ரயிலின் மத்தியில் இருக்கும். ஆகவே, பிளாட்ஃபாரத்துக்கு வருமுன், வந்தபின்,

கிளம்பியபின் என்று எப்போது குண்டு வெடித்தாலும், உள்ளே, வெளியே பாதிப்புகள் அதிகபட்சமாக இருக்கும். தவிர, முதல் வகுப்பில் பயணம் செய்கிற பெரிய அலுவலர்கள், வியாபாரிகள், பங்குச் சந்தைப் புலிகள் போன்ற 'பெரும்புள்ளி'களைத் தாக்கினால், பாதிப்பும் பதற்றமும் கூடுதலாகவே இருக்கும்.

வெஸ்டர்ன் லைன், சரி. முதல் வகுப்புப் பெட்டிகள், சரி. மாலை பீக் ஹவர் நேரம், அதுவும் சரி. ஆனால், அந்த நேரத்தில் வெஸ்டர்ன் லைனில் குத்துமதிப்பாகச் சுமார் அறுபதுக்கும் மேற்பட்ட ரயில்கள் ஓடிக் கொண்டிருக்கும். அவை எல்லாவற்றிலும் முதல் வகுப்புப் பெட்டிகள் இருக்கும். இவற்றில் எந்தெந்த ரயில்களைத் தேர்ந்தெடுப்பது?

இங்கேதான், சதிகாரர்கள் இன்னொரு முக்கியமான தீர்மானத்தைச் செய்தார்கள். வெஸ்டர்ன் லைன் முழுவதும் குண்டுகள் வரிசையாக அடுத்தடுத்து வெடிக்க வேண்டும், மொத்த ரயில் போக்குவரத்தையும் பாதித்து நிறுத்தியாக வேண்டும்.

அதுமட்டுமின்றி, ரயில்கள் ஒவ்வொன்றும், ஏதேனும் ஒரு ரயில் நிலையத்தினுள் நுழைகிற நேரத்தில் அல்லது அங்கிருந்து கிளம்புகிற நேரத்தில் குண்டுகள் வெடிக்க வேண்டும் என்று திட்டமிடப்பட்டது.

இதற்குக் காரணம், மும்பை ரயில்களைப் போலவே, காலை, மாலை நேரங்களில் அங்கிருக்கும் ரயில் நிலையங்களின் நடைமேடை - பிளாட்ஃபாரங்கள், அவற்றை இணைக்கிற பாலங்கள் என்று சகலமும் கூட்டத்தில் நிரம்பி வழியும். அடுத்தடுத்த ரயில்களுக்காகக் காத்திருக்கிற இந்தப் பயணிகளும்கூட குண்டுவெடிப்பில் பாதிக்கப்பட வேண்டும் அல்லது அதை நேரில் பார்த்து அதிர்ச்சியடைய வேண்டும் என்பது திட்டம்.

அதாவது, மும்பை ரயில்களில் பயணம் செய்கிற மொத்தப் பயணிகள் சமூகத்திலும் அதிகபட்ச பாதிப்பை, அதிர்ச்சியை உருவாக்க வேண்டும் என்று எண்ணிய அவர்கள், ரயில் நிலையங்களின் மிக அருகே இந்த குண்டுவெடிப்புகள் நிகழும்படியாகத் திட்டமிடத் தொடங்கினார்கள்.

இந்த அடிப்படையில்தான், குண்டுவெடிப்புக்கான ரயில்கள் தேர்ந் தெடுக்கப்பட்டன. எந்த ரயில் எத்தனை மணிக்கு எங்கே இருக்கும், அதே பாதையில் அடுத்த ரயில் எப்போது வரும், எந்த திசையில் வரும் என்பதுபோன்ற பல விஷயங்களை யோசித்தபிறகுதான், எங்கே குண்டு வைப்பது என்று அவர்கள் தீர்மானித்தார்கள்.

இப்படிப் பலவிதமாக யோசித்து, தீவிரவாதிகள் தேர்ந்தெடுத்த அந்த ஏழு ரயில்களும், ஜூலை 11-ம் தேதி மாலை சுமார் அரை மணி நேர இடைவெளியில் சர்ச் கேட் நிறுத்தத்திலிருந்து கிளம்பியன.

- *5:19*-க்குக் கிளம்பிய விரார் (விரைவு) ரயில்
- *5:36*-க்குக் கிளம்பிய போரிவல்லி ரயில்
- *5:37*-க்குக் கிளம்பிய விரார் (விரைவு) ரயில்
- *5:48*-க்குக் கிளம்பிய போரிவல்லி ரயில்
- *5:50*-க்குக் கிளம்பிய போரிவல்லி (பகுதி-விரைவு) ரயில்
- *5:51*-க்குக் கிளம்பிய விரார் (விரைவு) ரயில்
- *5:53*-க்குக் கிளம்பிய போரிவல்லி (பகுதி-விரைவு) ரயில்

இந்த ஏழு ரயில்களிலும் இருந்த ஆண்களுக்கான முதல் வகுப்புப் பெட்டிகளில் சக்தி வாய்ந்த குண்டுகள் பொருத்தப்பட்டன. இதைச் செய்தவர்கள் யார், எத்தனை மணிக்கு, எப்படிச் செய்தார்கள் என்பது தெளிவாகத் தெரியவில்லை. ஆனால், ரயில்களில் கூட்டம் நிரம்பி வழியத் தொடங்குகிற மாலை நேரத்துக்குச் சற்று முன்பாகவே, தீவிரவாதிகள் இதைச் செய்து முடித்திருக்க வேண்டும்.

இதற்கு வசதியாக, வெஸ்டர்ன் லைன் ரயில் நிலையங்கள் எவற்றிலும், பாதுகாப்பு போதாது. யார் யார் வருகிறார்கள், என்னவெல்லாம் செய்கிறார்கள் என்று கண்காணிப்பதற்காக எல்லா ரயில் நிலையங் களிலும் வீடியோ கேமராக்கள் பொருத்தப்பட வேண்டும் என்று பல காலமாகச் சொல்லிக் கொண்டிருக்கிறார்கள், தீர்மானம் நிறைவேற்று கிறார்கள். ஆனால், நிஜத்தில் இந்த ரயில் நிலையங்களில் தீப்பெட்டி கேமராகூட கிடையாது.

ரயில்வே பாதுகாப்புப் படை(RPF)யைப் பொருத்தவரை, இந்தப் புறநகர் ரயில்களையும் ரயில் நிலையங்களையும் முழுமையாகக் கண்காணிப் பதற்கு அவர்களிடம் அதிக எண்ணிக்கையில் போலீஸார் இல்லை.

ஆகவே, பகல் நேரத்தில் ஒவ்வொரு ரயில் நிலையத்திலும் சில போலீஸ் தலைகளைப் பார்க்கமுடியும். இரவு எட்டு மணிக்குமேல் ஒவ்வொரு பெண்கள் பெட்டியிலும் காவலர் ஒருவர் பாதுகாப்புக்கு இருப்பார். அவ்வளவுதான், அவ்வளவேதான்.

நாள் முழுவதும் லட்சக்கணக்கானவர்கள் வந்து செல்கிற ரயில் நிலையங்களை, ஒன்றிரண்டு போலீஸார் எப்படி முழுமையாகக் கண்காணிக்க முடியும்? பாதுகாப்பை உறுதி செய்ய முடியும்? - இந்தக் கேள்விகளுக்கெல்லாம் யாரிடமும் பதில் இல்லை.

இந்தியாவில் உள்ளூர், வெளிநாட்டு விமான நிலையங்கள் அனைத்திலும், 'பாம் டிடெக்டர்' போன்ற கருவிகளைப் பயன்படுத்தி, வெடிபொருள்களை யாரும் உள்ளே கொண்டுவராதபடி பார்த்துக் கொள்கிறார்கள்.

மேற்கு ரயில்வேயிடமும் சில பாம் டிடெக்டர்கள் இருக்கின்றன. ஆனால், திபுதிபுவென்று ரயில் நிலையங்களுக்குள் நுழைகிற மக்களின் எண்ணிக்கையைப் பார்த்தால், அந்த பாம் டிடெக்டர்களே பயந்துபோய் ஊமையாகிவிடும்.

அதாவது, மும்பை ரயில் நிலையங்களில் உருப்படியான பாதுகாப்பு ஏற்பாடுகள் என்று எதுவுமே இல்லை. சுற்றியிருக்கும் மக்கள் கூட்டத்தைப் பார்த்துத் தீவிரவாதிகளாக பயந்தால்தான் உண்டு. மற்றபடி வேறு யார் வேண்டுமானாலும், என்ன வேண்டுமானாலும் செய்துகொள்ளலாம்.

இந்த விஷயம்தான், அன்றைய தினம் வெஸ்டர்ன் லைன் ரயில்களில் குண்டு வைத்த தீவிரவாதிகளுக்கு மிகவும் வசதியாகப் போய்விட்டது.

பிறகென்ன, கூட்டமில்லாத முதல் வகுப்புப் பெட்டிகளில் நுழைய வேண்டியது, யாரும் கவனிக்காதபோது, தங்களுடைய இருக்கைக்கு அடியிலோ அல்லது மேலே பெட்டி, பைகளை வைக்கும் 'லக்கேஜ்' பரண்களிலோ வெடிகுண்டுப் பையை மறதியாக(?) வைத்துவிட்டு, அடுத்த நிறுத்தத்தில் இறங்கிவிடுவது.

இதையெல்லாம் இப்போது கேட்பதற்கு மிகவும் சுலபமாகத் தோன்றினாலும், பின்னால் நடந்த குண்டுவெடிப்புகளால் ஏற்பட்ட பாதிப்புகளின் அளவைக் கவனித்தால், இதில் எத்தனை ஆபத்து உண்டு என்பது புரியும்.

குண்டுவெடிப்புகள் நிகழ்ந்திருக்கும் விதம், பாதிப்புகளின் தீவிரம் போன்றவற்றைக் கொண்டு, வெடித்திருப்பது ஆர்.டி.எக்ஸ். (RDX) வகை குண்டுகளாகத்தான் இருக்கவேண்டும் என்று கணிக்கப்பட்டு இருக்கிறது. இந்த ஆர்.டி.எக்ஸ். குண்டுகளைக் கையாள்வது அத்தனை சுலபமில்லை. நன்கு பயிற்சி பெற்ற, பழகிய பேர்வழிகள்தான் இதைச் செய்திருக்க வேண்டும்.

இந்தியாவில், அதிலும் குறிப்பாக மும்பையில் இப்படி ஒரு தாக்குதல் நிகழக்கூடும் என்று உளவுத்துறையினர் ஏற்கெனவே கணித்திருக்க முடியும். காரணம், கடந்த ஐந்து ஆண்டுகளில் மட்டும், பல நூறு கிலோ ஆர்.டி.எக்ஸ். வெடிபொருள்கள் மும்பையில் கைப்பற்றப்பட்டிருக் கின்றன. வெளியே தெரிந்ததே இவ்வளவு என்றால், நிஜத்தில் இன்னும் எத்தனை கிலோ மீதமிருந்ததோ, தெரியவில்லை.

ஆர்.டி.எக்ஸ். குண்டுகளைக் கையாள்வதில் பயிற்சி பெற்ற சிலர், இங்கே வந்து உள்ளூர் ஆள்களைத் தயார் செய்திருக்கிறார்கள் அல்லது அவர்களே ரயிலுக்குச் சென்று குண்டு வைத்திருக்கிறார்கள். இந்த

விஷயம் எதுவும் காவல்துறைக்கோ, உளவுத்துறைக்கோ கடைசிவரை தெரியவே இல்லை.

முந்தைய இரு மாதங்களாக, மகாராஷ்டிர மாநிலம் முழுவதும் நடைபெற்ற பல்வேறு சோதனைகளில், ஏராளமான ஆயுதங்கள், வெடி பொருள்கள் கைப்பற்றப்பட்டன. பல தீவிரவாதக் குழுக்களைச் சேர்ந் தவர்களும் கைது செய்யப்பட்டார்கள். ஆனால் அப்போதுகூட, இப்படி ஒரு பெரிய விவகாரத்துக்குத் திட்டம் தீட்டப்படுகிறது என்று காவல் துறையால் கண்டறிய முடியவில்லை.

அடுத்ததாக, இந்த குண்டுகள் எப்படிப்பட்டவை? ஒரு குறிப்பிட்ட நேரத்தில் தானே வெடிக்கும்படி தயாரிக்கப்பட்டவையா? அல்லது ரிமோட் கன்ட்ரோல் மூலம் எங்கிருந்தோ ஆட்டிப் படைக்கப் பட்டவையா?

பத்து நிமிடங்களில் அடுத்தடுத்து நிகழ்ந்திருக்கிற குண்டுவெடிப்பு களைப் பார்க்கிறபோது, முன்கூட்டியே வெடிக்கும் நேரம் தீர்மானிக்கப் பட்ட 'டைம் பாம்' வகைக் குண்டுகள்தான் பயன்படுத்தப்பட்டிருக் கின்றன என்று ஆரம்பத்தில் ஊகிக்கப்பட்டது.

ஆனால், ஒவ்வொரு ரயிலும் நிறுத்தத்தினுள் நுழையும் நேரத்தில் அல்லது அங்கிருந்து கிளம்பும் நேரத்தில் குண்டுகள் வெடித்திருக் கின்றன. இப்படி ஒரு கச்சிதம், 'டைம் பாம்!'களில் சாத்தியமில்லை.

ஏனெனில், ஜப்பான், சிங்கப்பூர் போன்ற நாடுகளில் உள்ள ரயில்களைப் போல் மும்பை ரயில்கள் நேரம் தவறாமல் ஓடக்கூடியவை அல்ல. ஒவ்வொரு ரயிலும் சில நிமிடங்களாவது தாமதமாக இயங்குவது இங்கே மிகச் சாதாரணமான விஷயம்.

ஆகவே, சம்பநதப்பட்ட தீவிரவாதிகள் என்னதான் ரயில் அட்ட வணையைக் கரைத்துக் குடித்திருந்தாலும்கூட, இத்தனை துல்லியமாக நேரம் தீர்மானித்து 'டைம் பாம்'களைச் சரியான இடத்தில் வெடிக்கச் செய்திருக்க முடியாது. இதனால், இந்த குண்டுகள் ரிமோட் கன்ட்ரோல் முறையில்தான் வெடிக்கச் செய்திருக்க வேண்டும் என்று சொல்லப் படுகிறது.

இப்படி வெடித்த முறை எதுவானாலும், அந்த ஏழு ரயில்களிலும் குறைந்தது அரை மணி நேரத்துக்காவது சக்தி வாய்ந்த குண்டுகள் துடித்தபடி இருந்திருக்கின்றன. நிரம்பி வழிந்த கூட்டத்தில் ஒருவர்கூட அதைக் கவனிக்கவில்லை; கவனித்திருக்க வாய்ப்பும் இல்லை.

போதாக்குறைக்கு, இதுமாதிரி ஒரு தாக்குதல் நடக்கப் போகிறது என்று உளவுத்துறை, காவல்துறை, ரயில்வே துறை என்று யாருக்கும்

தெரிந்திருக்காததால், அவர்களும் விசேஷப் பாதுகாப்பு ஏற்பாடுகள், தேடல்கள் என்று எதற்கும் ஏற்பாடு செய்யவில்லை. அடுத்தடுத்த நிறுத்தங்களில் மெல்ல மெல்ல கூட்டம் அதிகரித்துக் கொண்டே இருந்தது.

தொடர் குண்டுவெடிப்புகளைத் தொடங்கி வைத்த அந்த முதலாவது குண்டு எத்தனை மணிக்கு வெடித்தது என்பதில் ஒரு சிறு குழப்பம் நீடிக்கிறது. *6:21*-க்கு 'கார்' என்ற பகுதியில் முதல் குண்டு வெடித்ததாக, மும்பை மாநகராட்சி தெரிவிக்கிறது. ஆனால், *6:24*-க்குத்தான் அந்த குண்டு வெடித்தது என்கிறது மேற்கு ரயில்வே.

அதைத் தொடர்ந்த மற்ற குண்டுவெடிப்புகளும்கூட, சரியாக எத்தனை மணிக்கு நிகழ்ந்தன என்கிற துல்லியமான விவரம் கிடைக்கவில்லை. ஆனால், *6:24*-ல் தொடங்கி *6:35*-வரையிலான பதினொரு (மீண்டும் பதினொன்று!) நிமிடங்களில்தான் எல்லா குண்டுவெடிப்புகளும் நிகழ்ந்திருப்பதாக மேற்கு ரயில்வே தெரிவிக்கிறது.

3. சலாம் மும்பை!

அரசியலுக்கும் ஆட்சி அதிகாரத்துக்கும் வேண்டுமானால் டெல்லி தலைநகராக இருக்கலாம். ஆனால் இந்தியப் பொருளாதாரத்தின் தலைநகர் நிச்சயமாக மும்பைதான்.

ஆயிரக்கணக்கில் தொழிற்சாலைகள், வர்த்தக நிறுவனங்கள், பல ஆயிரம் கோடிகள் புரளும் பங்குச் சந்தை, விண்ணை முட்டும் கட்டடங்கள் என்று மும்பைக்குள் புதிதாக நுழையும் எந்த ஒரு இந்தியக் குடிமகனையும் பல மணி நேரம் வாய் பேசாமல் கட்டிப்போடும் சமாசாரங்கள் நிறையவே இருக்கின்றன. வறுமை ஒரு பக்கம் ருத்ர தாண்டவமாடினாலும், மும்பையின் செழுமை அதை அடுத்த நிமிடத்திலேயே மறக்கடித்துவிடும்.

டெல்லி வரை போன பல அரசியல்வாதிகள் எம்.பி.யாக, எம்.எல்.ஏ.வாக, ஒரு சின்ன வார்டுக்கு கவுன்சிலர்கூட ஆகாமலே தங்கள் வாழ்க்கையை முடித்துக் கொண்டிருக்கிறார்கள். ஆனால், சோற்றுக்கு வழியில்லாமல் மும்பைக்கு திருட்டு ரயில் ஏறிய சாமானியன்கூட மும்பையை விட்டு முதல்முறையாகத் திரும்பி வரும்போதே கை நிறையப் பணத்தை அள்ளிக் கொண்டுதான் ஊருக்குள் நுழைந்திருக்கிறான். காரணம், மும்பையின் ஒவ்வொரு மூலையிலும் அகப்படக்கூடிய வாழும் வழிகள்...

மும்பைக்கு மட்டும் இப்படி ஒரு லட்சுமி கடாட்சம் எப்படி வந்தது?

இருபது, முப்பது மாடிகள் என்று சர்வசாதாரணமாக வளர்ந்து, கறுப்புக் கண்ணாடி அணிந்து மிரட்டும் கட்டடங்கள் சமீபத்தில்தான் முளைத்து எழுந்தவை. முடிவில்லாமல் சென்று கொண்டிருக்கும் விஸ்தாரமான சாலைகள், மாடி பஸ்கள், ரயில்கள், கடை கண்ணிகள்,

சூப்பர் மார்க்கெட்டுகள், காம்ப்ளெக்ஸ் என்று இப்போதுதான் மும்பை இப்படி ஒரு புதிய முகத்தைக் காட்டிக் கொண்டிருக்கிறது.

ஆனால், மும்பை என்கிற சாதாரணக் குழந்தையை பாலூட்டி, சீராட்டி வளர்த்து, ஒரு ஜப்பானிய மல்யுத்த வீரனைப் போல இத்தனை புஷ்டியாகவும் ஆக்கியதற்கு அடிப்படைக் காரணமாக இருந்தது மும்பை துறைமுகம்தான்.

ஆங்கிலேயர்கள் இந்தியாவுக்கு வந்ததும் மும்பை, சென்னை துறைமுக நகரங்களை வாங்கினார்கள். ராபர்ட் கிளைவ் இந்தியாவின் வைஸ்ராயாக வந்த பிறகு கொல்கத்தாவும் சேர்த்துக் கொள்ளப்பட்டது. இந்தியாவின் வேறு எந்த நகரமும் அடைய முடியாத வளர்ச்சியை இந்த மூன்று நகரங்களும் இப்போது அடைந்திருப்பதற்கான காரணம், ஆங்கிலேய ஆட்சிக் காலத்தில் மிகப் பெரிய அளவில் வளர்ச்சி பெற்றதுதான்.

நூற்றி ஐம்பது ஆண்டுகளுக்கு முன்பு வரை, மும்பையில் விவசாயமே முக்கியமான தொழிலாக இருந்தது. மும்பையில் ஆங்கிலேயர்கள் கால் பதிக்க, கால் பதிக்க விவசாயம் மறைந்து, தொழில்கள் பெருக ஆரம்பித்தது. நிலவுடைமைச் சமுதாயத்தில் இருந்து வர்த்தக சமுதாயமாக மாறும் நிலையில் துறைமுக நகரங்களில் நிறையப் பணமும் வேலை வாய்ப்புகளும் குவிந்தன. இதனால் வேலை தேடி மக்கள் மும்பைக்கு படையெடுக்க ஆரம்பித்தனர்.

ஆனால் மும்பை எப்படி திடீரென சென்னையை விட, கொல்கத்தாவை விட பெரிய பொருளாதார மையமாக மாறியது?

மும்பை மக்களைத்தான் இதற்குக் காரணம் என்று சொல்ல வேண்டியிருக்கும். மும்பையின் இத்தனை வளர்ச்சிக்கும் முதல் காரண மாக இருந்தவர்கள், பார்சி சமூகத்து மக்கள். பார்சிகள் பாரசீகத்தை விட்டு, அதாவது ஈரானை விட்டு ஓடிவந்து இந்தியாவில் குடிபுகுந்த வர்கள். அவர்கள் அனைவரும் ஒட்டுமொத்தமாகக் குடிபுகுந்த இடம் மும்பை. இந்துக்களும் முஸ்லிம்களும் ஆங்கிலேயர்களுடன் உடனடியாக உறவுக் கரத்தை நீட்டவில்லை. ஆங்கிலேயர்களைக் கடைசி வரை வில்லன்களாகத்தான் பார்த்தனர்.

இதற்கு நேர்மாறாக பார்சி மக்கள் ஆங்கிலேயர்களை உடனடியாக நண்பர் களாக ஏற்றுக் கொண்டனர். பார்சி மக்களுடைய மத நம்பிக்கைகள், கலாசாரம், பழக்க வழக்கங்கள் வேறு; ஆங்கிலேய மக்களின் பழக்க வழக்கங்கள் வேறு. அந்த வேறுபாடுகளை எல்லாம் பெரிய விஷயமாக எடுத்துக் கொள்ளாமல், ஆங்கிலேயர்களின் அத்தனை பழக்க வழக்கங் களையும் பின்பற்ற ஆரம்பித்தனர். நடையுடை பாவனைகள், ஆங்கில மொழி, கிரிக்கெட் விளையாட்டு என்று பார்சி மக்கள் வெகு வேகமாக ஆங்கிலேயர்களுடன் கலந்து, உறவாட ஆரம்பித்தனர்.

இதனால் மிகப் பெரிய வாய்ப்புகள் அவர்களைத் தேடி வந்தது. வந்த வாய்ப்புகளை உடனடியாக ஏற்றுக் கொண்டனர் பார்சி மக்கள். தாதாபாய் நௌரோஜி, டாடா குடும்பத்தினர் பார்சி சமூகத்தைச் சேர்ந்தவர்கள்தாம்!

பார்சிகளுக்கு அடுத்து மும்பையை வளப்படுத்தியவர்கள், குஜராத்திகள். குஜராத்தின் இந்துக்களும்சரி (படேல்), முஸ்லிம்களும்சரி (மேமோன்) வர்த்தக உலகில் விரைவிலேயே துள்ளிக் குதித்தார்கள்.

வெகு சீக்கிரமே எங்கெல்லாம் ஆங்கிலேய சாம்ராஜ்ஜியம் பரவிக் கிடந்ததோ அங்கெல்லாம் குஜராத்தி வர்த்தகர்கள் வர்த்தகம் செய்யக் கிளம்பிவிட்டார்கள். அதற்கு ஒரே ஒரு உதாரணம் சொல்ல வேண்டும் என்றால் தென்னாப்பிரிக்காவைச் சொல்லலாம்.

மகாராஷ்டிராவில் உள்ள மும்பையின் வளர்ச்சிக்கு குஜராத்தில் உள்ளவர்கள் எப்படி உதவினார்கள் என்கிற சந்தேகம் வருகிறதா? குழப்பமே வேண்டாம். அன்றைய மும்பை மாநிலம் (Bombay Province) குஜராத்தின் பல பகுதிகளையும் உள்ளடக்கி இருந்தது. இப்போது இருப்பது போல் அன்று குஜராத் ஒரு தனி மாநிலமாக இல்லை.

அடுத்து, மார்வாடிகள் எனப்படும் ராஜஸ்தான் பிரதேசத்தைச் சேர்ந்தவர்களும் மும்பையை பெரிய அளவில் மாற்றிக் காட்டியவர்கள். மார்வார், மேவார் போன்ற பகுதிகளை ஆங்கிலேயர்கள் முழுவதுமாக அடக்கி தங்கள் கட்டுப்பாட்டில் கொண்டு வந்த பிறகு ராஜஸ்தானிகள் போர்த் தொழிலை மூட்டை கட்டிவிட்டு, வர்த்தகத்தில் ஈடுபட ஆரம்பித்தார்கள்.

இன்னொரு முக்கிய காரணம், ராஜஸ்தான் பாலைவனத்திலோ, குஜராத்தின் கட்ச் பகுதிகளிலோ விவசாயம் செய்வதற்கு வாய்ப்பே இல்லை. வேறு வழியில்லாமல் வர்த்தகத்தை நோக்கி பலரும் வந்து சேர்ந்தார்கள்.

மார்வாடிகள் மும்பை, கொல்கத்தா ஆகிய இரண்டு இடங்களுக்கும் (சென்னைக்கும்கூட) சென்று ஆங்கிலேயர்களுக்காக இடைத்தரகு வேலையில் ஈடுபட்டனர். இந்தியாவின் பல்வேறு பாகங்களிலும் உள்ள மக்கள் வர்த்தகத்தில் முழுமையான ஈடுபாடு இல்லாதவர்களாக இருந்ததால், ஆங்கிலேயர்களுக்கு அவர்களுடன் வியாபாரம் செய்வது கடினமாக இருந்தது. இதனால் தாங்கள் செல்லும் இடங்களுக்கெல்லாம் கூடவே மார்வாடி வர்த்தகர்களையும் அழைத்துச் செல்ல வேண்டிய கட்டாயம் ஆங்கிலேயர்களுக்கு ஏற்பட்டது. இந்த ஒரு விஷயம் வியாபார உலகத்தில் மார்வாடிகள் காலகாலத்துக்கு நிலைத்து நிற்க போதுமானதாக இருந்தது. உள்ளூர் மக்களுடன் பேசி பல

பொருள்களை ஆங்கிலேயர்களுக்கு வாங்கிக் கொடுத்தார்கள் அல்லது விற்றுக் கொடுத்தார்கள். இடையில் தங்களுக்கென கணிசமான லாபத்தையும் கச்சிதமாகக் கறந்து கொண்டனர்.

பார்சிகள், குஜராத்திகள், மார்வாடிகள் என்று மூன்று சமூகத்து மக்களும் அதிக அளவில் இருந்தது மும்பையில் மட்டும்தான். அடுத்து கொல் கத்தாவில் ஓரளவுக்கு அதிகமாக இருந்தனர். மிகக் குறைந்த அளவில் மட்டுமே சென்னையில் இருந்தனர். பிர்லா குடும்பம் மார்வாடி குடும்பம்தான். இரும்புக்கை மாயாவி மிட்டலும் மார்வாடிதான்.

இரண்டாம் உலகப் போருக்கு முன்பு, ஆங்கிலேயர்கள் இந்தியாவில் தொழில்கள் தொடங்கப்படுவதை ஆதரிக்கவில்லை. இந்தியர்கள் வெறும் வியாபாரிகளாக இருந்தால் மட்டும் போதும் என்று நினைத் தார்கள். அதையும் மீறி சில பார்சிகளும் மார்வாடிகளும் குஜராத்திகளும் சில தொழில்களை ஆரம்பித்திருந்தனர்.

ஆனால் இரண்டாம் உலகப் போர் பிரிட்டனின் அரசியல் சூழ்நிலையை அடியோடு மாற்றியது. ஜெர்மனியைத் தோற்கடிக்க வேண்டும் என்றால் கம்பளி முதல் ரசாயனம் வரை அத்தனை சமாசாரங்களையும் இந்தியா விலேயே உற்பத்தி செய்தாக வேண்டும். அதற்கு இந்தியாவில் தொழில்கள் தொடங்கியாக வேண்டும் என்ற கட்டாயம் இங்கிலாந்துக்கு. எனவே, கையில் பணம் வைத்திருக்கும் பார்சி மக்கள், குஜராத்திகள், மார்வாடிகள் தொழிற்சாலைகளை நிறுவ ஆங்கில அரசாங்கம் ஊக்கு வித்தது. மும்பையிலும் கொல்கத்தாவிலும் (ஓரளவுக்கு சென்னையிலும் கூட - உதாரணம், சிம்ப்சன்ஸ்...) சில தொழிற்சாலைகள் நிறுவப் பட்டதற்குக் காரணம் இங்கிலாந்து முதலீடுதான்.

இப்படித் தொடங்கப்பட்ட தொழிற்சாலைகளில் உற்பத்தி ஆகும் பொருள்களை இங்கிலாந்து அரசாங்கம் வாங்கிக் கொள்ள ஒப்பந்தம் செய்தது. இதனால் பார்சி மக்கள், மார்வாடிகள், குஜராத்திகள் நிறைய லாபம் பெற்றனர். இந்தப் பொருள்கள் அனைத்தும் பிரிட்டனுக்கும் சிங்கப்பூருக்கும் அனுப்பப்பட வேண்டி இருந்ததால், இந்தத் தொழிற் சாலைகள் அனைத்தும் துறைமுகங்களுக்குப் பக்கத்தில், அதாவது, மும்பை, கொல்கத்தா (கொஞ்சமே கொஞ்சம் மட்டும் சென்னை) நிறுவப்பட்டன. தொழிற்சாலைகளால் துறைமுகமும் துறைமுகத்தால் தொழிற்சாலைகளும் வளம் பெற, துறைமுக நகரங்கள் அசுரத்தனமாக வளர ஆரம்பித்தன.

இந்தியாவுக்குச் சுதந்தரம் கிடைத்த பிறகு நிலைமை தலைகீழாக மாறியது. ஆங்கிலேயர்கள் பலரும் கிடைத்த காசு போதும் என்று தங்கள் கம்பெனிகளை விற்று விட்டுச் செல்ல ஆசைப்பட்டனர். அப்பொழுது கையில் பணம் வைத்திருந்தது பார்சிகள், குஜராத்திகள்,

மார்வாடிகள் மட்டுமே. எனவே மிகக் குறைந்த விலைக்கு இவர்களுக்கு பிற கம்பெனிகள் கிடைத்தன.

1940-களில் வங்காளத்தில் ஏற்பட்ட பஞ்சம், பின் 1947-ல் இந்தியா - பாகிஸ்தான் பிரிந்தபோது வங்காளத்திலிருந்து பெரும்பகுதி தனியாகப் பிரிந்து போனது போன்ற நிகழ்வுகளால் கொல்கத்தாவின் வளர்ச்சியில் நிறைய தேக்கம் ஏற்பட்டது. அத்துடன் இதற்கு பல ஆண்டுகளுக்கு முன்பே தில்லிக்கு தலைநகர் என்கிற அந்தஸ்து குடிபோய்விட்டது. இதனாலும் கொல்கத்தாவுக்கு நிறைய பின்னடைவு.

ஆனால் மும்பை மட்டும் பொருளாதார வரைபடத்தில் மேலே செல்லும் கோடு எந்தக் காலகட்டத்திலும் கீழே வரவே இல்லை. விடுதலை சமயத்தின் போதுகூட மும்பை இந்தியாவின் மிக முக்கியமான பொருளாதார நகரமாக இருந்தது.

மும்பையில் மேலும் மேலும் பணம் குவிந்தது. பல்வேறு பெரும் கம்பெனிகள் தங்கள் நிறுவனங்களின் தலைமை அலுவலகத்தை மும்பையிலேயே அமைத்தனர். இதனால் அலுவலகத்தின் முக்கிய நிர்வாகிகள் மும்பையில் வசித்தனர். அவர்களது சம்பளமும் அதிகமாக இருந்தது. இவர்கள் புதிய நிறுவனத்தை உருவாக்க முயற்சி செய்த போது அவற்றின் தலைமை அலுவலகங்களையும் மும்பையிலேயே அமைத்தனர். ஒரு ஒப்புக்கு உங்கள் வீட்டில் உள்ள ஒரு பொருளை எடுத்து அதன் தலைமை அலுவலகம் எங்கே இருக்கிறது என்று பாருங்கள். தொன்னூறு சதவிகிதம் மும்பை என்றுதான் இருக்கும்.

மும்பை இந்தியாவின் பொருளாதாரத் தலைநகரமாக அனைவராலும் ஏற்றுக் கொண்டபோது பல மாநிலத்தைச் சேர்ந்தவர்களும் தாமாகவே வேலை தேடி, மும்பைக்குச் செல்லத் தொடங்கினர். 1950 தொடங்கி எழுபது வரை மும்பைக்கு வரும் மக்கள் தொகை பெரிய அளவில் இருந்தது. பல தமிழர்களும் இந்த நேரத்தில் மும்பைக்குச் சென்றனா, அரசாங்க அலுவலகங்களில் குமாஸ்தா வேலை பார்க்க. தொழிற் சாலைகளில் கூலி வேலை செய்ய... பீஹார் மற்றும் உத்தர பிரதேசத்தைச் சேர்ந்த அப்பாவி ஏழைகள்.

இதையடுத்து வீட்டுவேலை செய்ய, டாக்ஸி ஓட்ட, கட்டடம் கட்ட என்று ஒரு புதிய கூட்டம் தேவைப்பட்டது. இவர்களும் பிற மாநிலங் களிலிருந்து மும்பை சென்றனர். அப்படியானால் மகாராஷ்டிராவில் உள்ள மராத்தியர்கள்? அவர்கள் விவசாயம் செய்து கொண்டிருந்தனர். தொழிலில் அவர்கள் ஈடுபடவேஇல்லை.

இப்படியாக நல்ல பணம் மும்பையில் கோடானு கோடியாக வந்து சேர, நமக்கெல்லாம் அது சந்தோஷமான விஷயமாக இருக்கலாம்.

மற்றவர்களின் வயிற்றெரிச்சலை கிளப்பவும் அதுவே அடிப்படையான காரணமாகவும் இருந்தது. விளைவு, அப்போதைக்கப்போது வெடித்துக் கிளம்பும் குண்டுகள், அப்பாவித்தனமாக அதில் மாட்டிச் சாகும் மக்கள், பெரிய காரணம் எதுவுமே இல்லாமல் பூதாகரமாகக் கிளம்பும் கலவரங்கள்.

நல்ல பணம் வெள்ளமாக வந்த அதே மும்பையில், கெட்ட பணமும் வர ஆரம்பித்தது. எல்லோருக்கும் தெரியும்படி தொழில் வளர்ச்சி அடைந்தது ஒரு பக்கம்; யாருக்குமே தெரியாதபடி நிழலுலகம் (அண்டர் வேர்ல்ட்) ஒன்றும் வளர்ந்து கொண்டிருந்தது இன்னொரு பக்கம்.

சண்டியர்கள், போக்கிரிகள், ரௌடிகள், தாதாக்கள் என்று புதுப்புது அவதாரங்களை உருவாக்கி மும்பையையே மிரட்டிக் கொண்டிருந்தது அந்த உலகம். அமைச்சர்கள் போல, அரசியல்வாதிகள் போல இந்த ராட்சஸர்கள் சிலருக்கு மிகவும் தேவைப்பட்டார்கள். (அந்தச் சிலருக்கு மட்டும் அவர்கள் ரட்சகர்கள்!) அந்தச் சிலர் அவர்களை வளர்த்தார்கள். தேவைப்படாதபோது துடைத்தெறியவும் செய்தார்கள்.

நாளைய நாள் நமக்கானது அல்ல; இன்றுதான் நிச்சயம் என்று நன்றாகத் தெரிந்த பிறகும் நிழலுலக மனிதர்கள் அதை விட்டு ஒதுங்கி ஓடிவிட வில்லை. வயிற்றுப்பசியைப் போக்கிக் கொள்ள சின்னச் சின்னத் திருட்டு வேலைகள் செய்வதில் ஆரம்பித்து, ஆளைத் தூக்கிப் போய் கழுத்தை அறுத்து அரபிக்கடலில் எறிகிற வரை அத்தனை வேலைகளையும் செய்தார்கள்.

இந்தக் குற்றவாளிகள் இல்லாமல் மும்பை இருந்திருக்கலாமே என்று நாம் ஆசைப்படலாம். ஆனால், ராட்சஸத்தனமாக வளர்ந்த எல்லா நகரங்களிலும் நிழலுலகம் இருக்கவே செய்திருக்கிறது. இப்போதும் இருக்கிறது என்பதுதான் உண்மை. மும்பையின் தீவிரம் கொஞ்சம் அதிகம்.

4. 7/11

கார் (Khar)

மேற்கு ரயில்வேயின் பெரும்பாலான ரயில்கள் இயங்கத் தொடங்கும் சர்ச் கேட் நிறுத்தத்தில் இருந்து சுமார் பத்தொன்பது கிலோ மீட்டர் தொலைவில் உள்ள ரயில் நிலையம் இது. அங்கிருந்து கிளம்பும் விரைவு ரயில்கள், சுமார் இருபத்தைந்து நிமிடங்களில் இங்கே வந்து அடையும்.

ஆறரை மணிக்கு சற்று முன்பாக, 'கார்' நிறுத்தத்தில் வந்து நின்ற ஒரு ரயில், அங்கிருந்து கிளம்பத் தயாராகி, மெதுவாக நகரத் தொடங்கியபோது, முதல் வகுப்புப் பெட்டி ஒன்றின் பயணிகள் இருக்கைக்குக் கீழாக வைக்கப்பட்டிருந்த சக்தி வாய்ந்த குண்டு வெடித்தது.

அடுத்த விநாடி, அந்தப் பெட்டியின் வாசல் அருகே தொற்றிக் கொண்டிருந்த பயணிகள் தூக்கி வீசப்பட்டார்கள். உள்ளே இருந்தவர்களின் நிலைமை இன்னும் மோசம். பெட்டியின் மேல் பகுதி பிய்த்துக் கொள்ள, அதன் வழியே கருகிய உடல்கள் வெளியே வீசி எறியப்பட்டன.

ரயிலின் மற்றப் பெட்டிகளில் இருந்தவர்களுக்கெல்லாம் முதலில் ஒன்றும் புரியவில்லை. மெல்ல நகர ஆரம்பித்திருந்த ரயில், வெடித்துக் கிளம்பிய அந்தச் சத்தத்துக்குப் பிறகு முழுவதுமாக நின்றிருந்தது. ஏதோ மின்சாரக் கோளாறு என்றுதான் அவர்கள் நினைத்தார்கள். ஆனால், வெளியே கடுமையான புகை மண்டலம் பரவத் தொடங்கியதும், அவர்களையும் பதற்றம் தொற்றிக் கொண்டது.

இதற்குள், வெளியே பிளாட்ஃபாரத்தில் ரயிலுக்குக் காத்திருந்தவர்கள் பலர் குண்டுவெடிப்பை நேரில் பார்த்த

அதிர்ச்சியில் இருந்து விடுபட்டு, பாதிக்கப்பட்டவர்களுக்கு உதவ ஓடினார்கள். இன்னும் சிலர், 'சீக்கிரம் கீழே இறங்குங்கள். மறுபடியும் இன்னொரு குண்டு வெடிக்கலாம்' என்று உரக்கக் கத்தியபடி, மற்ற பெட்டிகளில் இருந்தவர்களைக் கீழே இறக்க முயன்றார்கள்.

இந்தக் களேபரத்தில் ரயிலுக்குள் இருந்தவர்களின் நிலைமை மிகவும் பரிதாபமாகிவிட்டது. வெளியே என்ன நடக்கிறது என்று தெளிவாகப் புரியாமல், கீழே இறங்கலாமா அல்லது மீண்டும் ரயில் ஓடத் தொடங்கி விடுமா என்று குழம்பிக் கொண்டிருந்தார்கள்.

இதுபோன்ற சந்தர்ப்பங்களில் ரயிலுக்குள் இருக்கிறவர்களைத் தொடர்பு கொண்டு, அவர்களுக்குத் தெளிவான கட்டளைகள், உதவிக் குறிப்பு களை வழங்குவதற்கு (Public Addressing) எந்த வசதியும் இல்லாத குறை, இப்போதுதான் பெரிதாகப் பல்லிளித்தது. ஒருவேளை நிஜமாகவே மின்சாரக் கோளாறு ஏற்பட்டிருந்தால், கதவைத் தொட்டால் ஷாக் அடிக்குமோ என்று பலர் பயந்தார்கள்.

அதுமட்டுமின்றி, குண்டு வெடித்த ரயில்கள் பிளாட்ஃபாரத்திலிருந்து நகர்ந்து சற்றுத் தொலைவில் நின்று கொண்டிருந்ததால், சட்டென்று பெட்டியிலிருந்து வெளியே இறங்க முடியாமல், அத்தனை உயரத் திலிருந்து குதிக்க வேண்டியிருந்தது. இதில் பலர் காயப்பட்டார்கள்.

ஆனால், வெளியே குதித்தால் அடிபடுமோ என்கிற பயத்தைவிட, உள்ளேயே சிக்கிக் கொண்டால் அடுத்து என்ன நடக்குமோ என்கிற பயத்தில்தான் பலர் இறங்கினார்கள். ஏற்கெனவே 1993-ல் நடந்த தொடர் குண்டுவெடிப்புகளை ஞாபகப்படுத்திப் பார்த்த சிலர், வேறு எதைப் பற்றியும் யோசிக்கத் தோன்றாமல், சட்டென்று வெளியே குதித்துவிட்டார்கள்.

இப்படிக் குதித்தவர்களில் விஜய் துர்கே என்பவருக்கு வலது கால் முறிந்து போனது. இவரைப் போலவே இன்னும் பலர் அடிபட்டுக் கொண்டு சுருண்டு விழுந்தார்கள். மீட்புப் பணிகளுக்காக வந்தவர்கள், இவர்களைதான் முதலில் கவனிக்க வேண்டியிருந்தது.

இதில் இன்னொரு சோகம் என்னவென்றால், இப்படிக் கீழே குதித்த வர்களில் பலருக்கு, எந்தத் திசையில் குதிக்கிறோம், எங்கே விழப் போகிறோம் என்பதுகூட தெரிந்திருக்கவில்லை. அந்த நேரத்தில் ஒருவேளை பக்கத்துப் பாதையில் இன்னொரு ரயில் வந்திருந்தால், மூட்டைப்பூச்சிக்கு பயந்து தீயில் விழுந்த கதையாகியிருக்கும்.

ஏதோ அசட்டுத் தைரியத்தில் துணிந்து இப்படிக் குதித்துவிட்ட வர்கள்கூட, பக்கத்துப் பெட்டி இப்படி உருத்தெரியாமல் சிதைந்து கிடப்பதைப் பார்த்ததும் அதிர்ச்சியில் உறைந்துவிட்டார்கள்.

நடந்திருப்பதன் தீவிரம் அப்போதுதான் அவர்களுக்கு உறைத்தது. குண்டு வெடித்த முதல் வகுப்புப் பெட்டியில் இருந்த பயணிகளில் சுமார் இருபது பேர் அங்கேயே மரணமடைந்திருந்தார்கள், கிட்டத்தட்ட நாற்பத்தைந்து பேர் காயமடைந்திருந்தார்கள்.

எங்கே பார்த்தாலும் தசை எரிகிற நாற்றம். ரத்தம் ஒழுக விழுந்து கிடப்பவர்களில் யாரெல்லாம் உயிரோடு இருக்கிறார்கள், யார் இறந்துவிட்டார்கள் என்கிற வித்தியாசம்கூடத் தெரியாதபடி சிதைந்து கிடக்கும் சக பயணிகளின் உடல்கள் அல்லது பிணங்கள். சுற்றிலும் விசிறி இறைக்கப்பட்டிருந்தன அவர்களுடைய ஆடைகளும் மற்ற பொருள்களும்.

இந்தக் கொடூரத்தை அத்தனை நெருக்கத்தில் பார்த்த பயணிகளில் பலர், எதுவும் செய்யத் தோன்றாமல் நின்றுவிட்டார்கள். இவர்களில் சிலர், தங்கள் வாழ்நாளில் முன்பு எப்போதும் சந்தித்திராத கோரத்தைப் பார்த்து மனத்தளவில் பாதிக்கப்பட்டு விட்டார்கள். ஆகவே, பின்னர் அவர்களுக்கு மனோதத்துவ நிபுணர்களைக் கொண்டு ஆலோசனையும் சிகிச்சையும் அளிக்க வேண்டியிருந்தது.

குறிப்பாக, பெண்கள். குண்டுவெடிப்பில் நேரடியாகச் சிக்கி இறந்தவர்கள், காயமடைந்தவர்கள் ஒருபக்கமிருக்க, சற்றுத் தொலைவிலிருந்து அதைப் பார்த்தவர்கள்கூட, அந்தக் காட்சியின் துயரத்தைத் தாங்க முடியாமல், தங்கள்மீது படிந்திருக்கும் ரத்தக் கறையைப் பார்த்துப் பார்த்து அழுது கொண்டிருந்தார்கள். சிதைந்து கிடக்கும் உடல்களைப் பார்த்துவிட்டு மயங்கி விழுந்தவர்களே அதிகம்.

குண்டுவெடிப்பின்போது ரயிலில் இருந்த பல பெண்கள், விஷயம் தெரிந்த பிறகும்கூட, பெட்டியிலிருந்து குதித்து இறங்க முடியாமல் தவித்துக் கொண்டிருந்தார்கள். மீட்புப் பணிகளில் ஈடுபட்டிருந்த பொதுமக்கள் அவர்களுக்கு உதவ வேண்டி இருந்தது.

இப்படிக் கீழே இறக்கப்பட்டு காப்பாற்றப்பட்டவர்களில் பலர், உடனடியாகத் தாங்களும் மீட்புப் பணிகளில் இறங்கி மற்றவர்களுக்கு உதவத் தொடங்கினார்கள். வேறு சிலர், உயிர் பிழைத்ததே பெரிய புண்ணியம் என்று திசை தெரியாமல் ஓட ஆரம்பித்திருந்தார்கள்.

சம்பவ இடத்துக்குக் காவல்துறையினர் வருவதற்குச் சுமார் அரை மணி நேரம் பிடித்தது.

ஆனால், அதுவரை காத்திருக்காத ரயில்வே ஊழியர்களும் சக பயணிகளும், தண்டவாளங்களில் விழுந்து கிடந்த உடல்களைப் போர்வைகளால் மூடி அகற்றினார்கள். காயமடைந்தவர்களுக்கு முதலுதவிகள் செய்தார்கள். பலத்த காயமடைந்தவர்களைப்

பக்கத்திலிருக்கும் மருத்துவமனைகளுக்கு அனுப்புவதற்கு உதவி செய்தார்கள்.

அது மட்டுமின்றி, மிகப் பெரிய சத்தத்துடன் குண்டு வெடித்திருந்ததால், அக்கம்பக்கத்து வீடுகளில் இருந்தவர்கள், ஏதோ விபரீதம் நடந்திருக்கிறது என்று புரிந்து கொண்டு ரயில் நிலையத்துக்கு ஓடி வந்தார்கள். அவர்களும் உடனடியாக மீட்புப் பணிகளில் உதவினார்கள்.

இப்படி அவர்கள் அவசரகதியில் இயங்கி நிலைமையைச் சமாளிக்க முயன்று கொண்டிருந்தபோது, அதே தண்டவாளத்தின் முன்னும் பின்னுமாக அடுத்தடுத்த குண்டுகள் வெடித்தன.

பாந்த்ரா (Bandra)

'கார்' ரயில் நிலையத்தில் குண்டு வெடித்த அதே நேரத்தில், அங்கிருந்து சுமார் ஒரு கிலோ மீட்டர் தொலைவிலிருந்த முக்கிய ரயில் நிறுத்தமான பாந்த்ராவில், போரிவல்லி நோக்கிச் சென்று கொண்டிருந்த ரயில் ஒன்றில் இன்னொரு பெரிய குண்டுவெடிப்புச் சம்பவம் நிகழ்ந்திருந்தது.

முந்தைய சம்பவத்தில் பயணிகள் இருக்கைக்குக் கீழே வைக்கப் பட்டிருந்த வெடிகுண்டு, இங்கே கூரைக்குப் பக்கத்தில், பெட்டிகள், பைகளுக்கு அருகே இருந்திருக்கிறது. ஆனால், அது வெடித்தபோது அதன் தீவிரத்திலும், அது உருவாக்கிய சேதத்திலும் பெரிதாக எந்த வித்தியாசமும் இல்லை - இங்கேயும் இருபது பேர்வரை கொல்லப் பட்டார்கள். கிட்டத்தட்ட முப்பத்தைந்து பேர் படுகாயம் அடைந் தார்கள்.

தேவாலயங்கள், ஷாப்பிங் வளாகங்கள் மற்றும் உணவகங்களுக்காகப் புகழ்பெற்ற பாந்த்ராவில், இந்த குண்டுவெடிப்புச் சம்பவம் பெரிய பரபரப்பை ஏற்படுத்தியது.

காவல்துறையினர் மற்றும் நகர நிர்வாகத்தினரின் மருத்துவ உதவிகள் கிடைப்பதற்குள், சக பயணிகளும், ரயில் நிலையத்துக்கு அருகே வசிப்பவர்களும் வியாபாரிகளும் மீட்புப் பணிகளை உடனடியாகத் தொடங்கியிருந்தார்கள்.

குண்டு வெடித்தவுடனேயே, உடனடியாக ரயில் நிறுத்தப்பட்டு விட்டது. முதல் வகுப்புப் பெட்டி மொத்தமாகச் சிதைந்து போயிருந்தது. அதில் பயணம் செய்து கொண்டிருந்த பலர் வெளியே வீசி எறியப்பட்டிருந்தார்கள். ஏராளமானவர்கள் வெளியே குதித்து உயிர் தப்பியிருந்தார்கள் அல்லது படுகாயம் அடைந்திருந்தார்கள்.

சக்தி வாய்ந்த குண்டின் வெடிச் சத்தத்தைக் கேட்ட பலருக்கு, செவிப்பறை கிழிந்திருந்தது. ரயிலிலிருந்து வெளியே விழுந்தவர்களும்

உயிர் பிழைக்க வெளியேறி குதித்தவர்களும் மீட்புப் பணியில் ஈடுபட்ட சகபயணிகளின் உதவி கிடைக்கும் வரை அப்படியே ரயில் பாதையிலேயே விழுந்து கிடந்தனர்.

பாந்த்ரா ரயில் நிலையத்தில் போதுமான மருத்துவ வசதிகளோ, முதலுதவி ஏற்பாடுகளோ இல்லாததால், காயமடைந்த பலரை மற்றவர்கள் வெறும் கைகளால்தான் தூக்கிச் செல்ல வேண்டியிருந்தது. வெளியே சாலையில் சென்று கொண்டிருந்த ஆட்டோக்கள், டாக்ஸிகள் மற்றும் தனியார் வாகனங்களை நிறுத்தி, காயமடைந் தவர்களை மருத்துவமனையில் சேர்ப்பதற்கான ஏற்பாடுகள் செய்யப் பட்டன.

ஜோகேஷ்வரி (Jogeshwari)

சர்ச் கேட் ரயில் நிலையத்தில் ஐந்தரை மணியளவில் கிளம்பிய போரிவல்லி ரயில், அங்கிருந்து சுமார் இருபத்தைந்து கிலோ மீட்டர் தொலைவில் உள்ள ஜோகேஷ்வரி ரயில் நிலையத்தின் முதலாவது பிளாட்ஃபாரத்தை வந்தடைந்தபோது, மணி சுமார் 6:25.

வழக்கம்போல் ஜோகேஷ்வரியில் ஓரிரு நிமிடங்கள் மட்டுமே நின்ற இந்த ரயில், அடுத்த நிறுத்தமான கோரேகாவ் (Goregaon) ரயில் நிலையத்தை நோக்கிக் கிளம்பியபோதுதான், மூன்றாவது குண்டு வெடித்தது.

முதல் இரு குண்டுவெடிப்புகளோடு ஒப்பிடுகையில், இந்த ரயில் சற்றே அதிக வேகத்துடன் நகரத் தொடங்கியிருந்ததாலும், குண்டு வெடித்த அதே நேரத்தில் பக்கத்துப் பாதையில் இன்னொரு ரயில் வந்து கொண்டிருந்ததாலும் சேதம் சற்றே அதிகமாக இருந்தது.

குண்டுவெடிப்பில் கோரேகாவ் நோக்கிச் சென்று கொண்டிருந்த போரிவல்லி ரயில் கடுமையாக பாதிக்கப்பட்டது, அந்த ரயிலின் முதல் வகுப்பில் பயணம் செய்துகொண்டிருந்த சுமார் முப்பது பேர் சம்பவ இடத்திலேயே உடல் கருகி இறந்தார்கள்.

இது தவிர, குண்டு வெடித்த அதிர்ச்சியில், பக்கத்துப் பாதையிலிருந்த ரயிலின் பயணிகளும் பாதிக்கப்பட்டார்கள். இரு ரயில்களிலுமாகச் சேர்த்து காயமடைந்தவர்களின் எண்ணிக்கை சுமார் நாற்பது.

ஜோகேஷ்வரி பகுதியில் இந்தச் சம்பவம் நேர்வதற்குச் சில நிமிடங்கள் முன்பாகத்தான், ரயில் பாதைக்குப் பக்கத்திலிருந்த ஹபிபியா (Habibia) மசூதியில் மாலை நேரத் தொழுகை நிறைவடைந்திருந்தது. ஆகவே, குண்டுவெடிப்புச் சத்தத்தைக் கேட்டதும், இந்த மசூதியில் கூடியிருந்த இஸ்லாமியர்கள் பாதிக்கப்பட்டவர்களின் உதவிக்காக ஓடி வந்தார்கள்.

இதேபோல், அருகிலிருந்த அம்பேத்கர் குடிசைப் பகுதியைச் சேர்ந்தவர்களும் உடனடியாக மீட்புப் பணிகளில் இறங்கினார்கள்.

குண்டு வெடிப்பில் மிகக் கடுமையாகச் சேதமடைந்திருந்த முதல் வகுப்புப் பெட்டியில், பயணிகள் ஒருவர் மீது ஒருவராக விழுந்து கிடந்தார்கள். ஒவ்வொரு உடலாக விலக்கிப் பார்த்துதான், உயிரோடு இருப்பவர்கள், மருத்துவ உதவி தேவைப்படுகிறவர்களைக் கண்டறிய வேண்டியிருந்தது.

இத்தனை துயரத்திலும் ஒரே ஆறுதலாக, குண்டுவெடிப்பு நிகழ்ந்த பகுதிக்கு மிக அருகே பிரதான சாலை இருந்தது. ஆகவே, மீட்புப் பணிகளில் ஈடுபட்டிருந்தவர்கள், அந்த வழியே சென்று கொண்டிருந்த வண்டிகளை நிறுத்தி, காயம் பட்டவர்களை உடனடியாக மருத்துவ மனைக்கு அனுப்புவதற்கான ஏற்பாடுகளைச் செய்ய முடிந்தது.

அதன்பிறகு, விபத்தில் இறந்தவர்களுடைய உடல்களை அவர்கள் அகற்றத் தொடங்கியபோதுதான், அதாவது, குண்டுவெடிப்பு நிகழ்ந்து சுமார் நாற்பத்தைந்து நிமிடங்களுக்குப் பிறகுதான் காவல்துறையினரும் அரசாங்க மீட்புக் குழுவினரும் சம்பவ இடத்துக்கு வந்தார்கள்.

'இத்தனை ரத்தத்தை என் வாழ்நாளில் பார்த்ததே இல்லை, இனிமேல் என்னால் சாப்பிட முடியும் என்று தோன்றவில்லை', என்று அதிர்ச்சி விலகாமல் சொன்ன காய்கறி வியாபாரி பாலு கெய்க்வாட், ஓர் உதாரணம்தான். அன்று இரவு, ஜோகேஷ்வரி பகுதியில் பல வீடுகளில் யாரும் ராத்திரி சமைக்கவில்லை, சாப்பிடவில்லை.

மாஹிம் (Mahim)

கார், பாந்த்ரா மற்றும் ஜோகேஷ்வரி ஆகிய ரயில் நிலையங்களில் நிகழ்ந்த குண்டுவெடிப்புகளைத் தொடர்ந்து, கிட்டத்தட்ட அதே நேரத்தில் நான்காவது குண்டு, பாந்த்ராவுக்கு சற்று முன்பாக இருக்கும் மாஹிம் ரயில் நிலையம் அருகே வெடித்தது.

மேற்சொன்ன இந்த நான்கு குண்டுவெடிப்புகளும் மூன்று நிமிட இடைவெளிக்குள் நிகழ்ந்தவை என்பதை கவனிக்க வேண்டும். அந்த விதத்தில், மாஹிம் குண்டுவெடிப்புக்குப் பிறகுதான் உள்ளூர் காவல் துறைக்கும் அரசாங்கத்துக்கும் தொலைக்காட்சி உள்ளிட்ட வெகுஜன ஊடகங்களுக்கும் பிரச்னையின் தீவிரம் புரிய ஆரம்பித்தது.

மாலை 5:53-க்கு சர்ச் கேட்டில் கிளம்பிய போரிவல்லி ரயில் ஒன்று, மாஹிம் ரயில் நிலையத்தின் மூன்றாவது பிளாட்ஃபாரத்தில் நின்று, புறப்பட்டபோது, இந்த நான்காவது குண்டு வெடித்தது. முந்தைய குண்டுவெடிப்புகளைப் போலவே, முதல் வகுப்புப் பெட்டியில்,

பயணிகள் இருக்கைக்கு அடியில் வைக்கப்பட்டிருந்த குண்டு வெடித்து, அந்தப் பெட்டியைப் பெரும் சேதத்துக்குள்ளாக்கியது. இதில் சுமார் இருபத்தைந்து பயணிகள் கொல்லப்பட்டார்கள். கிட்டத்தட்ட அதே எண்ணிக்கையிலானவர்கள் காயமடைந்தார்கள்.

ஆறரை மணிக்குச் சற்று முன்பாக இந்த குண்டுவெடிப்புச் சம்பவம் நேர்ந்தபோது, நன்றாக மழை பொழியத் தொடங்கி இருந்தது. ஆகவே, மீட்புப் பணிகள் பாதிக்கப்பட்டன. அதுமட்டுமின்றி, சக்தி வாய்ந்த இந்தக் குண்டு வெடித்தபோது, மாஹிம் ரயில் நிலையத்தில் நான்கு ரயில்கள் இருந்தன. அவற்றில் இருந்த பயணிகளும், பிளாட்ஃ பாரங்களில் அடுத்த ரயில்களுக்காகக் காத்துக் கொண்டிருந்தவர்களும் இதனால் பாதிப்புக்குள்ளானார்கள்.

நல்லவேளையாக, ரயில் நிலையத்தின் அருகே குடியிருந்தவர்கள், கடைக்காரர்கள் என்று பலர் உடனடியாக உதவிக்கு வந்தார்கள். மழையைக்கூடப் பொருட்படுத்தாமல் மீட்புப் பணிகளைத் தொடங்கினார்கள்.

இந்த ரயிலைப் பொருத்தவரை, பயணிகளுக்கு குண்டு வெடிப்பால் ஏற்பட்ட ஆபத்தைவிட, அதன்பிறகு நேர்ந்ததுதான் பெரும் கொடுமையாக இருந்தது. குண்டு வெடிக்கிற சத்தத்தைக் கேட்டதும், உயிருக்கு பயந்து வெளியே குதித்த சிலர், அந்த ரயிலின் இருபுறமும் ஓடிக் கொண்டிருந்த மற்ற ரயில்களில் சிக்கிக் கொண்டார்கள்.

இதையடுத்து, எல்லா ரயில்களும் நிறுத்தப்பட்டன. கொட்டும் மழைக்கு நடுவே, எந்தவிதமான வழிகாட்டுதலும் இல்லாமல், அந்தப் பகுதி மக்கள் பாதிக்கப்பட்டவர்களுக்குத் தங்களால் முடிந்த எல்லா உதவிகளையும் செய்து கொண்டிருந்தார்கள். பெரிய அளவில் காயமடைந்தவர்கள் பலர் உடனடியாக அருகிலிருக்கும் மருத்துவ மனைகளுக்குக் கொண்டு செல்லப்பட்டார்கள்.

இதற்குள், மும்பையில் தொடர் குண்டுவெடிப்புகள் என்கிற செய்தி வெளியே பரவத் தொடங்கியிருந்தது. பல தொலைக்காட்சி சேனல்களில் இந்தத் தகவல் 'அவசரச் செய்தி'யாக வெளியிடப்பட்டதால், நாடு முழுவதும் பதற்றம் தொற்றிக் கொண்டது.

மாலை வேளைகளில், ஒரே நேரத்தில் லட்சக்கணக்கானவர்கள் மும்பை ரயில்களில் பயணம் செய்கிறார்கள். எனவே, இந்தச் செய்தியைக் கேள்விப்பட்ட அவர்களுடைய நண்பர்கள், உறவினர்கள் எல்லோரும், உடனடியாக அவர்களைத் தொடர்புகொள்ள முயன்றார்கள்.

தவிர, மேற்சொன்ன குண்டுவெடிப்புச் சம்பவங்களில் சிக்கி உயிர் பிழைத்தவர்கள், சில விநாடி இடைவேளையில் அதில் இருந்து

தப்பிவிட்டவர்கள் மற்றும் சென்ட்ரல் லைன், ஹார்பர் லைன் பயணிகள் என்று எல்லோருமே, வீட்டாருக்குத் தங்களுடைய நலனைத் தெரிவிப்பதற்காக செல்பேசிகளை நாடினார்கள்.

இப்படி ஒரே நேரத்தில் பலமடங்கு அதிக எண்ணிக்கையிலானவர்கள் தொலைபேசி இணைப்புகளைப் பயன்படுத்த முயன்றதால், இந்தக் கூடுதல் பளுவைத் தாங்க முடியாமல், அவசர காலத்தில் உதவியாக இருக்க வேண்டிய செல்பேசிச் சேவைகள் அனைத்தும் சத்தமில்லாமல் சுருண்டு படுத்துவிட்டன.

இதனால், பதற்றம் இன்னும் கூடியது. மும்பையில் எவரையும் செல்பேசியில் தொடர்பு கொள்ளமுடியாத மற்றவர்கள், யாருக்கு என்ன ஆனதோ என்கிற கவலையில் மூழ்கினார்கள். இன்னும் வீடு வந்து சேராதவர்களைத் தேடிக் கிளம்பிய அவர்களுடைய குடும்பத்தினர், எங்கே தேடுவது, எப்படித் தேடுவது என்று புரியாமல் தவித்தார்கள்.

போதாக்குறைக்கு, தொலைக்காட்சி சேனல்கள், எஃப்.எம். உள்ளிட்ட வானொலி சேவைகள், இணையத் தளங்கள் என்று எல்லாமே, நிஜத்தில் மும்பையில் என்னதான் நடக்கிறது என்கிற தெளிவான, முழுமையான செய்தியைத் தரமுடியாமல் தவித்தன. எங்கே, எப்போது குண்டு வெடித்தது, இறந்தவர்கள் எத்தனை பேர், காயமடைந்தவர்கள் எங்கே அனுமதிக்கப்பட்டிருக்கிறார்கள் என்பது போன்ற அடிப்படைத் தகவல்கள்கூட யாருக்கும் அப்போது கிடைத்திருக்கவில்லை.

காரணம், இந்தக் குண்டுவெடிப்புகளின்போது அரசாங்கத்தின் மீட்புக் குழு செய்த பணிகளைவிட, முகம் தெரியாத பொதுஜனங்கள் தாமாகவே முன்வந்து செய்த உதவிகள்தான் அதிகம். பல இடங்களில், குண்டு வெடித்து நெடுநேரமாகியும்கூட, அங்கே காவல்துறையினர், அரசு அதிகாரிகள் யாரையும் பார்க்கமுடியவில்லை.*

இதனால், வெஸ்டர்ன் லைன் ரயில் பாதைகளில் அடுத்தடுத்து குண்டுகள் வெடித்துக் கொண்டிருந்த அந்த முதல் அரை மணி நேரத்தில், நிலைமையைச் சமாளித்தவர்கள் பொதுமக்களே. அரசு, காவல்துறை, ரயில்வே என்று எல்லோருமே அங்கே இரண்டாம் பட்சமாக, வெறும் பார்வையாளர்களாகத்தான் இருந்தனர்.

இதனால், நகர் முழுவதும் அதிகாரபூர்வமற்ற தகவல்கள், வதந்திகள் ஏராளமாகப் பரவ ஆரம்பித்தன. அவற்றால் மக்கள் பீதி அடையாதபடி

---

* ஓடும் ரயில்களில் குண்டு வெடித்திருப்பதால், இதை கவனிக்க, விசாரிக்க வேண்டியது பொதுக் காவல்துறையா அல்லது ரயில்வே காவல்துறையா என்று அவர்களிடையே குழப்பம் ஏற்பட்டதுதான் தாமதத்துக்குக் காரணம் என்று சில இதழ்கள் பின்னர் குறிப்பிட்டன.

பார்த்துக் கொள்வதற்கு மகாராஷ்டிர அரசாங்கத்தால் எந்த நடவடிக்கையும் எடுக்க முடியவில்லை.

இந்தக் களேபரங்களுக்கு இடையே, இன்னொரு முக்கியமான கேள்வி அரசு மற்றும் காவல்துறையை உறுத்திக் கொண்டு இருந்தது. இன்னும் எத்தனை ரயில்களில் குண்டு இருக்கிறது? அவை எப்போது, எங்கே வெடிக்கும்?

முதலாவது குண்டு வெடித்த பதினைந்து நிமிடங்களுக்குள் (மாலை சுமார் 6:40 மணியளவில்) மும்பைக்குள் ஓடிக் கொண்டு இருந்த தனது எல்லா ரயில்களையும் நிறுத்தி, பயணிகளை பத்திரமாக வெளி யேற்றிவிட்டது மேற்கு ரயில்வே. ஆனால் அதற்குள், மேலும் மூன்று குண்டுவெடிப்புகள் கணக்கில் சேர்ந்துவிட்டன.

போரிவல்லி (Borivli)

முந்தைய குண்டுவெடிப்புகளில் பாதிக்கப்பட்ட பல ரயில்கள், போரிவல்லி ரயில் நிலையத்தை நோக்கி வந்துகொண்டிருந்தவைதான். அவை வழியிலேயே நின்றுவிட்ட பொழுது, விரார் (Virar) நோக்கிச் சென்றுகொண்டிருந்த விரைவு ரயில் போரிவல்லியை நெருங்கிக் கொண்டிருந்தது.

பிரதான சர்ச் கேட் நிறுத்தத்திலிருந்து சுமார் 35 கிலோ மீட்டர் தொலைவில் உள்ள ரயில் நிலையம் இது. அங்கிருந்து விரைவு ரயிலில் பயணம் செய்தால், போரிவல்லியை வந்தடைவதற்குச் சராசரியாக ஐம்பது நிமிடங்கள் பிடிக்கும்.

மாலை ஐந்து நாற்பதுக்கு சர்ச் கேட் ரயில் நிலையத்திலிருந்து கிளம்பிய இந்த ரயில், ஆறரை மணியளவில் போரிவல்லி ரயில் நிலையத்தை அடைந்து, நான்காவது பிளாட்ஃபாரத்தில் நுழைந்தது.

ரயில் மீண்டும் கிளம்பும் நேரத்தில், மேலேயிருந்த பாலத்தின்மீது நின்றுகொண்டிருந்த ஒரு பயணி, குண்டுவெடிப்புச் சம்பவத்தை இப்படி வர்ணிக்கிறார், 'ஒரு மிகப் பெரிய பாப்கார்ன் பொறிவது போல், ரயிலின் நடுவிலிருந்த முதல் வகுப்புப் பெட்டி வெடித்துச் சிதறியது.'

இதில் சுமார் பதினைந்து பேர் உயிரிழந்தனர். நாற்பது பேர் காய மடைந்தார்கள். இதே ரயிலில் வைக்கப்பட்டிருந்த இன்னொரு குண்டை, பின்னர் போலீஸார் செயலிழக்கச் செய்தார்கள். ஒருவேளை அதுவும் வெடித்திருந்தால் சேதம் மிகப் பெரிதாக இருந்திருக்கும்.

காரணம், மற்ற குண்டுவெடிப்புகளைப் போலின்றி, இந்த முறை ரயில் பிளாட்ஃபாரத்தில் இருக்கும்போதே குண்டு வெடித்திருக்கிறது. ஆகவே, அதில் முண்டியடித்து ஏற முயன்று கொண்டு இருந்தவர்கள்

பலர், குண்டு வெடித்த அதிர்ச்சியில் தூக்கி வீசப்பட்டு காயமடைந்தார்கள். இதனால், ரயில் நிலையக் கூரைகள், கடைகள்கூட சேதமடைந்திருந்தன.

போரிவல்லியிலும், பயணிகள், வியாபாரிகள், உள்ளூர்ப் பொது மக்களின் உதவியுடன்தான் மீட்புப் பணிகள் நடைபெற்றன. குண்டு வெடிப்பின் பாதிப்பு மற்ற பெட்டிகளில் அவ்வளவாக இல்லை என்பதால், அதே ரயிலில் பயணம் செய்துகொண்டிருந்த மற்றவர்களும் உடனடியாகச் செயல்பட்டு, காயமடைந்தவர்களுக்கு வேண்டிய மருத்துவ உதவிகளைக் கிடைக்கச் செய்தார்கள்.

எப்போதும் பிரச்னைகளைச் சந்திக்கத் தயாராக இருக்கும் மும்பை மக்களின் மனப்போக்கை இங்கே குறிப்பிட்டுச் சொல்ல வேண்டும். 1993 தொடர் குண்டுவெடிப்புகளில் தொடங்கி, கடந்த பத்து ஆண்டுகளில் இந்த நகரம் எதிர்கொள்ள வேண்டியிருந்த தலைவலிகள் ஏராளம். தினந்தோறும் ஏதேனும் ஒரு பிரச்னையை மூட்டாமல் தூங்கப் போவதில்லை என்று கங்கணம் கட்டிக் கொண்டு செயல்படும் விஷமிகளெல்லாம் இங்கே உண்டு.

இதனால், கலாட்டா, கலவரங்கள், பதற்றச் சூழல் என்று எல்லாவற்றுக்கும் பழகிவிட்ட மும்பை, இப்படி ஏதேனும் ஒரு விபரீதம் நேர்ந்தால்கூட, ஆரம்ப அதிர்ச்சியைச் சுலபத்தில் துடைத்துப் போட்டுவிட்டுச் சட்டென்று செயலில் இறங்கிவிடுகிறார்கள். 'ஐயோ, குண்டு வெடித்துவிட்டதே' என்று பதறிக்கொண்டு அவர்கள் அமர்ந்திருந்தால், இழப்பு இன்னும் பல மடங்கு அதிகரித்திருக்கும்.

இதற்கு ஒரே ஒரு சிறிய உதாரணமாக, போரிவல்லி குண்டுவெடிப்பு மீட்புப் பணிகளில் ஈடுபட்ட வசந்த் நாயக் (Vasant Nayak) என்பவரைப் பற்றிச் சொல்லலாம். குண்டு வெடித்த அதே ரயிலின் இன்னொரு பெட்டியில் பயணம் செய்துகொண்டிருந்த இவர், விஷயத்தைக் கேள்விப்பட்டதும் சட்டென்று தன்னால் முடிந்த உதவிகளைச் செய்யத் தொடங்கியிருக்கிறார்.

அப்போது அவருடைய மனைவி, இன்னொரு ரயிலில் பயணம் செய்து கொண்டிருந்தார். அவருக்கு ஏதேனும் ஆகிவிட்டதோ என்று கவலையோடு செல்ஃபோனில் அவரை அழைத்திருக்கிறார் வசந்த் நாயக். ஆனால் நகர் முழுவதும் செல்பேசித் தொடர்புகள் பாதிக்கப்பட்டிருந்த நிலையில், அவர் தன் மனைவியைத் தொடர்புகொள்ள முடியவில்லை. ஆகவே, அவரைப் பற்றித் தொடர்ந்து கவலைப்பட்டுக் கொண்டிருப்பதில் எந்தப் பயனும் இல்லை என்று முடிவு செய்த அவர், மீட்புப் பணிகளில் முழு கவனம் செலுத்த ஆரம்பித்திருக்கிறார்.

இதற்குள் பாதுகாப்பாக வீடு சென்றிருந்த அவருடைய மனைவி, எப்படியோ வசந்த் நாயக்குக்கு ஃபோன் செய்து, 'வேறு ஏதேனும் விபரீதம் நடப்பதற்குள், சீக்கிரம் வீட்டுக்கு வந்துவிடுங்கள்' என்று அழுகையோடு கெஞ்சியிருக்கிறார்.

'முடியாது' என்று பிடிவாதமாக மறுத்துவிட்டார் வசந்த் நாயக். 'இந்த மாதிரி சூழ்நிலையில், காயம்பட்டவர்களுக்கு உதவுவதுதான் நம்முடைய முதல் கடமை; வீட்டினுள் ஒளிந்துகொள்வது அல்ல.'

இந்தத் தொடர் குண்டுவெடிப்புகளில் உயிர் தப்பிய எல்லோரும், வசந்த் நாயக் போல் தங்களைக் காப்பாற்றிய, முகம் தெரியாத அந்த மும்பை வாசிகளுக்குத்தான் மனதார நன்றி சொல்லிக் கொண்டிருக்கிறார்கள். எல்லாமே முடிந்துவிட்டது என்பது போன்ற பதற்றச் சூழலிலும், ஒரு நகரம் எத்தனை பொறுப்பு உணர்ச்சியுடன் இயங்கவேண்டும் என்பதற்கு, மும்பை ஒரு சிறப்பான முன்னுதாரணமாக இயங்கியிருக்கிறது.

குண்டுவெடிப்பு நடந்த பகுதிகளில் இருந்தவர்களுடைய நேரடி உதவிகள் ஒருபக்கமிருக்க, மறைமுகமாக உதவியவர்களும் ஏராளம். ரயில்கள் அனைத்தும் நின்றுபோய்விட்ட காரணத்தால், எப்படி வீடு திரும்புவது என்று புரியாமல் தவித்துக் கொண்டு இருந்தவர்களுக்குத் தங்களுடைய சொந்த வாகனத்தில் இடம் கொடுத்து, வீடுவரை கொண்டு சேர்த்தவர்கள், நான்கைந்து பேருந்துகள் மாறி அல்லது நெடுந்தூரம் நடந்து திரும்பிக் கொண்டிருந்தவர்களுக்கு தண்ணீர், டீ, சாப்பாடு விநியோகித்தவர்கள் என்று பலரைச் சொல்லலாம்.

மாதுங்கா சாலை (Matunga Road)

மாஹிம், பாந்த்ரா மற்றும் கார் ரயில் நிலையங்களிலிருந்து கூப்பிடு தூரத்தில் இருக்கிற 'மாதுங்கா ரோட்' நிறுத்தத்தில், மாலை ஆறரை மணியளவில் ஆறாவது குண்டுவெடிப்புச் சம்பவம் நிகழ்ந்தது.

ஆறு மணிக்கு சர்ச் கேட் நிறுத்தத்திலிருந்து கிளம்பி, விரார் நோக்கிச் சென்றுகொண்டிருந்த விரைவு ரயில் அது. தாதர் (Dadar) ரயில் நிலையத்திலிருந்து கிளம்பி, மாதுங்கா ரோட் நிறுத்தத்தை வந்தடைந்த போது, முதல் வகுப்புப் பெட்டியின் லக்கேஜ் பரணில் வைக்கப் பட்டிருந்த சக்தி வாய்ந்த குண்டு வெடித்தது.

பயங்கரமான இந்த குண்டுவெடிப்புச் சத்தத்தைச் சற்றுத் தொலைவி லிருந்த பகுதிகளில்கூட கேட்க முடிந்தது. இதில் ரயிலின் முன்பகுதியும் மேல்பாகமும் மொத்தமாகச் சிதைந்து போய், பயணிகளும் அவர் களுடைய பொருள்களும் வீசி எறியப்பட்டன. மேலே சென்று கொண்டிருந்த மின்சாரக் கம்பிகள் அறுந்து உள்ளே விழுந்திருந்தன.

மொத்தம் இருபத்தைந்து பேர் பலி. ஐம்பதுக்கும் மேற்பட்டவர்கள் காயம்.

இந்தமுறை குண்டுவெடிப்பின் தீவிரத்தை மற்ற பெட்டிகளிலும் நன்றாகப் பார்க்க முடிந்தது. வெடித்துச் சிதறிய ரயில் பெட்டியின் மிச்சங்களும் புகையும் மற்ற பயணிகளைத் தாக்கி, லேசான பாதிப்பை உருவாக்கியது. அந்தப் பெட்டிகளில் இருந்த பலர், வெளியே குதிக்கலாமா, கூடாதா என்ற குழப்பத்துடன் உறைந்திருந்தார்கள்.

மற்ற இடங்களைப் போலவே, இங்கேயும் மீட்புப் பணிகள் உடனடியாகத் தொடங்கிவிட்டன. குண்டு வெடித்த பெட்டியில் மீத மிருந்த சில உலோக பாகங்களை உடைத்து எறிந்து உள்ளே நுழைந்த சக பயணிகள், இறந்தவர்களையும் காயமடைந்தவர்களையும் உடனடியாக வெளியே கொண்டு வந்தார்கள். பலத்த காயங்களுடன் உயிருக்குப் போராடிக் கொண்டிருந்தவர்களை மருத்துவமனைகளுக்கு அனுப்பு வதற்கான ஏற்பாடுகள் விறுவிறுவென்று நடந்து கொண்டிருந்தன.

சில நிமிடங்களில் ரயில் மொத்தமும் காலியாகிவிட்டது. இதற்குள் மற்ற ரயில்களும் நிறுத்தப்பட்டிருந்ததால், ரயில் நிலையத்தில் கூடியிருந்த ஆயிரக்கணக்கான பயணிகள், வீடு செல்வதற்கான வேறு வழிகளைத் தேடத் தொடங்கி இருந்தார்கள்.

மிரா ரோட் / பயந்தர் (Mira Road / Bhayandar)

வடக்கு மும்பையில் இருக்கும் 'தானே' மாவட்டத்தைச் சேர்ந்த 'மிரா ரோட்' மற்றும் பயந்தர் பகுதிகளுக்கான ரயில் நிலையம், சர்ச் கேட் ரயில் நிலையத்திலிருந்து நாற்பது கிலோ மீட்டர் தொலைவில் இருக்கிறது. விரைவு ரயில்கள் சுமார் ஒரு மணி நேரத்தில் இந்தத் தொலைவைக் கடக்கும்.

மாலை ஐந்தே கால் மணிக்கு சர்ச் கேட்டில் கிளம்பிய விரார் விரைவு ரயில் ஒன்று, ஆறேகாலுக்கு மிரா ரோட் வந்தடைந்திருக்க வேண்டும். ஆனால், சற்றே தாமதமாக ஓடிக் கொண்டு இருந்த அந்த ரயில், ஆறரை மணியளவில்தான் மிரா ரோட் நிறுத்தத்தை நெருங்கியிருந்தது. பயந்தர் பாலத்தைக் கடந்து, ரயில் நிலையத்தை நோக்கி ஓடிக் கொண்டிருந்த போதுதான், அந்த ரயிலின் முதல் வகுப்புப் பெட்டியில் வைக்கப் பட்டிருந்த குண்டு வெடித்தது.

'கீழேயிருந்து யாரோ பெட்டியைப் போட்டு உலுக்கியதுபோல் ஒரு மிகப் பெரிய அதிர்ச்சி' என்று இந்த குண்டுவெடிப்பில் உயிர் தப்பிய வர்கள் வர்ணிக்கிறார்கள். அதை நேரில் பார்த்தவர்கள், கேட்டவர்கள்

கூட கடும் பாதிப்புக்குள்ளானார்கள். இங்கேயும் மின்சாரக் கம்பிகள் அறுந்து விழுந்து, பதட்டத்தை அதிகப்படுத்தின.

பதினொரு நிமிடங்களுக்குள் நேர்ந்துவிட்ட ஏழு குண்டு வெடிப்புகளில், இங்கேதான் பாதிப்பு மிக மிக அதிகமாக இருந்தது. ஐம்பதுக்கும் மேற்பட்டவர்கள் இறந்து போயிருந்தார்கள். கிட்டத் தட்ட அதே எண்ணிக்கையிலானவர்கள் கடுமையான காயங்களோடு உயிருக்குப் போராடிக் கொண்டிருந்தார்கள்.

இதனால் மீட்புப் பணிகளில் ஈடுபட்டிருந்த சக பயணிகள், அக்கம் பக்கத்திலிருந்த குடித்தனக்காரர்கள், வியாபாரிகள், வாகன ஓட்டுனர்கள் போன்ற பலரும், யாரை கவனிப்பது, என்ன முதலுதவி செய்வது என்று புரியாமல் கடும் மன அழுத்தத்துக்கு உள்ளானார்கள். இறந்தவர்கள், காயமடைந்தவர்களுடைய உடல் பாகங்களைச் சாக்கில் போட்டுதான் எடுத்துச் செல்ல வேண்டியிருந்தது.

இந்த ரயிலில் பயணம் செய்த வில்ஃப்ரெட் நொரொன்ஹா (Wilfred Noronha) என்ற ஆசிரியர், சில விநாடிகள் வித்தியாசத்தில் மரணத்தி லிருந்து தப்பியிருக்கிறார். 'மிரா ரோட்' நிறுத்தத்தில் இறங்க வேண்டிய இவர், ரயில் நிலையம் கண்ணில் பட்டதும் தனது இருக்கையிலிருந்து எழுந்து, கதவருகே வந்து நின்றிருக்கிறார். பின்னர் கீழேயிருந்து யாரோ பெட்டியைப் போட்டு உலுக்கியதுபோல் குண்டு வெடித்தபோது, அவர் முன்பு உட்கார்ந்திருந்த பகுதி முற்றிலுமாகச் சிதைந்து போயிருந்தது.

இதற்கு நேரெதிரான கதைகளும் பல இடங்களில் நேர்ந்தன. கூட்ட நெரிசலில் கதவருகே நிற்க வேண்டாம் என்று நினைத்து சிரமப்பட்டு உள்ளே நகர்ந்து சென்றவர்கள் பலர், குண்டுவெடிப்பால் நேரடியாக பாதிக்கப்பட்டு உயிரிழந்தார்கள், அல்லது கூட்டத்தில் சிக்கி, வெளியே குதிக்கமுடியாமல் படுகாயம் அடைந்தார்கள்.

மாலை ஆறரை மணிக்கு முன்பும் பின்புமாகச் சுமார் பதினோரு நிமிடங்களில் நிகழ்ந்த இந்தத் தொடர் குண்டுவெடிப்புகளில் மொத்தம் நூறு பேருக்கு மேல் உயிரிழந்தார்கள். முன்னூறு பேர்வரை காயமடைந் தார்கள். பின்னர், இறந்தவர்களின் எண்ணிக்கை இருநூறாக உயர்ந்தது. காயமடைந்தவர்களின் எண்ணிக்கை எண்ணூறைத் தாண்டியிருந்தது.

விநாடிக்கு விநாடி உயிர் சேதம், பொருள் சேதத்தின் அளவும் தீவிரமும் அதிகரித்துக் கொண்டிருந்த சூழ்நிலையில், மும்பைவாசிகள் மட்டு மின்றி, இந்திய மக்கள் எல்லோருடைய மனத்திலும் எழுந்திருந்த கேள்வி - இந்தக் கொடூரத்தைத் திட்டமிட்டுச் செய்தவர்கள் யார்? எதற்காக?

இதற்கு பதில் தெரிந்து கொள்ளும் முன்...

இந்தியாவின் ஏனைய முக்கிய நகரங்கள் அனைத்தையும் விட்டுவிட்டு மும்பையில் மட்டும் ஏன் எப்போதும் இப்படி ஆகிறது என்கிற கேள்வியும் தவிர்க்க முடியாமல் எழவே செய்கிறது.

இந்தக் கேள்விக்கு பதில் தெரிய வேண்டும் என்றால் மும்பையின் வரலாறு கொஞ்சம் பேசப்படவேண்டியிருக்கிறது. பயப்பட வேண்டாம். வீர சிவாஜி வரை போகவேண்டிய அவசியம் இல்லை. ஒரு நூறு வருஷம் போதும்.

5. இந்தியாவின் நுழைவாயில்

மாதுங்கா மார்க்கெட். தீப்பெட்டிகளை வரிசையாக நிற்க வைத்ததைப் போல் குட்டிக் குட்டிப் பெட்டிக்கடைகள். பெரும்பாலும் துணிக்கடைகள். ஏறக்குறைய எல்லாமே புதிதாக முளைத்தவை.

மணி ஒன்பதை நெருங்கிக் கொண்டிருந்தது. அதிக வெளிச்சம் இல்லை. ஆள் நடமாட்டம் இல்லை. கைகளை வீசி நடந்தபடி அந்தக் கடைத் தெருவுக்குள் நுழைந்தார் வரதாபாய். வெள்ளைச் சட்டை, வெள்ளை பேண்ட், காலில் வெள்ளை செருப்பு. தூசி படியாத வெண்மை. சீட்டி அடித்து ஏதோ பாடிக் கொண்டே நடந்து வந்தார் அவர். நடுத்தர வயது, தலையில் நரை, ஆஜானுபாகுவான தோற்றம். நடையில் ஒரு உற்சாகம். அவருக்கு பின்னால் நான்கு பேர்.

அனைத்துக் கடைகளும் மூடப்பட்டிருந்தன. தெரு முனையிலுள்ள கடைசி கடைக்குள் நுழைந்தார் வரதா பாய். ஒரு பெரிய டிரங்க்பெட்டி. மழை வந்தால் நனைந்து விடக் கூடாது என்பதற்காக தார்பாலின் கொண்டு மூடியிருந்தார்கள். தாவி வந்து அதன் மீது ஏறிக் கொண்டார் வரதாபாய். 'எல்லாரும் உட்காருங்கடா.'

கடைக்கு அருகே இருந்த மேடையில் இருவர் அமர்ந்து கொண்டனர். ஜிப்பா அணிந்த தாடிக்காரன் அலட்டிக் கொள்ளாமல் தரையில் அப்படியே உட்கார்ந்து கொண்டான். மற்றொருவன் முழித்து முழித்துப் பார்த் தான். உட்கார இடமில்லை.

'டேய், ஜானி இங்கே வாடா, இவ்ளோ இடம் இருக்கே!' என்றார் வரதாபாய்.

'பாய் உங்க பக்கத்துல போய்...'

‘தூ... சும்மா வாடா.’

மறுபேச்சு பேசாமல் அந்தப் பெட்டியின் இடுக்கில் சங்கோஜமாக அமர்ந்தான் ஜானி.

எங்கோ ஒரு முனையிலிருந்து ஏதோ ஓர் இந்திப் பாட்டு ஒலித்துக் கொண்டிருந்தது. வரதாபாய் கண்களை மூடியபடி சிறிது நேரம் பேசாமல் இருந்தார். ‘எப்படிடா இருக்கு பம்பாய்?’

‘நல்லா இருக்கு பாய். ரொம்ப நல்லாயிருக்கு’ என்றான் ஜிப்பா.

வரதாபாய் சிரித்தார். ‘நான் இங்கே வரும்போது பம்பாய் அவ்ளோ நல்லாயில்லை.’

‘இப்போ நல்லாயிருக்கு பாய்.’

‘இதே மாதிரி எப்பவும் இருக்கணும்’ என்றான் ஜானி.

‘அதுக்குத்தானே நாம இருக்கோம்’ என்றார் வரதாபாய். பிறகு தரையில் அமர்ந்திருந்த ஜிப்பாவை ஏறிட்டார். ‘என்ன ஆச்சு நான் சொன்னது?’

‘முடிச்சுட்டேன்.’

‘பார்ட்டி செட்டில் செஞ்சிட்டாரா?’

ஆறு விரலை உயர்த்தினான் ஜிப்பா.

‘சரி’ என்றார் வரதாபாய். ‘அந்த சர்க்கிள் இன்ஸ்பெக்டருக்குக் கொஞ்சம் கொடுத்துடு.’

ஜிப்பா தலையாட்டினான்.

‘ஆமா, உனக்கு செலவுக்கு ஏதாவது வேணுமா?’

வேண்டாம் என்று அவசர அவசரமாகத் தலையசைத்தான் ஜிப்பா. ‘ஏன்டா, நீ என்ன சமூக சேவையா செய்யறே?’ சொல்லிவிட்டு கடகடவென சிரித்தார் வரதாபாய். பிறகு திடீரென்று நினைத்துக் கொண்டதைப் போல லேசாக அதட்டினார். ‘டேய், எங்கேடா டிப்ளோமாட்?’

ஜானி, தான் கொண்டு வந்திருந்த பையைத் திறந்து ஒவ்வொரு பாட்டிலாக எடுத்து பெட்டியின் மீது வைத்தான். வரதாபாய் ஒரு பாட்டிலை எடுத்துக் கொண்டார்.

‘அடுத்த கப்பல் எப்போ வருது பாய்?’ என்றான் ஜிப்பா.

‘பொறுடா... சொல்றேன்.’

•

வரதாபாய் என்கிற வரதராஜ முதலியார் ஒரு தாதா. மும்பையை ஆட்டிப் படைத்த ஒரு தாதா. பம்பாய் துறைமுகம், மாதுங்கா, விக்டோரியா டெர்மினஸ், தானே, இந்தியா கேட் அனைத்தும் அவரது சட்டைப் பைக்குள். அவருடைய நேரடிக் கட்டுப்பாட்டுக்குள் வராத கடைகள், பஜார்கள் பம்பாயில் கிடையாது. வரதாபாய் இல்லாமல் பம்பாயில் வர்த்தகம் இல்லை.

இதில் துளிகூட மிகைப்படுத்தல் கிடையாது. தள்ளு வண்டியில் பாவ் பாஜி விற்கும் குஜராத்திக்காரன் முதல் பல லட்சம் செலவு செய்து ஜவுளிக் கடை விரித்திருக்கும் ஏதோ ஒரு லால் சேட் வரை அனை வருக்கும் வரதாபாய் தேவை.

வேலை தேடி மூட்டை முடிச்சோடு மலங்க மலங்க விழித்தபடி வந்திறங்கும் அந்த பீகாரி இளைஞனுக்கும் அவனது குடும்பத்துக்கும் வரதாபாய் தேவை. காரணம், 'பம்பாய்க்குப் போய் சேர்ந்தவுடனே வரதாபாயை பாரு' என்று ஒரு துண்டு அழுக்குச் சீட்டில் எழுதி அவனை யாராவது அனுப்பியிருப்பார்கள். கஸ்டம்ஸை ஏமாற்றி குறைந்த செலவில் மும்பைக்கு சரக்கு கொண்டு வர விரும்பும் செல் வந்தர்களுக்கு, அதாவது 'பார்ட்டிகளுக்கு' வரதாபாய் தேவை.

அனைவருக்கும் வரதாபாய் தேவை. தேவை என்று சொல்வதைவிட அத்தியாவசியம் என்று சொல்வது பொருத்தமாயிருக்கும்.

ஏனோ வரதாபாய்க்கு வெள்ளை நிறம் ரொம்பவும் பிடித்துவிட்டது. எல்லாவற்றிலும் வெள்ளை. உடைகள், உடைமைகள் என்று இயன்ற வரையில் வெள்ளை இருக்குமாறு பார்த்துக் கொண்டவர்... தொழிலிலும் கூட. 'சரக்கை இறக்கிடுங்க பாய்' என்று சொல்லி விட்டால் போதும். உலகமே அவருக்கு எதிராகத் திரண்டு வந்தாலும் சரக்கைச் சொன்ன இடத்தில் சொன்ன நேரத்துக்கு இறக்கிவிடுவார். 'கொண்டு போய் சேர்த்திடுங்க பாய்' என்று சொல்லிவிட்டால் போதும். கொண்டுபோய்ச் சேர்த்துவிடுவார். 'இந்த இடத்துக்கா? கஷ்டமாச்சே' என்று உதட்டை பிதுக்கமாட்டார்.

வரதாபாயுடன் யாரும் உட்கார்ந்து 'பிசினஸ்' பேசிக் கொண்டிருக்க மாட்டார்கள். 'இதுக்கு எவ்ளோ கேட்பீங்க பாய்?' என்று விலை பேச மாட்டார்கள். 'இது ரொம்ப அதிகமாயிருக்கே பாய்' என்று பேரம் பேசவும் மாட்டார்கள். 'சரக்கு சேர்ந்தபிறகு செட்டில் செஞ்சா போதுமில்லையா பாய்?' என்று புத்திசாலித்தனம் காட்ட மாட்டார்கள். எவ்வளவு கொடுக்க வேண்டும் என்று அவர்களுக்கு தெரியும்.

வரதாபாயின் பலமே தான் ஒரு தவிர்க்க முடியாத சக்தி என்று அவருக்குத் தெரிந்திருந்ததுதான்.

•

'நான் இங்கே வரும்போது பம்பாய் அவ்ளோ நல்லாயில்லை.'

சத்தியமான வார்த்தை.

வேலை தேடி கும்பலோடு கும்பலாக வந்து சேர்ந்த எண்ணற்ற நபர்களில் ஒருவர்தான் வரதாபாய். இல்லை இல்லை. அப்போது அவர் வரதாபாய் இல்லை. வரதராஜ முனுசாமி.

சொந்த ஊர் சேலம். இத்தனை பெரிய நகரத்தில் ஏதாவது சிறு வேலை கிடைக்காதா என்ற நப்பாசைதான் அவரை பம்பாய் போகத் தூண்டியது. கூடுதலாக நண்பர்கள் கொடுத்திருந்த தைரியம். 'பம்பாய்க்குப் போற வங்க எல்லாருக்கும் வேலை நிச்சயம், சர்வ நிச்சயம். 'அதெப்படி!' என்று வரதராஜ முனுசாமி கேட்கவில்லை. 'அப்படியா!' என்று ஆச்சரியமாகக் கேட்டுக் கொண்டார். கிடைத்த பணத்தை எடுத்துக் கொண்டு பெட்டியுடன் கிளம்பிவிட்டார். 'மிஞ்சி மிஞ்சிப் போனா, மூட்டை தூக்கியாவது பிழைச்சுக்கலாம்' - இறுதி நம்பிக்கை இதுதான்.

ஒரு ராட்சஸனைப் போல கைகளை நீட்டி மும்பை அவரை வரவேற்றது. நிஜமாகவே பயந்து போனார் வரதராஜ முனுசாமி. அவரைப் போலவே பலர் மூட்டைகளோடு நின்று கொண்டிருந்தனர். தமிழர்கள், பீகாரிகள், குஜராத்திகள், மகாராஷ்டிரர்கள், இந்தியாவில் எந்தப் பகுதி என்றே ஊகிக்க முடியாததைப் போல் தலையில் முண்டாசு கட்டியபடி பலர். இவர்கள் அனைவரும் வேலை தேடிதான் வந்திருக் கிறார்களா? வரதராஜ முனுசாமி யோசித்தார். இத்தனை பேருடன் போட்டிப் போட்டுத்தான் வேலை தேட வேண்டுமா?

சிவப்புச் சட்டை கூலிகள் வரதராஜை மொய்த்துக் கொண்டனர். 'கஹான் ஜானா ஹைன் சாப்?'

யாருக்குத் தெரியும்? கும்பலிடமிருந்து விலகி தனியாக நடந்து போனார் வரதராஜ். முதலில் சரியான இந்தி கற்றுக் கொள்ள வேண்டும். இந்தி இல்லாமல் இங்கு பிழைக்க முடியாது. அதற்கு முன்னால் வேலை கிடைக்க வேண்டும். அதற்கும் முன்னால் ஒதுங்குவதற்கு இடம் கிடைக்குமா என்று பார்க்க வேண்டும். வரதராஜ் யோசித்தார்.

தற்போதைய உடனடித் தேவை சாப்பிட ஏதாவது. இத்தனை பெரிய நகரில் எத்தனை ரூபாய் கொடுத்து சாப்பிட வேண்டியிருக்கும்? யோசித்தபடி நடந்தபோது ஒரு பாதையோர வாசகம் ஈர்த்தது.

வடைபாவ் - 1 ரூபாய்

வடை - 50 பைசா

பாவ் - 25 பைசா

பெட்டியைத் தரையில் வைத்துவிட்டு பசிக்கப் பசிக்கச் சாப்பிட்டார். மும்பை ஒரு விசித்திர நகரம். சந்தேகமேயில்லை. இத்தனை குறைந்த செலவில் திருப்தியாக பசியாற்றிக் கொள்ள முடியுமா?

ஆச்சரியங்கள் தொடர்ந்தன.

ஒதுங்குவதற்கு இடமும் உடனடியாகக் கிடைத்துவிட்டது. அதுவும் மாதுங்காவில். பம்பாயில் தங்குவதற்கு இடம் கிடைப்பது எத்தனை சிரமமானது என்று நண்பர்கள் ஏற்கெனவே கதை கதையாகச் சொல்லி அனுப்பியிருந்தார்கள். 'இதுதான் உன்னுடைய இடம்' என்று தெரிந்தவர்கள் சுட்டிக் காட்டிய பொந்தில் பெட்டியோடு திருப்தியாக புகுந்து கொண்டார் வரதராஜ். அவருக்கு பம்பாய் பிடித்துப் போனது.

•

வரதராஜுக்கு அந்தக் குடியிருப்பின் அமைப்பு புரிய சில மாதங்கள் பிடித்தன.

நான்கிலிருந்து ஐந்து மாடிகள் கொண்ட குடியிருப்புப் பகுதி அது. எந்தப் பக்கம் திரும்பினாலும் கொத்துக் கொத்தாக கட்டடங்கள். மும்பை முழுவதும் இத்தகைய குடியிருப்புகள் பிரசித்தம். சால் (Chawl) என்று சொல்வார்கள். ஒவ்வொரு மாடியிலும் குறைந்தது பத்து முதல் இருபது குடும்பங்கள் வசிக்கும். குடும்பமா? ஆமாம், ஒவ்வொரு பொந்திலும் ஒரு குடும்பம் ஒளிந்திருக்கும். கணவன், மனைவி, குழந்தைக் குட்டிகள். சில பொந்துகளில் கூடுதலாக தாத்தா பாட்டிகளும் இருப்பார்கள்.

ஒரே அறை. அங்கேயே தூக்கம், அங்கேயே சமையல், அங்கேயே வாழ்க்கை. திரைச்சீலையைப் போடாமல் நீங்கள் அந்த அறையில் என்ன செய்தாலும் உங்களை சுவாரசியமாக வேடிக்கை பார்க்க ஒரு டஜன் பார்வையாளர்களுக்குக் குறையாமல் இருப்பார்கள்.

வரதராஜுக்கு இதில் எதுவொன்றும் பெரிய பிரச்னையாக இருக்கவில்லை. அவரை மிகவும் கவர்ந்த ஒரு சங்கதி மாத வாடகை. நாற்பது ரூபாய்.

சாப்பாடு முடிந்தது. இருக்க இடமும் கிடைத்தாயிற்று. அடுத்தது வேலை. அதிலும் சிக்கல் இருக்கவில்லை.

1911-ம் ஆண்டில் ஜார்ஜ் மன்னருக்கும் ராணி மேரிக்கும் திறக்கப்பட்ட வரவேற்பு நுழைவாயில் - இந்தியாவின் நுழைவாயில் (Gateway of India) - இன்று வரதராஜுக்கும் திறந்தே வைக்கப்பட்டிருந்தது. வர்த்தகம் என்று உள்ளே வருபவர்களை இரு கரம் கூப்பி வரவேற்க பம்பாய் என்றுமே தயங்கியது கிடையாது. அன்று முதல் இன்று வரை.

இந்தியா மட்டுமின்றி உலகின் பல்வேறு பகுதிகளிலிருந்தும் மக்கள் பம்பாய்க்கு குடிபெயரத் தொடங்கினர். பம்பாய் மெய்யாகவே அனைவரையும் வசீகரித்தது. மொகலாயர், ஆங்கிலேயர், தமிழர்கள், குஜராத்தியர், பார்சிகள், மராத்தியர், பஞ்சாபியர், பிகாரிகள்... பம்பாய்க்குக் குடிபெயர்பவர்களின் பட்டியலுக்கு முடிவே கிடையாது.

நினைத்ததைப் போலவே பம்பாய் துறைமுகத்தில் வரதராஜுக்கு அடைக்கலம் கிடைத்தது. சரக்குக் கப்பல் கரை தொடும்போதெல்லாம் சில நூறு ஆள்களாவது தேவைப்பட்டனர். கன்டெய்னர் லாரிகளில் சரக்குகளை ஏற்றுவதும் இறக்குவதும் சாமான்ய வேலை கிடையாது.

பெரும்பாலும் அன்றைய வேலைக்கு அன்றே கூலி. ஒவ்வொரு கப்பலுக்கும் ஒப்பந்தக்காரர்கள் இருப்பார்கள். ஆள்களைப் பொறுக்கி எடுத்து வேலைக்கு அமர்த்துவது அவர்கள்தான்.

துறைமுகத்துக்கு உள்ளே இருந்த சரக்குக் கிடங்கில்தான் வரதராஜ முனுசாமிக்கு வேலை. அழுக்குப் படிந்த இடம். இடுப்பு ஒடியும் வேலை. மிரட்டல் உருட்டல் எல்லாம் உண்டு. ஆனால் பழகிவிட்டது. துறைமுகப் பணியாளர் கும்பலில் கிட்டத்தட்ட ஐக்கியமாகிவிட்டார்.

இருக்க இடம், கொடுக்கும் காசுக்குத் திருப்தியான உணவு. வாடகை குறைச்சல். வேலையும் கிடைத்துவிட்டது. சில நண்பர்களும் கிடைத்துவிட்டார்கள். வேறென்ன வேண்டும் வாழ்க்கையில்?

இந்நிலையில், தற்செயலாகத்தான் அவருக்குச் சில அழைப்புகள் வரத்தொடங்கின.

'ஒரு வேலை இருக்கு செய்யறியா? கை நிறையக் காசு கொடுப்பாங்க.'

'செய்யறேன்.'

'என்ன வேலை ஏது வேலைன்னு கேட்க மாட்டியா?'

'சொல்லேன்!' சுவாரசியம் இல்லாமல் கேட்டார் வரதராஜ்.

'சரக்கு இறக்கணும். கொண்டு போய்ச் சேர்க்கணும்.'

'அதைத்தானே இத்தனை காலமும் செஞ்சிக்கிட்டிருக்கோம்.'

'நான் இப்ப சொல்ற சரக்கு, தங்கம்.'

திடுக்கிட்டு பின்வாங்கினார் வரதராஜ். 'முடியாது, முடியவே முடியாது.'

அப்போதைக்கு மாட்டேன் என்று சொல்லி பின்வாங்கி விட்டாலும் தொடர்ந்து பல்வேறு 'வாய்ப்புகள்' அவரைத் தேடி வந்து கொண்டிருந்தன.

‘வர்றியா?’

‘எல்லாருக்கும் வேலை கிடைக்குது, சாப்பாடு, தங்கற இடம் எதுக்கும் அதிகம் செலவழிக்க வேண்டியதில்லை. அப்புறம் எதுக்குத் திருட்டுத் தொழில்?’ - வரதராஜ்.

‘உனக்கு பம்பாயை முழுசா தெரியலே. தெரிஞ்சா நீ இப்படி சொல்ல மாட்டே.’

நண்பர்கள் ஒவ்வொன்றாகப் புரிய வைத்தனர்.

ஆடம்பரமான அந்த பாருக்குள் அவர் அழைத்துச் செல்லப்பட்டார். சினிமாவில்தான் இதற்கு முன்னால் இப்படிப்பட்ட இடங்களை அவர் பார்த்திருக்கிறார். வண்ண வண்ண விளக்குகள். ஆண்களும் பெண்களும் கைகோத்துக்கொண்டு ஆடிக் கொண்டிருந்தனர்.

‘பணம் எப்படிப் புழங்குது பார்த்தியா?’

வரதராஜ் எல்லாவற்றையும் ஆச்சரியத்துடன் வாய் பிளந்து பார்த்துக் கொண்டிருந்தார். உயர் ரக மது வகைகள் வரவழைக்கப்பட்டன. ஆசை ஆசையாகப் பருகினார்.

‘உனக்கு என்னென்ன வேண்டுமோ அத்தனையும் சாப்பிடு, குடி.’

‘இவ்வளவு பணம் உனக்கு எங்கே கிடைச்சுது?’ - வரதராஜ்.

‘சொல்றேன்’ என்று சிரித்தான் அவன்.

சொன்னான்.

அதே மாதுங்காவில் அதுவரை அறிமுகமாகாத வேறு சில பகுதிகளுக்கு வரதராஜை அழைத்துச் சென்றனர். சில நாள்கள், சில வாரங்கள், சில மாதங்கள்.

வரதராஜால் நம்பவே முடியவில்லை. பம்பாய்க்கு இப்படி ஒரு முகம் உண்டா?

‘இப்போ என்ன சொல்றே?’

வரதராஜ் ஒன்றும் சொல்லவில்லை. அன்று இரவு முழுவதும் மாதுங் காவில் தனியாகச் சுற்றிக் கொண்டிருந்தார்.

பம்பாயை எப்படிப் புரிந்து கொள்வது?

பம்பாயில் அனைவருக்கும் வேலை கிடைத்துவிடவில்லை. வேலை கிடைக்காத ஒரு பெரும் கூட்டம் பிளாட்ஃபாரத்திலேயே முடங்கிக் கிடந்தது உண்மை. வரதராஜுக்குக் கிடைத்ததைப் போன்ற துறைமுக

வேலை அனைவருக்கும் கிடைத்துவிடவில்லை. நாற்பத்தைந்து ரூபாய் மாத வாடகை என்பதை கனவிலும் நினைத்துப் பார்க்க முடியாத ஒரு கூட்டமும் இருக்கவே செய்தது. பெட்டி முழுவதும் கனவுகளைச் சுமந்து கொண்டு எங்கிருந்தோ வந்து பிச்சை எடுத்துக் கொண்டிருந்த பலரை வரதராஜ் நேருக்கு நேராகச் சந்தித்து பல முறை அதிர்ந் திருக்கிறார்.

இவர்களில் சிலருக்கு வாய்ப்புகள் கிடைத்தபோது பட்டென்று பிடித்துக் கொண்டனர். 'எந்த சரக்கா இருந்தாலும் சரி, அதை எங்கே வேணாலும் கொண்டு போய் கொடுக்கிறேன்' என்று துணிந்தனர். பணம் கிடைக்கும், சாப்பாடு கிடைக்கும். அவர்கள் சொல்வதைச் செய்துவிட்டுப் போவோமே!

இப்படி எதற்கும் துணிந்த நபர்களைக் கொத்திக் கொண்டு போக சில கொக்குகள் எந்நேரமும் தயாராயிருந்தன. 'இந்தப் பெட்டியைக் கொடுத் துட்டு அந்தப் பெட்டியை வாங்கிட்டு வா!' என்பது முதல், 'இதோ, இவன்தான். முடிச்சுட்டு வா!' என்பதுவரை அத்தனை உத்தரவுகளும் இவர்களுக்கு இடப்பட்டன.

பெரும்பாலும் கடத்தலில்தான் இவர்களை ஈடுபடுத்தினார்கள். தங்கம், வெள்ளி இரண்டும் முக்கியமானவை. சுலபமாக பணம் ஈட்டும் வழிகளில் இது முதன்மையானது. கடத்தல் என்று ஒற்றை வார்த்தையில் அடக்கி விட்டாலும் இது ஒரு நீண்ட செயல்முறை; ஆபத் தானதும் கூட. யார் கண்ணிலும் சிக்காமல் ஒரு வேலையை முடித்து விட்டால் கை நிறையப் பணம். இடைத்தரகர்கள் மூலமாக இவர்களுக்கு சம்பளப் பட்டுவாடா நடக்கும். மற்றபடி யாருக்காக வேலை செய்கிறோம் என்று இவர்களுக்குத் தெரியாது.

கை நிறையப் பணம் கிடைக்கிறது. வேறு என்ன வேண்டும். கேள்விகள் அநாவசியம்தானே?

சரி, அப்படியானால் குப்பத்து இளைஞர்கள் மட்டும்தான் தாதாக் களிடம் பணிபுரிந்தார்களா? கிடையாது. குப்பத்து இளைஞர்கள் சுலபமாகக் கிடைப்பார்கள். சாப்பாட்டுப் பொட்டலத்தைக் காட்டினால்கூட குப்பத்துவாசிகளிடம் வேலை வாங்க முடியும்.

ஆனால், வரதராஜ் போன்றோருக்கு சாப்பாடு ஒரு பிரச்னை கிடையாது. அவர்களை வேறு வகையில் ஈர்க்கவேண்டும். அப்படித்தான் ஈர்த்தார்கள். இது வரதராஜுக்கும் தெரிந்தே இருந்தது. தூண்டில் என்று தெரிந்தே முள்ளைக் கவ்விக் கொண்டார்.

'இப்படியே எத்தனை வருஷத்துக்கு கூலி வேலை செஞ்சிட்டு இருப்பே?'

வரதராஜ் மௌனமாக இருந்தார். உண்மைதானே!

'பிளாட்ஃபாரத்துல இருக்கிற குப்பத்து ஆளுங்களுக்கும் உனக்கும் என்ன பெரிய வித்தியாசம்? ஏதோ ஒரு பொந்துல இருக்கே. என்னென்னவோ வேலை செய்யறே. இதெல்லாம் தேவையா?'

தேவையில்லைதான். என்ன செய்வது?

'எங்களோட சேர்ந்துடு.'

வரதராஜ் விழித்தார்.

'நாளைக்கு நான் வரேன். கூட்டிட்டுப் போறேன்.'

மௌனமாக தலையசைக்க மட்டுமே அவரால் முடிந்தது.

மறுநாள். அவரைக் கொண்டு போய் ஹாஜி மஸ்தானுக்கு முன்னால் நிறுத்தினார்கள். ஹாஜி மஸ்தான் யார் என்று அவருக்கு அப்போது தெரியாது. ஏதோ ஓர் ஆள், பெரிய ஆள், எல்லோரும் பயப்படும் ஒரு பிஸ்தா. சொல்லும் வேலையைச் சரியாகச் செய்தால் நிறையப் பணம் கொடுப்பார். போதாதா? மாதம் முழுவதும் கிடங்கில் வெந்து கிடந்தாலும் கையில் கிடைப்பது என்னவோ சொற்பம்தானே!

உற்சாகமாக தயாராகத் தொடங்கினார் வரதராஜ்.

●

ஹாஜி மஸ்தானுக்கு முன்னரே கரீம் லாலா ரொம்பவும் பிரபலம். 1950-களில் மும்பையில் கொடிகட்டிப் பறந்த தாதா இவர். சாராயம், சூதாட்டம் இரண்டும் இவரது முக்கிய கோட்டைகள். பிக்பாக்கெட், திருட்டு, கொள்ளை என்று சிதறிக் கிடந்த ஆள்களை ஒன்றிணைத்து ஒரே குடையின் கீழ் கொண்டுவந்த முதல் முக்கிய நபர். பம்பாய் இனம் கண்டுகொண்ட முதல் தாதா.

கரீம் லாலாவுக்கு சற்றும் குறைந்தவரல்ல ஹாஜி மஸ்தான். அதே கடத்தல், அதே சூதாட்டம், அதே அடியாள் படை. தனது சாம்ராஜ்ஜியத்தை பெரிதாக்கிக் கொண்டிருந்தார் ஹாஜி. திறமையான ஆள்களை பொறுக்கி எடுத்து சேர்த்துக் கொண்டிருந்தார்.

மிகச் சரியாக அந்தச் சமயத்தில்தான் வரதராஜை அவருக்கு முன்னால் கொண்டு வந்து நிறுத்தினார்கள்.

'சேர்ந்துக்கிறியா?'

'சரி.'

'கஷ்டமாயிருக்கும். பரவாயில்லையா?'

‘பரவாயில்லை.’

‘நாங்க என்னென்ன செய்யறோம்னு உனக்குத் தெரியுமா?’

‘தெரியும்.’

‘சரி, சேர்ந்துக்கோ.’

கரீம் லாலுக்குச் சொந்தமான கிடங்குகளில் வரதராஜ் வேலை செய்யத் தொடங்கினார். அப்படி ஒன்றும் சிரமமான வேலையாக அது தோன்ற வில்லை. கொடுக்கப்பட்ட சின்னச் சின்ன வேலைகளைச் செவ்வனே செய்து முடித்தார். ஏதாவதொரு கிடங்கில் மாதக் கணக்கில் சுருண்டு கிடப்பார். சீல் செய்யப்பட்ட பெரிய பெரிய மரப்பெட்டிகளைக் கொண்டு வந்து குவிப்பார்கள். புதிதாக வந்து சேரும் பெட்டிகளை ஒரு நோட் புக்கில் குறித்து வைத்துக் கொள்வார். பெட்டிகள் வெளியே போகும்போது அதையும் குறித்துக்கொள்வார். தூக்கம் வந்தால் அங்கேயே படுத்துத் தூங்கியும் விடுவார்.

ஹாஜி மஸ்தானுக்கு வரதராஜைப் பிடித்துப்போனது. காரணம் அந்தப் பெட்டியில் என்ன இருக்கிறது என்று வரதராஜ் யாரிடமும் கேட்ட தில்லை. கேள்வி கேட்காமல் சொன்னதைச் செய்பவரை யாருக்குத் தான் பிடிக்காது.

‘அதோ போறாரே அவர் ரொம்பப் பெரிய ஆளு. ஹாஜி மஸ்தானோட வலதுகை மாதிரி.’ - தன்னைப் பற்றி இப்படி அனை வரும் பேசிக் கொள்வதைக் கேட்டு சந்தோஷப்படத் தொடங்கினார் வரதராஜ். அவர்கள் பேசிக் கொள்வது போலவே நடந்துவிட்டால் நன்றாயிருக்குமே என்று ஆசைப்பட்டார்.

ஆசைப்பட்டபடியே நடந்தது.

ஹாஜி மஸ்தான் கூடாரத்தில் ஒரு தவிர்க்க முடியாத தனி சக்தியாக வரதராஜ் மாறினார். சரக்கைப் பாதுகாக்கும் பணியில் இருந்து மாற்றப்பட்டு சரக்குகள் அனைத்தும் அவரது நேரடி கட்டுப்பாட்டுக்குள் வந்து சேர்ந்தன. சளைக்காமல், பயப்படாமல் அனைத்து வேலை களையும் ஏற்றுக் கொண்டார்.

அவரது வளர்ச்சியை யாராலும் தடுத்து நிறுத்த முடியவில்லை.

ஹாஜி மஸ்தானுக்கு சரிக்குச் சமானமாக தர்பார் நடத்திக் கொண்டிருந்த மற்றொரு பெரிய தாதா யூசுஃப் படேல். தொழில் ரீதியாக இருவரும் போட்டியாளர்கள். யார் பெரிய ஆள் என்று அடிக்கடி இருவரும் மோதிப் பார்ப்பது வழக்கம். மோதுவது என்றால் நேரடியாக மோத மாட்டார்கள். இவர்களுடைய ஆள்களும்

அவருடைய ஆள்களும் போட்டியிடுவார்கள். கைகலப்பு வரை செல்லும். வெட்டு, குத்து என்று செல்வதும் உண்டு.

'என் சரக்கை நீ ஏன் எடுத்தே?' இப்படி சாதாரணமாகத்தான் சண்டை தொடங்கும். பிறகு பற்றிக் கொள்ளும்.

தனக்கு வர வேண்டிய பிசினஸை யூசுஃப் படேல் தட்டிப் பறித்து விட்டதாக ஹாஜி மஸ்தான் ஒரு குற்றச்சாட்டை முன்வைப்பார். 'கிடையாது இது எனக்குக் கிடைத்ததுதான்' என்பார் யூசுஃப் படேல்.

சண்டை வெடிக்கும்.

யூசுஃப் படேலின் அரவணைப்பில் இருக்கும் கடைகள் ஹாஜி மஸ்தானின் ஆள்களால் தாக்கப்படும். பதிலுக்கு இவர்கள் அவரது ஆள்களை வழி மறித்துத் தாக்குவார்கள். பழி வாங்கும் படலம் சங்கிலி போல தொடரும். 'நீயா நானா, யார் பெரிய ஆள்?' என்ற கேள்வி எழுப்பப்படும். அந்தக் கேள்விக்கான விடையை இருவரும் முட்டி மோதித் தேடுவார்கள்.

சில சமயம் உயிர் இழப்புகள். சில சமயம் வெட்டுக் குத்து காயங்கள். திடீரென்று சண்டை அடங்கிவிடும். சண்டை என்ற ஒன்றே நடக்காதது போல் அமைதியாகி விடுவார்கள். இப்படி இரு தரப்புகளும் அமைதியாக இருக்கின்றன என்றால் உருப்படியாக வேறு வேலைகள் கிடைத்துவிட்டன என்று அர்த்தம். பிசினஸ் தொடங்கிவிட்டால் உள்சண்டையையெல்லாம் கவனித்துக் கொண்டு இருக்க முடியாது. பணம், நேரம் இரண்டுமே விரயம்.

மும்பை பல மோதல்களைச் சந்தித்திருக்கிறது. சோபாவில் சாய்ந்து உட்கார்ந்து கொண்டு நாம் டிவியில் காணும் மயிர்க் கூச்செரியும் சண்டைக் காட்சிகளை மும்பைவாசிகள் நேரடியாகவே பார்த்திருக் கிறார்கள். கிட்டத்தட்ட இது அவர்களுக்கு அன்றாட நிகழ்வு. நன்றாகவே பழகிவிட்டது.

அறுபதுகளின் இறுதியில் நடைபெற்ற ஒரு மோதல் பம்பாய் வாசிகளுக்குப் பரிச்சயமில்லாதது.

என்றைக்கும்போல அன்றைக்கும் பரபரப்பாக இயங்கிக் கொண்டிருந்தது மாதுங்கா மார்க்கெட். திடீரென்று இரண்டு வண்டிகள் கிறீச்சிட்டு வந்து நின்றன. முதல் வண்டியிலிருந்து ஹாஜி மஸ்தான் இறங்கினார். இரண்டாவது வண்டியிலிருந்து இறங்கியது யூசுஃப் படேல்.

கடைக்காரர்களும் பொதுமக்களும் ஒன்றாக திரும்பிப் பார்த்தனர். விவகாரமாக ஏதோ நடக்கப் போகிறது என்று அவர்களுக்குத்

தெரிந்துபோனது. அவசர அவசரமாகக் கடைகள் மூடப்பட்டன. மக்கள் வேக வேகமாகக் கலையத் தொடங்கினர்.

ஹாஜி மஸ்தான், யூசுஃப் படேல் இருவரும் ஒருவரையொருவர் பார்த்துக் கொண்டனர். பிறகு ஒரே சமயத்தில் இருவரும் துப்பாக்கியை உருவினர். ஒரே சமயத்தில் இருவரும் சுட்டுக் கொண்டனர். பட்டப் பகலில் இப்படி நேருக்கு நேராக தெருவில் இறங்கி சுட்டுக் கொள்வார்கள் என்று யாரும் கனவில்கூட நினைத்திருக்க வாய்ப்பில்லை.

ஹாஜி மஸ்தான் நேராக யூசுஃப் படேலின் நெஞ்சுக்கு குறி வைத்தார். விசையை இயக்கினார். அப்படியே சுருண்டு விழுந்தார் யூசுஃப் படேல். துப்பாக்கியை ஊதி சட்டைப் பாக்கெட்டில் செருகிக் கொண்டு வண்டியில் அமர்ந்து கிளம்பிப் போய்விட்டார் ஹாஜி மஸ்தான். யூசுஃப் படேல் வைத்த குறி பிசகியதால் ஹாஜி மஸ்தானுக்கு காயம் இல்லை.

யூசுஃப் படேல் சாகவில்லை. தோட்டா அவரது தோள்பட்டையை உரசிக்கொண்டு சென்றது. ஆனாலும் வீழ்ந்தவர் வீழ்ந்தவர்தான். இந்தச் சம்பவத்துக்குப் பிறகு யூசுஃப் படேல் கிட்டத்தட்ட காணாமல் போய்விட்டார். எந்தவொரு விஷயத்திலும் ஹாஜிஉடன் போட்டி போடுவது கிடையாது. யூசுஃப் படேலின் கோட்டை கிட்டத்தட்ட அன்றே தகர்ந்துவிட்டது என்று சொல்லலாம்.

அதே சமயம், ஹாஜி மஸ்தானின் செல்வாக்கு உச்சத்தைத் தொட்டுக் கொண்டிருந்தது. ஹாஜி மஸ்தானின் பிசினஸ் விரிவடைந்தது. பம்பாய் நகரின் தனிப்பெரும் தாதாவாக அவர் மாறிப் போனார்.

வரதராஜ் அடுத்தக் கட்டத்தை நோக்கி முன்னேறத் தொடங்கி இருந்தார்.

'வரதராஜ் கிட்ட கொடுத்துடு, அவன் முடிச்சுடுவான்' என்று நம்பிக்கையுடன் சொல்லத் தொடங்கினார் ஹாஜி மஸ்தான். சுலபத்தில் ஒருவரை நம்பிவிடும் ரகத்தைச் சார்ந்தவரல்ல ஹாஜி மஸ்தான். இந்தத் தொழிலில் யாரையும் நம்ப முடியாது, நம்பவும் கூடாது. அது நெருங்கிய கூட்டாளியாக இருந்தாலும் சரி, சொந்த சகோதரனாகவே இருந்தாலும் சரி.

ஹாஜி மஸ்தான் கடத்தலில் பழம் தின்று கொட்டைப் போட்டவர். அவரே வரதராஜின் திறமையை சிலாகித்துப் பாராட்டினார் என்றால் அசைக்க முடியாத காரணங்கள் இருந்திருக்க வேண்டும்.

●

மாதுங்காவில் இப்போது சங்கர மடம் இருக்கும் இடத்துக்கு வெகு அருகே இருந்தது வரதராஜின் பிளாட். பெரிய பெரிய அறைகள். மர

வேலைப்பாடுகள் கொண்ட கதவுகள், ஜன்னல்கள். அலமாரி முழுவதும் கண்ணாடி கைவினைப் பொருள்கள்.

ஹாலுக்கு நடுவே போடப்பட்டிருந்த அந்தப் பிரம்பு நாற்காலியில் அமர்ந்திருந்தார் வரதராஜ். சுற்றிலுமுள்ள இருக்கைகளில் ஆள்கள் அமர்ந்திருந்தனர்.

'எல்லாரும் வந்துட்டீங்களா?'

'வந்துட்டோம்.'

'எங்களை எல்லாம் எதுக்கு வரச் சொன்னே?' என்றான் ஒருவன்.

வரதராஜ் சிறிது நேரம் எதுவும் பேசவில்லை. பிறகு திடீரென்று கேட்டார், 'எத்தனை பேரு என்னோட வர்றீங்க?'

அனைவரும் விழித்தனர்.

வரதராஜ் தொடர்ந்தார். 'நான் ஹாஜி மஸ்தான்கிட்ட இருந்து பிரியப் போறேன்.'

'ஏன்?'

'எனக்கு சில திட்டங்கள் இருக்கு' தெளிவான குரலில் சொன்னார் வரதராஜ்.

'உனக்கென்ன பைத்தியமா பிடிச்சிருக்கு?'

'ஹாஜி மஸ்தானுக்குத் தெரிஞ்சா என்ன ஆகும் தெரியுமா?'

'மஸ்தானை எதிர்த்து உன்னால நிக்க முடியுமா?'

வரதராஜ் புன்னகை செய்தார். 'முடியும்.'

'இது ஒரு ஆபத்தான விளையாட்டு வரதராஜா.'

'உண்மை' என்றார் வரதராஜ். 'ஆனா நான் விளையாடத் தயாரா இருக்கேன். நீங்க யாரும் வரலேன்னாலும் நான் விளையாடுவேன்.'

யாரும் அவரைப் பெரிதாக எடுத்துக் கொள்ளவில்லை. ஒருவன் கூட வரதராஜுடன் சேரவில்லை.

மறுநாள்.

தன்னந்தனியாகத் துறைமுகத்துக்குச் சென்றார் வரதராஜ். வழக்கமாக அவர் சந்திக்கும் பார்ட்டியை தன்னந்தனியாகச் சந்தித்தார். 'வர்த்தகம்' தொடங்கியது. ஒரு சில நிமிடங்களில் நடந்து முடிந்துவிடும் விநோத வர்த்தகம் இது. வர்த்தகம் என்று கூட சொல்ல முடியாது. எளிய

பண்டமாற்றம். பெட்டி கொடுத்து பெட்டி வாங்கவேண்டும். முதல் பெட்டியில் பணம் இருக்கும். இரண்டாவது பெட்டியில் எது வேண்டு மானாலும் இருக்கலாம்.

தான் கொண்டு வந்திருந்த பெட்டியை வரதராஜ் கொடுத்தார்.

'கப்பல்ல இருந்து சரக்கை இறக்கிக்கலாம்' என்றான் பார்ட்டி.

இந்த முறை ஸ்காட்ச் புட்டிதான் சரக்கு. கப்பலில் இருந்து இறக்கு வதற்கு ஆள்கள் தயாராக இருப்பார்கள். முதலில் பணப் பட்டுவாடா. பிறகு சரக்கு.

பெட்டியை வாங்கிக் கொண்டு நடக்கத் தொடங்கினான் பார்ட்டி.

'ஒரு நிமிஷம்' என்றார் வரதராஜ். 'உன் கிட்ட பேசணும்.'

'என்ன?'

'இப்ப நான் ஹாஜி மஸ்தான் கிட்ட இல்லை.'

அவன் திடுக்கிட்டான். 'ஹாஜி கிட்டதானே நீ வேலை செய்யறே?'

'இப்ப இல்லை.'

என்ன பேசுவது என்று தெரியாமல் குழம்பி நின்றான் அவன்.

'நான் இப்ப தனியா தொழில்ல இறங்கிட்டேன்.'

அவன் தயங்கினான். 'எங்க ஆளுங்களுக்குத் தெரிஞ்சா பிரச்னையாயிடும். ஹாஜி என்ன நினைச்சுப்பாரோ!'

'என்னை நம்பு. ஹாஜியை நான் பார்த்துக்கறேன். உங்க ஆளுங்கக்கிட்ட நான் பேசிக்கிறேன்.'

'இருந்தாலும்...'

வரதராஜ் புன்னகை செய்தார். 'இதோ பாரு, ஹாஜியோட சகாப்தம் முடிஞ்சிப் போச்சு. இனி நான்தான்.'

இப்போதும் அவன் தயங்கினான்.

'உனக்கு விருப்பமில்லேன்னா பெட்டியைக் கொடுத்துடு.' தொண்டையை செருமிக் கொண்டார் வரதராஜ். 'ஆனா ஒண்ணு. உன்னை விட்டா எனக்கு வேற நிறைய பார்ட்டிங்க கிடைப்பாங்க. உனக்கு இன்னொரு வரதராஜ் கிடைக்க மாட்டான்.'

மறுத்துப் பேசவில்லை அவன். பயந்தே போனான். ஒரு பேச்சும் பேசாமல் திரும்பி நடந்தான்.

‘ஒரு நிமிஷம்’ மீண்டும் அழைத்தார் வரதராஜ். ‘என் மேல வைச்சிருக்கிற நம்பிக்கைக்கு நன்றி.’

அவன் தலையசைத்தான்.

‘வழக்கமா கொடுக்கிறதை விட அதிகமாவே பெட்டியில இருக்கு. அது உனக்கு. உன்னோட நம்பிக்கைக்கு.’

‘ஹாஜியோட சகாப்தம் முடிஞ்சிப் போச்சு. இனி நான்தான்.’

அப்படித்தான் நடந்தது.

இத்தனைக்கும் ஹாஜி மஸ்தான் உச்சத்தில்தான் இருந்தார். துணிந்து தனது தனி தர்பாரைத் தொடங்கினார் வரதராஜ். அவர்தான் தலைமை, அவரே அடியாள். அவர்தான் முடிவுகள் எடுப்பார். செயல்படுத்துவதும் அவரே. தனக்குத் தெரிந்த அத்தனை ஆள்களையும் சந்தித்தார், பேசினார். ஒருவர் விடாமல் அனைவரையும் வசீகரித்தார்; வசியப் படுத்தினார்.

ஹாஜி மஸ்தான் இருக்கும்போது இன்னொரு தாதா உருவாக முடியாது என்று கையில் அடித்து சத்தியம் செய்தவர்கள் அமைதியாக இவரிடம் சேர்ந்தார்கள்.

‘நாங்க உங்ககிட்ட சேர்ந்துக்கிறோம் வரதாபாய்.’

வரதாபாய்!

கிழக்கிந்திய கம்பெனிக்குப் பிறகு கடல் வாணிபத்தை மிகச் சரியாகப் புரிந்து கொண்டார் வரதாபாய்.

வரதாபாயின் சகாப்தம் அப்போதே தொடங்கிவிட்டது.

6. தாராவிச் சித்திரம்

ஆசியாவிலேயே மிகப் பெரிய குப்பம் தாராவி. மாஹிம் கடற்கரையில் ஒரு கொழுத்த மலைப்பாம்பைப் போல நீண்டு விரிந்திருக்கிறது இப்பகுதி. சுமார் ஒரு மில்லியன் ஆள்கள் இந்தக் குப்பத்தில் வாழ்ந்து கொண்டிருக்கிறார்கள்.

ஒரு நிமிடம் நினைத்துப் பாருங்கள். ஒரு மில்லியன் ஆள்கள் கொண்ட மாபெரும் குப்பத்தில் வாழ்க்கை எப்படி இருக்கும்? ஒருவர் வெளியேற்றும் மூச்சுக்காற்றை நான்கு பேர் நிச்சயமாக சுவாசித்தாக வேண்டும். வாசல் கதவு என்று ஒன்று இருந்து அதைத் திறந்தால் சாக்கடை கடலாக ஓடிக் கொண்டிருக்கும். ஒலிப்பெருக்கிகளில் ஓயாமல் சினிமாப் பாடல்கள். குடிசைக்கு குடிசை குழந்தைகள் எழுப்பும் விநோத சத்தங்கள். சின்னச் சின்ன சச்சரவுகள், அடிதடிகள், சண்டைகள். இடது பக்கம் திரும்பினால் ரயில்வே பாதை. வலது பக்கம் திரும்பினால் ரயில்வே பாதை. இரண்டு காதுகளில் இரண்டு மூட்டைப் பஞ்சுகளை திணித்துக் கொண்டாலும் பம்பாய் நகர் எழுப்பும் அத்தனை அவியல் சத்தங்களும் செவிப்பறைகளை அறைந்து கிழிக்கும்.

1905 தொடங்கி தாராவி ஒரு முக்கிய வாழ்வாதாரப் பிரதேச மாக பம்பாய்வாசிகளுக்கு இருந்து வந்திருக்கிறது. இதே கடற்கரையில்தான் வகை வகையாக மீன்களைப் பிடித்து விற்று வாழ்ந்திருக்கிறார்கள். பம்பாய் மாற மாற தாராவியும் மாறத் தொடங்கியது.

பம்பாயின் எந்தப் பகுதியில் தங்க வேண்டுமானாலும் குதிரைக்கொம்பு வாடகை கொடுக்க வேண்டியிருக்கும், தாராவியைத் தவிர.

மார்க்கெட்டில் கடை விரித்திருக்கும் ஒவ்வொருவரும் வரதாபாய்க்கு கப்பம் கட்டத் தொடங்கினார்கள். கப்பம்

கட்டும் ஒவ்வொருவரையும் வரதாபாய் பாதுகாத்தார். சின்னச் சின்ன ரவுடிகள் நசுக்கப்பட்டனர்.

சாராயம் விற்பவர்கள் கப்பம் கட்டினார்கள். வீட்டில் இருந்தபடியே சிறு சிறு கடத்தல்களை நடத்திக் கொண்டிருந்தவர்கள் கப்பம் கட்டினார்கள். பாலியல் தொழில் நடத்துபவர்கள் கப்பம் கட்டினார்கள். அனைவரையும் பாதுகாத்தார் வரதாபாய்.

எல்லாம் கிடைத்துவிட்டது, தேவைக்கு அதிகமாகவே. எல்லோரும் மதிக்கிறார்கள், எதிர்பார்த்ததைவிட அதிகமாகவே. வரதாபாய் இன்னமும் ஏதோவொன்றை எதிர்பார்த்தார். ஆனால் அது என்ன வென்று அவருக்குத் தெரியவில்லை.

யதேச்சையாகத்தான் ஒரு நாள் அவருக்கு அந்த யோசனை உதித்தது.

மாதுங்கா ரயில் நிலையத்துக்கு அருகே, அதாவது மார்க்கெட்டுக்கு இடது பக்கம் ஒரு பெரிய காலி மனை இருக்கும். மார்க்கெட் பகுதிக்கு வருபவர்கள் அங்கு வாகனங்களை நிறுத்தி வைப்பது வழக்கம். வரதாபாய் மிகச் சுலபமாக இந்த இடத்தை வேலி போட்டு மடக்கிப் போட்டார். ஒரு வார்த்தை யாரும் பேசவில்லை.

மளமளவென்று வண்டிகள் வந்து நின்றன. பெரிய பெரிய கம்புகள், கழிகள் இறக்கப்பட்டன. 'ஆரம்பிச்சுட்டாங்கப்பா ஏதோ தகராறு போல' என்று மக்கள் விழுந்தடித்து ஓடத் தொடங்கும்போதே அந்த லாரியிலிருந்து ஒரு பெரிய பெட்டி இறக்கப்பட்டது. மிகுந்த பயபக்தியுடன் அந்தப் பெட்டியைக் கொண்டுபோய் ஏற்கெனவே அமைக்கப்பட்டிருந்த மேடையில் நிறுத்தினார்கள். பெட்டியைத் திறந்தார்கள். உள்ளே பிள்ளையார். சுமார் பத்து அடி உயரம் இருக்கும் பிள்ளையார். கூடவே மாவிலைத் தோரணங்கள், மாலைகள், மலர்கள், பூஜை பொருள்கள், பிரசாதங்கள்.

ஒட்டுமொத்த மார்க்கெட்டும் கண்களை விரித்து ஆச்சரியப்பட்டுக் கொண்டிருக்கும் போதே ஒரு தாற்காலிகக் கோயில் எழுப்பப்பட்டது. ஜீப்பிலிருந்து இறங்கிய ஓர் ஆள் அனைவருக்கும் கேட்கும்படி உரத்துக் கூறினான். 'இனி வரதாபாய் தலைமையில இந்த இடத்துல விநாயக சதுர்த்தி கொண்டாடப்படும்.'

மறுநாள். வரதாபாய் வந்து இறங்கினார். அனைவரையும் உற்சாகம் தொற்றிக் கொண்டது. சொன்னதைப் போலவே மிக விமரிசையாக சதுர்த்தி கொண்டாட்டங்கள் தொடங்கின. பணத்தைத் தண்ணீராக வாரி இறைத்தார் வரதாபாய். ஆயிரக்கணக்கான மக்கள் திரண்டனர். எல்லோருக்கும் பிரசாதம், உணவு. எல்லோருக்கும் திருப்தி. இப்படி ஒரு பெரிய கொண்டாட்டத்தை அதுவரை பம்பாய் கண்டதில்லை.

‘கணேஷ்ஜி கி ஜே!’

வரதாபாய் மகிழ்ச்சியுடன் புன்னகை செய்தார்.

ஒரு பெரும் கூட்டம் அடித்தொண்டையில் கத்தியது. ‘வரதாபாய் கி ஜே!’

இப்போது மிகவும் திருப்தியாகப் புன்னகை செய்தார்.

இத்தனைப் பணம் வரதாபாய்க்கு எப்படி கிடைத்தது? விழா தொடங்குவதற்கு முன்னால் வரதாபாயின் ஆள்கள் ஒவ்வொரு கடையாக ஏறி இறங்கினர். ‘வரதாபாய் விநாயக சதுர்த்தி நடத்தப் போறார்.’ அவ்வளவுதான் பேசுவார்கள். அது மிரட்டலா அல்லது கோரிக்கையா என்பது முக்கியமில்லை. கடைக்காரர்கள் கல்லாப் பெட்டியைத் திறந்து கிடைக்கும் பணத்தை அப்படியே அள்ளிக் கொடுத்தார்கள். மறுத்து ஒரு வார்த்தை யாராவது பேச வேண்டுமே!

சாராய வியாபாரி, பாலியல் தொழிலதிபர்கள், கடத்தல்காரர்கள் அனைவரும் வாரி வாரி வழங்கினர்.

‘வரதாபாய் கி ஜே!’

வரதாபாய்க்கு ஓர் உண்மை புரிந்தது. கரீம் லாலா, ஹாஜி மஸ்தான், யூசுஃப் படேல் அனைவருமே பெரிய தாதாக்கள்தாம். அவர்கள் அனைவரிடமும் பணம் கொட்டிக் கிடந்தது. சொடக்குப் போட்டுக் கூப்பிட்டால் நூறு பேர் ஓடிவருவார்கள். மூவருமே பம்பாயைப் பகுதி பகுதியாகப் பிரித்து பங்கு போட்டு பாக்கெட்டில் செருகிக் கொண்டவர்கள்தாம். ஆனால் அவர்கள் யாருக்கும் கிடைக்காத ஒன்று வரதாபாய்க்கு கிடைத்தது.

ஒரு தாதா என்பவன் யார்? அச்சுறுத்தும் நபர். பயங்கர மனிதன். சதா கத்தியுடன் அலைபவன். கலவரங்களைத் தூண்டுபவன். மது, மாது இரண்டிலும் மூழ்கியிருப்பவன். இந்த அடையாளங்களை உடைத்தெறிந்த முதல் பெரும் தாதா வரதாபாய்.

‘வரதாபாய் கி ஜேய்ய்!’

இவர்களுக்காக எவ்வளவு வேண்டுமானாலும் செய்யலாம். என்ன வேண்டுமானாலும் செய்யலாம்.

செய்தார்.

‘வரதாபாய், என் பொண்ணுக்குக் கல்யாணம் வச்சிருக்கேன்.’

‘வரதாபாய், எனக்குச் சேர வேண்டிய பங்கை பிரிச்சுத் தரமாட்டேன்னு என் பங்காளி சொல்றான். நீங்கதான்…’

‘வேலை கிடைக்கலை பாய்.’

‘சில ரௌடிப் பசங்க எங்களை மிரட்டறாங்க பாய்.’

இதுதான் என்றில்லை. எல்லாக் குறைகளும் வரதாபாயின் நீதிமன்றத்துக்கு வந்து சேர்ந்தன. பிரம்பு, டிப்ளோமாட் இரண்டையும் அருகருகே வைத்துக் கொண்டு வரதாபாய் தீர்ப்பளித்தார். பணம் இல்லாதவர்களுக்குப் பணம். பிரச்னை இருப்பவர்களுக்குத் தீர்வு. அடிதடி வேண்டும் என்றால் அடிதடி. கையைக் காலை எடுக்க வேண்டியிருந்தால் அதுவும் நடக்கும். மக்கள் தன்னை நேசிக்க வேண்டும். இதுதான் வரதாபாயின் குறைந்தபட்ச எதிர்பார்ப்பு.

மாதுங்கா, தாராவி, கோலிவாடா என்று பம்பாய் முழுவதும் சொத்துகள் குவிந்தன. மொத்த விலை கொடுத்து ஹோட்டல்களை வாங்கினார்.

தங்கம், வெள்ளி, ஸ்காட்ச், சாராயம் - கடத்தல் உச்சத்தைத் தொட்டது.

பம்பாய் காவல்துறையை அப்படியே அள்ளி எடுத்து தனது பாக்கெட்டில் சுருட்டி வைத்துக் கொண்டார்.

மாதுங்கா மார்க்கெட். கடைசி பெட்டிக்கடை. டிரங்க் பெட்டியின் மீது ஏறி உட்கார்ந்துக் கொள்வார் வரதாபாய். சகாக்கள் ஒவ்வொருவராகக் கூடுவார்கள். உருப்படியாக என்னென்ன செய்யலாம் என்று பட்டியலிடுவார்கள். டிப்ளோமேட் சாப்பிடுவார்கள். சிரிப்பார்கள், கிண்டலடிப்பார்கள். மனம் விட்டுப் பேசுவார்கள்.

‘தங்கம், வெள்ளி செய்யறோம். போதை மருந்து செய்யலாமா? ஆளுங்க இருக்காங்க’ என்றான் ஜிப்பா.

‘கூடாது.’

ஒரே வார்த்தையில் முடித்துக் கொண்டார் வரதாபாய்.

‘இல்லை பாய், இப்ப கிடைக்கிறதைவிட மூணு மடங்கு அதிகமா கிடைக்கும்.’

‘இதுவே போதும்டா. போதை, வெடிகுண்டு, ஆயுதம் சமாசாரம் எல்லாம் நமக்கு வேண்டாம்.’

‘சரி பாய்.’

‘மாசா மாசம் கப்பம் வருது. தெருவுல இறங்கி நடந்து போனா நாலு பேரு கையசைக்கிறாங்க. காசு, பணத்துக்கு என்னடா குறைச்சல்? வெடிகுண்டு, போதைன்னு எதுக்கு பம்பாயைக் குட்டிச் சுவராக்கணும்?’

•

என்னதான் போலீஸைத் தன் கையில் வைத்திருந்தாலும் பிரச்னை வந்தால் அரசு கையைக் கட்டிக்கொண்டு இருக்க முடியுமா?

1975-77 எமெர்ஜென்சி காலகட்டத்தில் ஒவ்வொரு தாதாவையும் தேடிப் பிடித்து சிறையில் அடைத்தார்கள். ஹாஜி மஸ்தானைப் பிடித்து சிறையில் அடைத்தார்கள். யூசுஃப் பட்டேலும் அடைக்கப்பட்டார். அதே சிறையில் மிசா சட்டத்தின் கீழ் தாவூத் சிறையில் அடைக்கப் பட்டான். வரதாபாயையும் சிறையில் அடைத்தார்கள். ஆனால், அவரை மட்டும் தனியாக நாக்பூர் சிறைக்குக் கொண்டு சென்றார்கள்.

நாக்பூர் சிறை. பெயரளவில்தான் அது சிறை. வரதாபாய் உள்ளே சுகமாக இருந்தார். தேவைப்படும் அனைத்தும் அவருக்கு நொடியில் கிடைத் தன. போர்வை, சிகரெட், டிப்ளோமோட். எதுவாக இருந்தாலும் சரி.

‘கவலைப்படாதீங்க வரதாபாய், நாங்க இருக்கிறோம்!’

சொன்னது காவல்துறையைச் சேர்ந்த ஒரு முக்கியப் புள்ளி. வரதா பாயைக் கண்ணும் கருத்துமாகப் பாதுகாக்க வேண்டிய பணியைக் காவல்துறை சிரமேற் கொண்டது.

‘இதென்னடா சாப்பாடு, வாயில வைக்க முடியலை.’

வரதாபாய் சத்தம் போட்ட மறுநாள் அவருடைய மனைவியை அழைத்து வந்து சிறைக்கு வெளியே உள்ள ஒரு வீட்டில் தங்க வைத்தனர். வரதாபாய்க்கு மட்டுமின்றி அவருடன் சிறையில் இருந்த அனைவருக்கும் வாய்க்கு ருசியாகச் சாப்பாடு கிடைத்தது.

வரதாபாயை நீண்ட காலத்துக்கு உள்ளே வைத்திருக்க முடியாது என்று அனைவருக்கும் தெரியும். தெரிந்தேதான் கைது செய்தார்கள். ஏதோ உறவினர் வீட்டுக்குச் சென்று வந்ததைப் போல போன வேகத்தில் மீண்டும் மாதுங்கா திரும்பினார் வரதாபாய்.

வரதாபாயைக் கைது செய்துவிட்டுப் போனது எல்லோருக்கும் பயத்தை ஏற்படுத்தியது.

உள்ளுக்குள் பயம் இருந்தாலும் கடத்தல் வேலைகள் எல்லாம் வழக்கம் போல் நடந்து கொண்டிருந்தன. போலீஸுக்கு இது பெரும் தலை வலியாகிவிட்டது. தாதாக்களை வேட்டையாடும் பணி முடுக்கிவிடப்பட்டது.

போலீஸ் ஆள்களே கடத்தல்காரர்களுக்குப் பெரும் உதவியாக இருந்த தால் அவர்களை நேரடியாகப் பிடிக்க முடியவில்லை. அரசாங்கம் இந்தச் சமயத்தில் சில சலுகைகளை அறிவித்தது. அதில் முக்கியமான ஒரு விஷயம் கடத்தல்காரர்களைத் திரும்பிப் பார்க்கச் செய்தது. ‘இனி

கடத்தல் பக்கம் தலை வைத்துப் படுக்க மாட்டோம் என்று சத்தியப் பிரமாணம் செய்து கொண்டவர்களைச் சட்டம் ஒன்றும் செய்யாது' என்பதுதான் அது.

சின்னச் சின்னக் கடத்தல் வேலைகளைச் செய்துவிட்டு பதுங்கிக் கொண்டிருந்தவர்கள் முதல் பெரிய பெரிய ஏரியா தாதாக்கள் வரை இதற்கு ஒப்புக் கொள்ள முன்வந்தனர்.

ஹாஜி மஸ்தான், யூசுஃப் படேல் இருவரும் ஜெய் பிரகாஷ் நாராயணனைச் சந்தித்து பிரமாணம் எடுத்துக் கொண்டனர். கிட்டத் தட்ட பம்பாய் முழுவதும் திடீரென்று பரிசுத்தம் அடைந்து விட்டதைப் போன்ற ஒரு தோற்றம் ஏற்பட்டது. பம்பாய் முழுவதும் இந்தச் செய்தி பரபரப்பாகப் பேசப்பட்டது. டெல்லியில் அதைவிட பரபரப்பு அதிகம்.

முக்கிய அரசு அதிகாரிகள், காவல்துறையினர் கலந்து பேசினர்.

'பம்பாய்ல இருக்கிற குட்டி தாதா, பெரிய தாதா எல்லாரும் சரணடைஞ் சிட்டாங்களா?'

'யெஸ் சார்.'

'யாரையும் விட்டு வைக்கலியே?'

'இல்லை.'

ஆனால், வரதாபாயின் பெயரை யாரும் உச்சரிக்கவில்லை.

1977 முதல் 1983 வரை ஒற்றை ஆளாக பம்பாயை ஆண்டு வந்தார் வரதாபாய்.

'ஒரு புது இன்ஸ்பெக்டரு வந்திருக்காரு' என்றான் ஜிப்பா.

'பேரு பவார்' என்றான் அருகில் இருந்தவன்.

'இன்ஸ்பெக்டரு இல்லை, டெபுடி கமிஷனரு' என்று திருத்தினான் சலீம்.

'யாரா இருந்தா என்னடா?' என்றார் வரதாபாய். 'இங்கே கூட்டிட்டு வா, பார்த்துக்கலாம்.'

வழக்கமான ஒரு காவல் அதிகாரியாக அவர் இருப்பார் என்று வரதாபாய் நினைத்தார். அவர் போட்டு வைத்திருந்த கணக்கு பொய்த்துப் போனது. காக்கி உடை அணிந்த ஓர் இரும்பு மனிதனை முதல் முதலாக நேருக்கு நேர் சந்திக்க வேண்டிய அவசியம் வரதாபாய்க்கு ஏற்பட்டது.

•

பம்பாயில் காலடி எடுத்து வைத்த நாள் தொடங்கி வரதாபாய் தொடர்பான அனைத்து விவரங்களையும் ஒன்றன் பின் ஒன்றாகச் சேகரிக்கத் தொடங்கினார் பவார். ஒரு தனிப் படையை இதற்காகப் பணியில் அமர்த்தினார். வரதாபாயின் சொத்துகள் எங்கெல்லாம் பரவியிருக்கின்றன? அவருக்கு எங்கிருந்து இத்தனை பணம் கிடைக்கிறது? ஏதாவது வெளிநாட்டு தொடர்புகள் இருக்குமா? அவருடைய படையில் எத்தனை பேர் இருக்கிறார்கள்? அவருடைய பலம் என்ன, பலவீனம் என்ன? அத்தனை விவரங்களும் சேகரிக்கப்பட்டன.

வரதாபாய் பற்றிய சில அடிப்படை உண்மைகளை பவார் புரிந்து கொண்டார். அதிர்ச்சியும் ஆச்சரியமும் ஒருசேர அவரைத் தாக்கியது.

வரதாபாய் ஓர் அயோக்கிய தாதாவும் கிடையாது. மற்றவர்கள் சொல்வதைப் போல ஒரு காட்பாதரும் கிடையாது. இந்த இரண்டு பிம்பங்களுக்கு இடையே அவருடைய நிஜ முகம் ஒளிந்து கிடந்தது. கடத்தல் தொழிலில் ஈடுபட்டிருக்கிறார். பெட்டி பெட்டியாகத் தங்கமும் வெள்ளியும் பம்பாய்க்குக் கொண்டு வந்திருக்கிறார். பம்பாயிலிருந்து அனுப்பி வைத்திருக்கிறார். பாட்டில் பாட்டிலாக அயல் நாட்டு மது வகைகளைத் தருவித்து பம்பாயின் சந்து பொந்துகள் முழுவதும் விநியோகம் செய்திருக்கிறார்.

இவருக்கென்று ஒரு பிரத்தியேகக் கூலிப்படை இருக்கிறது. மிரள வைக்கும் பண பலம் உண்டு. திருமணம் ஆகிவிட்டது. மூன்று மகன்கள், மூன்று மகள்கள் என்று சொல்கிறார்கள். சரியாகத் தெரியவில்லை. சென்னை சாந்தோம் பகுதியில் அவருடைய வீடு இருப்பதாகச் சொல்கிறார்கள்.

வரதாபாய் உண்மையில் ஒரு காட்பாதரா? இந்தக் கேள்விக்கு விடை கண்டுபிடிப்பது அத்தனை சுலபமானதாக இல்லை. தேவைப்படுவோருக்கு உதவிகள் செய்து கொண்டிருப்பதாகச் சொல்கிறார்கள். ஆனால் அதில் அவரது சுயநலமும் அடங்கி இருக்க வேண்டும். பணத்தை அள்ளி இறைத்து மக்களை ஈர்த்திருக்க வேண்டும்.

என்ன செய்ய வேண்டும், எப்படிச் செய்ய வேண்டும் என்று திட்டமிட்டு தனது செல்வாக்கை உயர்த்திக் கொண்டிருக்கிறார் வரதாபாய். அதை விட முக்கியம் என்ன செய்யக் கூடாது என்பதில் அவருக்கு இருந்த தெளிவான அணுகுமுறை. போதை மருந்து கடத்தலை அவர் எப்போதும் ஆதரித்தது கிடையாது. வெடிகுண்டு, ஆயுத விவகாரங்களில் மூக்கை நுழைத்தது கிடையாது. பாகிஸ்தான், பங்களா தேசம் என்று அயல் நாடுகளுடன் கூட்டு சேர்ந்தது கிடையாது.

கொலை? உண்டு. ஆனால், ஹாஜி மஸ்தான் யூசுஃப் படேலை நட்ட நடு மார்க்கெட்டில் சுட்டுக் கொன்றதைப் போல இவர் துப்பாக்கியுடன்

யாருடனும் மோதியது கிடையாது. கேங் வார் (Gang War) என்று சொல்வார்களே, அது போன்ற சமயங்களில் வரதாபாயின் ஆள்கள் எதிரணியுடன் மோதுவார்கள். சில சமயங்களில் உயிர்ச் சேதம் ஏற்பட்டு விடும். வரதாபாய் தனது எத்தனையோ சகாக்களை இழந்திருக்கிறார். அதே போல் வரதாபாயின் ஆள்கள் மற்ற பலரை ஒழித்திருக்கிறார்கள்.

சரி. வரதாபாயால் பொதுமக்கள் அச்சுறுத்தலுக்கு ஆளாயிருக்கி றார்களா என்றால் இல்லை என்றுதான் சொல்ல வேண்டி இருக்கும். வரதாபாயின் ஆள்கள் இதுவரை வீடு புகுந்து கொள்ளையடித்தது கிடையாது. வழியில் செல்பவர்களை துப்பாக்கி காட்டி மடக்கிப் பணம் பறித்தது கிடையாது. கடத்தி வந்து பணம் கேட்டது கிடையாது. கரீம் லாலா, ஹாஜி மஸ்தான் போல மக்கள் மனத்தில் பயத்தைத் தூவியது கிடையாது.

எல்லாம் சரிதான். ஆனால் ஆயிரம் சொன்னாலும் சட்டத்தை கேலிப் பொருளாக்கிய முதல் தாதா வரதாபாய். இதில் எந்தவிதச் சந்தேகமும் இருக்க முடியாது. மேலோட்டமாகப் பார்க்கும்போது வரதாபாய் பம்பாய்வாசிகளை அரவணைத்துக் கொள்வதைப் போல் தோன்றினாலும் அவரால் பம்பாய்க்கு ஏற்பட்ட இழப்பு கணிசமானது.

வரதாபாய் போன்றோர் நடத்தும் கடத்தல்களால் பம்பாய் துறை முகத்துக்கும் பொருளாதாரத்துக்கும் வர்த்தகங்களுக்கும் ஏற்படும் சரிவைச் சாதாரண மக்களுக்கு எப்படிப் புரிய வைக்க முடியும்?

பவார் தெளிவாக இருந்தார். வரதாபாயின் சகாப்தத்தை முடித்து வைக்க முடியும். ஆனால் அவருடைய வேர்கள் ஆழமாக, அகலமாகப் பரவியிருக்கின்றன. முழு அரசாங்க இயந்திரமும் உதவினால் மட்டுமே வரதாபாயைக் களையெடுக்க முடியும்.

பவாருக்கு உதவ அரசாங்கம் முன் வந்தது. இத்தனை காலம் செயலற்றுக் கிடந்த காவல்துறை முதல் முறையாக விழித்துக் கொண்டது.

ஒன்று மட்டும் புரிந்தது பவாருக்கு. வரதாபாயை ஜாக்கிரதையாக அணுகவேண்டும். ஆனால் நிச்சயமாக அணுகியே ஆகவேண்டும்.

•

மிகச் சரியாக வரதாபாயின் ஆணி வேர் மீது கை வைத்தார் பவார்.

மாதுங்கா மார்க்கெட். வரிசை வரிசையாக போலீஸ் ஜீப்புகள் வந்து சேர்ந்தன. பிரும்மாண்டமான பிள்ளையார் சிலை அகற்றப்பட்டது. தோரணங்கள் கழற்றி எறியப்பட்டன. ஒரு சில நிமிடங்களில் மொத்த மைதானமும் சுத்தமாக துடைக்கப்பட்டது.

பதறிப் போன மார்க்கெட்வாசிகள் உடனடியாக எதிர்க்கத் துணிந்தனர்.

‘இது வரதாபாயோட இடம்.’

‘பிள்ளையாரை இப்படி தூக்கிட்டுப் போறீங்களே. இது நியாயமா?’

‘வரதாபாயோட இடத்தை நீங்க அபகரிக்கிறதை எங்களால பார்த்துக் கிட்டு இருக்க முடியாது.’

எதிர்பார்த்ததுதான்.

ஒரே ஓர் அறிவிப்பைதான் போலீஸ் வெளியிட்டது. ஆனால் அழுத்தமாக. ‘வரதாபாய்க்கு ஆதரவு கொடுக்கிறவங்க முன்னாடி வந்து நில்லுங்க. அவங்க அத்தனைப் பேரு மேலையும் நாங்க கேஸ் போடணும்.’

•

இண்டியா கேட்டுக்கு அருகே அமர்ந்திருந்தார் வரதாபாய்.

வாகனங்கள் சத்தத்துடன் அவரைக் கடந்து சென்று கொண்டிருந்தன. நேரம் கிடைக்கும்போது இங்கு வந்து அமர்ந்து கொள்வது அவருடைய வழக்கம். காலை மடக்கி அமர்ந்து புறாக்களை வேடிக்கைப் பார்ப்பார். சில மணி நேரங்கள் வரை கூட அப்படியே அமர்ந்து கொண்டிருப்பார்.

‘விநாயகர் சிலையை அள்ளிக்கிட்டுப் போய்ட்டாங்க வரதாபாய்.’

‘யாரும் எதுவும் கேட்கலியா?’ என்றார் வரதாபாய்.

‘நாங்க யாரும் அப்போ அங்கே இல்லை, பாய்.’

‘பஜார்ல இருந்தவங்க யாரும் எதுவும் கேட்கலியா?’

‘இல்லை. போலீஸ் பயமுறுத்திட்டாங்க.’

வரதாபாய் எதுவும் பேசவில்லை.

‘நாம விநாயகர் வெச்சிருந்த இடத்துல போலீஸ் செக்போஸ்ட் அமைச்சிருக்காங்க.’

எந்தவித அதிர்ச்சியையும் காட்டவில்லை வரதாபாய். ஒரு நிமிடம் கூட யோசிக்கவில்லை அவர். கரகரத்த குரலில் சொன்னார். ‘நாம எல்லாத்தையும் விட்டுடலாம்.’

மார்க்கெட்வாசிகள் போலீஸின் நடவடிக்கைக்கு எதிர்ப்புத் தெரிவிக் காமல், பயந்து விலகியபோதே தன்னுடைய சரிவு தொடங்கிவிட்டது என்பதை அவர் உணர்ந்துவிட்டார்.

மிக விரைவிலேயே வரதாபாய் கைது செய்யப்பட்டார். வழக்கு தொடரப்பட்டு விசாரணை நடந்தது. அவருக்கு எதிராக சாட்சியங்கள் இல்லை. தீர்ப்பு அவருக்குச் சாதகமாக அமைந்தது. பம்பாயிலிருந்து வெளியேறி சென்னை வந்து சேர்ந்தார் வரதாபாய். சென்னையில் மீண்டும் ஒரு முறை அவரைக் கைது செய்தார்கள். மீண்டும் பம்பாய். மீண்டும் விசாரணை. இந்த முறையும் போதிய சாட்சியங்கள் கிடைக்கவில்லை. மீண்டும் விடுதலை. சென்னை சாந்தோமிலுள்ள தனது வீட்டில் மாரடைப்பில் இறந்தபோது வரதாபாயின் வயது 67.

அப்பாடா வரதாபாயை ஒரு வழியாகப் பிடித்து ஒழித்துவிட்டோம் என்று காவல்துறை அமைதியாக இருக்க முடியவில்லை. காரணம், கடத்தல் முற்றிலுமாக ஒழியவில்லை. பம்பாய் மாறிவிடவில்லை. காவல்துறை தொடர்ந்து தவித்துக்கொண்டுதான் இருந்தது.

தாவூத் என்ற கடத்தல் மன்னன் அப்போதே உருவாகியிருந்தான்.

7. தாவூத்: குற்றம் செய்யப் பிறந்தவன்

உலகமே இருவரைத்தான் தீவிரமாகத் தேடிக்கொண்டு இருக்கிறது.

ஒருவர் குகைகளில் வாழ்ந்து கொண்டிருக்கிறார். அடிக்கடி தான் இருக்கும் குகையை மாற்றிக் கொண்டே இருக்கிறார். பாம்புகள் ஊர்ந்து செல்லும், பூச்சிகள் அலைந்து திரியும் இடத்தில் படுத்துத் தூங்குகிறார். அடிக்கடி அவருக்கு டயாலிஸிஸ் வேறு செய்யப் படுகிறது. ஆனால், அமெரிக்கா கண்களில் என்னென்ன வோ ஊற்றிக் கொண்டு தேடினாலும் அகப்படாமல் பதுங்கிக் கொண்டிருக்கும் அவர், ஒசாமா பின்லேடன்.

இன்னொருவர் இதற்கு நேரெதிர். இப்படி எல்லாம் கூட வசதிகள் இருக்குமா என வியக்க வைக்கும் மாளிகை. இரவெல்லாம் உயர் ரக மது, விலைமாதுகள், எல்லை யில்லா கேளிக்கை. பகல் வரை தூங்கிக் கண்விழிக்கும் போது, கட்டிலின் இருபுறமும் புதிது புதிதாகக் கன்னிப் பெண்கள்.

இந்த இரண்டாமவர் கராச்சியின் சுகபோக அரசனாக வாழ்ந்து கொண்டு இருக்கும் தாவூத் இப்ராஹிம். இரு வருமே உலக நாடுகள் பலவற்றின் முக்கிய குற்றவாளிகள் பட்டியலில் இருப்பவர்கள். இருவருக்கும் ஏராளமான சொத்துகள் உண்டு.

பின்லேடன் இயல்பாகவே தீவிர மதவாதி. கொள்கைத் தெளிவுள்ளவர். சித்தாந்தத்தால் உந்தப்பட்டவர். உலகின் நெம்பர் ஒன் தீவிரவாத அமைப்பான அல்காயி தாவின் தலைவர்.

தாவூத் மதவெறி ஊட்டப்பட்டவர். பணம் சம்பாதிப்பதே தாவூதின் கொள்கை. சித்தாந்தம், கோட்பாடெல்லாம்

கிடையாது. உலகின் நெம்பர் ஒன் போதைப் பொருள் கடத்தல்காரர். உலகில் நடக்கும் எழுபத்தைந்து சதவிகிதம் கடத்தல் தாவூதின் நெட்வொர்க் மூலமாகத்தான் நடக்கிறது. மிரளவைக்கும் கடத்தல் நெட்வொர்க் அது. முறைப்படி நடத்தப்படும், முறையில்லாமல் நடத்தப்படும் ஏராளமான சர்வதேச நிறுவனங்கள் தாவூதுக்குச் சொந்தம். ஆயுதங்கள், போதைப் பொருள்கள், தங்கக் கடத்தல் போன்றவையும், ரியல் எஸ்டேட்டும் தாவூத் செய்யும் முக்கியத் தொழில்கள். தாவூதின் டி-கம்பெனி (D Company) உலக அளவில் அதிக அரசியல் பலம் கொண்டதாகும்.

தாவூத் இப்ராஹிம், ஷேக் தாவூத் ஹசன், ஷேக் தாவூத் இப்ராஹிம் கஸ்கர் - இவையெல்லாம் தாவூத் இப்ராஹிமின் பிற பெயர்கள். 1993 தொடர் குண்டுவெடிப்புகளால் தான் சீரழித்த அதே பம்பாய், நகரின் ரத்னகிரி கடற்கரையோரப் பகுதியில் டிசம்பர் 26, 1955-ல் பிறந்தார்.

கொங்கனி இஸ்லாம் இனத்தைச் சேர்ந்த தாவூதுக்கு சிறுவயதெல்லாம் வறுமையாக மட்டுமே கழிந்தது. பம்பாயின் தெற்குப் பகுதியான முஸாஃபிர் கானாவின் (Musafir Khana), பாக்மோடியா தெருவில் (Pakmodia Street) பத்துக்கு பத்தடி உள்ள அறையொன்றில்தான், தாவூதின் பெருங்குடும்பமே வசித்தது. குடும்பத்தின் மூத்த பையன் தாவூத். சபீர், அனீஸ், நூரா, ஹுமாயுன், இக்பால், முஸ்டாக்கிம் (Mustaqim) என்ற ஆறு சகோதரர்களையும், சல்மா, ஹஸீனா, சைனாப் ஆகிய மூன்று சகோதரிகளையும் கொண்டவர்.

இப்ராஹிம் ஹசன், தன் மகன் பின்னாள்களில் உலகமே தேடும் நெம்பர் ஒன் கிரிமினலாக மாறுவான் எனச் சத்தியமாக நினைத்துப் பார்த்திருக்க மாட்டார். மும்பை குற்றவியல் காவல்துறையில் தலைமைக் காவலராகப் பணிபுரிந்தவர் அவர். அவருடைய வருமானம் பெரிய குடும்பத்தின் பசிக்கு, சோளப்பொறியாகத்தான் இருந்தது.

வீட்டின் ஏழைமை, குடும்பத்தை வெகுவாகப் பாதித்தது. தன்னால் இயன்ற வரை குழந்தைகளைப் படிக்க வைத்தார் ஹஸன். தாவூத் அப்போது ஆங்கிலப் பள்ளி ஒன்றில் ஒன்பதாம் வகுப்பு முடித்திருந்தான்.

அடுத்து? படிக்க வசதியில்லாத நிலை. குடும்பத்தின் மூத்த பையனாக சம்பாதித்தே ஆக வேண்டிய கட்டாயம். பத்தாம் வகுப்புக்குப் போகாமல் பள்ளியை விட்டு நின்றுவிட்டான். அவனுக்கு அடுத்த இளைய சகோதரனான சபீரும் பள்ளிப் படிப்பை நிறுத்த வேண்டிய கட்டாயத்துக்குத் தள்ளப்பட்டான். இருவரும் சேர்ந்து வேலை தேடும் முயற்சியில் இறங்கினார்கள்.

மும்பையின் சாலைகள் முழுவதும் அலைந்து திரிந்தார்கள். யாரும் வேலை கொடுக்கவில்லை. சிறுவர்கள். வேலை கிடைக்காத விரக்தி. பசி. ஏழைமை. மனம் தவறான பாதையில் யோசிக்க ஆரம்பித்தது. இந்தக் காலகட்டத்தில் பம்பாயில் வறுமையில் இருக்கும் சிறுவர்களை கிரிமினல்களாக மாற்றும் வேலைகள் 'நல்ல பதத்தில்' இருந்தது. அதற்கு தாவூதும் தப்பவில்லை.

திருடினால் என்ன? முயற்சி செய்து பார்க்கலாமே? தைரியத்தை வரவழைத்துக் கொண்டு, அதற்கான செயல்களில் இறங்கினார்கள். சின்னச் சின்னத் திருட்டு வேலைகளைச் செய்தார்கள். மாட்டிக் கொள்ளாமல் கவனமாக இருந்தார்கள். திருடும் கலை இரண்டு பேருக்குமே சுலபமாகக் கைவந்தது. அதில் கிடைக்கும் பணம் மயக்கம் தந்தது. திருட்டு வேலைகளை ருசி கண்ட பூனையாகத் தொடர ஆரம் பித்தனர். குடும்பத்தின் சூழலைப் புரிந்து கொண்ட ஹஸன், வருவாயைப் பெருக்க முயற்சி எடுத்த காலத்தில், எல்லாம் கை மீறிப் போயிருந்தது. தாவூத் எல்லை மீறிப் போயிருந்தான்.

தாவூதுக்குத் திருட்டுத் தொழிலைச் செய்யும் வேறு சிலருடன் பழக்கம் ஏற்பட்டது. கும்பலாகச் செயல்பட ஆரம்பித்தனர். திருட்டைத் தொடர்ந்து வழிப்பறி, வியாபாரிகளை மிரட்டிப் பணம் வசூலித்தல் என்ற அடுத்த கட்டத்தை நோக்கி முன்னேறினர். 'தாவூத் என்றாலே மற்றவர்கள் நடுங்குவர் என்று சொல்லும் அளவுக்குப் பெரும் பேட்டை ரவுடியாக உருவாக வேண்டும்' என்கிற லட்சியத்தோடு செயல்பட ஆரம்பித்தான் அவன்.

'இன்னும் பணம் சம்பாதிக்க வேண்டும். இன்னும் நிறைய. எப்படி? கடத்தல் தொழில் செய்தால் நிறையப் பணம் கிடைக்குமாமே! அதில் ஈடுபட்டால் என்ன?' - தாவூதின் மனம் யோசிக்க ஆரம்பித்தது.

கடத்தல் காண்டம் ஆரம்பமானது. மொஹாட்டா மார்க்கெட், மனீஷ் மார்க்கெட் போன்ற பகுதிகளில் கடத்தல் பொருள்களை விற்க ஆரம் பித்தனர். அதுவரை தாவூதின் திருட்டு உலகம், அதன் தொடர்புகள் மிகச் சிறியதுதான்.

டிசம்பர் 4, 1974-ல் தாவூத் மீது முதன்முதலில் போலீஸ் வழக்குப்பதிவு செய்தது. பட்டப்பகலில் ஒரு வியாபாரியைத் தன் கூட்டாளிகளுடன் சேர்ந்து வழிமறித்துக் கொள்ளையடித்ததற்காகக் கைது செய்யப் பட்டான். முதன்மை நீதிமன்றம் தாவூதுக்கும் கூட்டாளிகளுக்கும் சிறை தண்டனை விதித்தது. ஆனால் உயர் நீதிமன்றம் அவர்களை நிரபராதி எனத் தீர்ப்பளித்து விடுதலை செய்தது.

தன் மகன் குற்றவாளிக் கூண்டில் நிற்பதை அவரது தந்தையால் சகித்துக் கொள்ள முடியவில்லை. ஆனால், எல்லாமே எல்லை மீறிப்

போயிருந்ததால், ஹஸனால் ஒரு போலீஸ்காரத் தந்தையாக, வருத்தப் படுவதைத் தவிர வேறொன்றும் செய்ய இயலவில்லை. பெரிய அளவில் குற்றங்கள் புரியாவிட்டாலும் அந்தக் காலகட்டத்தில் மும்பையின் நிழலுலகம் தாவூத் மீது படர்ந்தே இருந்தது. அதனால், ஏதாவது அவசர சமயங்களில் போலீஸ் தேடி வந்து கைது செய்யும் ஸ்டேட்டஸ் தாவூதுக்குக் கிடைத்தது.

எமர்ஜென்சிக் காலகட்டத்தில், மிஸா சட்டத்தின் கீழ் தாவூத் சிறையில அடைக்கப்பட்டான். மிஸா பலரது வாழ்க்கையைத் தலைகீழாகத் திருப்பி யிருக்கிறது. திசை மாற்றியிருக்கிறது. நல்ல விதமாகக் கூட. ஆனால் தாவூதின் அடுத்த கட்ட வளர்ச்சிக்கு அந்தச் சிறைவாசம்தான் வழிவகுத்தது.

ஹாஜி மஸ்தான், யூசுஃப் பட்டேல். இருவருமே அந்தச் சிறையில்தான் அப்போது அடைக்கப்பட்டிருந்தார்கள். இருவருமே மிகப் பெரிய அளவில் தங்கம் மற்றும் வெள்ளிக் கடத்தல்களில் நீண்ட காலமாக ஈடுபட்டிருந்தவர்கள். இருவருக்குமே வயதாகத் தொடங்கியிருந்தது. கடத்தல் தொழிலில் இருந்து, வி.ஆர்.எஸ். வாங்கி விடலாமா என இருவருமே யோசித்துக் கொண்டிருந்த போது, சிறையில் தாவூதின் நடவடிக்கைகள், பேச்சு, செயல்திறன், புத்திக்கூர்மை, பழகும்விதம், வலிமை, மனஉறுதி போன்றவை அவர்களைக் கவர்ந்தன. தங்களுக்குப் பின் தங்கள் இடத்தை இட்டு நிரப்ப, தாங்கள் விட்டுப் போகும் தொழிலைத் தொடர மிகச் சரியான ஆள் தாவூத்தான் எனக் கணக்கிட்டனர்.

தாவூதுக்கு சிறையிலேயே பாடம் ஆரம்பமாயிற்று. சூட்சுமங்கள், கடத்தல் சூத்திரங்கள் என தங்கள் அனுபவங்கள் எல்லாவற்றையும் தாவூதின் மண்டைக்கு ஏற்றினர். பிடித்த பாடமாதலால், தாவூதும் மிக சுவாரசியமாகவே கற்றுக் கொண்டான்.

சிறையிலிருந்து வெளியே வரும்போது தாவூத் கடத்தல்காரன் என்ற புது அவதாரம் எடுத்திருந்தான். புதிதாக ஏதும் நிர்மாணிக்க அவசிய மில்லை. ஏற்கெனவே அமைக்கப்பட்டிருந்த நெட்வொர்க். அதனைத் தன் சாதுர்யத்தால் மிகச் சிறப்பாகப் பயன்படுத்தினான். குறுகிய காலத்திலேயே மும்பை கடத்தல் உலகில் தவிர்க்க முடியாத புள்ளியாக தாவூத் மாறினான். அவனது நேரடிப் பார்வையில் கடத்தல் தொழில் ஜெட் வேக வளர்ச்சி அடைந்தது. தாவூதின் எல்லையும் விரிவாகிக் கொண்டே போனது. பிற கடத்தல்காரர்களின் எல்லையையும் தனதாக்கிக் கொள்ள ஆரம்பித்தான். நிழலுலகத்தில் ஏற்கெனவே பழம் தின்று கொட்டை போட்டிருந்த முதல் தலைமுறை தாதாக்கள் கூட தாவூதின் அசுர வளர்ச்சியை அதிர்ச்சியுடனேயே நோக்கினர்.

அவர்களில் ஒருவர் அப்துல் கரீம் லாலா. முன்பே பார்த்த மும்பையின் முதல் தலைமுறை டான். ஆப்கனிஸ்தானைச் சேர்ந்த அப்துல் கரீம் லாலா, பதான் இனத்தைச் சேர்ந்தவர். இவ்வினத்தைச் சேர்ந்த பலர் மும்பையில் வட்டிக்குக் கடன் கொடுக்கும் தொழிலில் ஈடுபட்டு வந்தனர். கரீம் லாலா மட்டுமே வழி மாறி வந்தவர்.

தனக்கு எதிராக தாவூத் வளர்வது, கரீம் லாலாவுக்குக் கோபத்தை ஏற்படுத்தியது. 'பொடிப்பயல், தெருத் தெருவாகச் சுற்றி திருட்டு வேலை செய்த பொடியன். இப்போது எனக்கே போட்டியாக வருகிறானா? ரவுடித்தனம், வழிப்பறி செய்து வந்தவன் என் அடி மடியிலேயே கைவைப்பதா?' என்று வெகுண்டெழுந்த கரீம் லாலா, தன் சகோதரி மகன் சமத் கான் தலைமையில் தாவூதை ஒழிக்க ஒரு கும்பலை அனுப்பி வைத்தார்.

நிழலுலகப் போர் எனக் கூறுமளவுக்கு இரண்டு கும்பல்களுக்கும் இடையே கடுமையான சண்டை நடந்தது. இருபுறமிருந்தும் ஏகப்பட்ட துப்பாக்கிக் குண்டுகள் பாய்ந்தன. தாவூதும் கடுமையான தாக்குதலைச் சந்திக்கவேண்டியிருந்தது. ஒரு கட்டத்தில் உயிர் பிழைப்பதற்காகத் தப்பித்து ஓடினான். கடுமையான காயங்கள். அதிலிருந்து தாவூத் பிழைத்ததே பெரும் ஆச்சரியம்.

1979-ல் தாவூத் அந்நியச் செலாவணி, கடத்தல் தடுப்புச் சட்டத்தின் கீழ் (Conservation of Foreign Exchange Prevention of Smuggling Act - COFEPOSA) கைது செய்யப்பட்டு புனேவிலுள்ள எரவாடா சிறையில் அடைக்கப்பட்டான். விரைவில் விடுதலையானான். 1980-ல் மற்றொரு வழக்கில் கைதானான். சில நாள்களில் விடுதலை செய்யப்பட்டான். அதே நேரத்தில் தாவூதுக்கும் கரீம் லாலா கோஷ்டியினருக்குமான மோதல் தொடர்ந்து கொண்டேதான் இருந்தது.

ஹாஜி மஸ்தான், இரண்டு கோஷ்டிகளுக்குமிடையே சமாதானத்தை வரவழைக்க முயன்றார். ஆனால் பலனேதும் இல்லை. ரத்தம் சிந்திக் கொண்டேதான் இருந்தது.

1981 ஜனவரியில் தாவூதை அதிபயங்கர கொலைகாரனாக மாற்றும் படியான ஒரு சம்பவம் நடந்தது. 1981 ஜனவரியில், ஜட்டா சகோதரர்கள் என்றழைக்கப்படும் ஆலாம்செப் மற்றும் அமீர் ஜட்டா ஆகியோர் தாவூதின் சகோதரர் சபீரைப் பின் தொடர்ந்து வந்து பிரபாதேவி என்ற இடத்தில் ஒரு பெட்ரோல் பங்கின் அருகில் சுற்றி வளைத்துச் சுட்டுக் கொன்றனர். இதைத் தொடர்ந்து தாவூத் மீதும் கொலை முயற்சி நடத்தப் பட்டது. அதிலிருந்தும் தாவூத் தப்பினான். ஆனால் கொலைவெறி அவன் தலைக்கேறியது. அதுவரை தாவூத் கொலை செய்ததில்லை. ஜட்டா சகோதரர்கள் மும்பையிலிருந்து குஜராத்துக்கு ஓடி ஒளிந்தனர்.

தாவூத் விடவில்லை. ஒவ்வொரு மாநிலமாகத் தேடினான். 1983-ல் ஆலம்செப் தானேவிலும் அகமதாபாத்திலும் தாவூதைத் தீர்த்துக் கட்ட முயற்சி செய்தான். இரண்டு முயற்சிகளுமே தோல்வியடைந்தன. அப்போது ஜட்டா சகோதரர்களின் பின்னணியில் இருந்தது கரீம் லாலாவின் சகோதரி மகனான சமத் கான். கரீம் லாலாவின் வலது கரம்.

தாவூதின் வளர்ச்சியைத் தடுக்க கரீம் லாலா ஏவியிருந்த ஏவுகணைதான் சமத் கான். பலமுறை சமத் கான், தாவூதைத் தீர்த்துக் கட்ட முயற்சிகள் செய்தான். ஆனால் அதிர்ஷ்டம் தாவூதின் பக்கமிருந்தது. 1982-ன் இறுதியில் சமத் கானின் இறுதி நாள் குறிக்கப்பட்டது. தாவூத் ஆள்கள் சமத் கானைக் கண்காணித்துக் கொண்டே இருந்து தகவல்கள் அனுப்பினர். எல்லா இடங்களுக்கும் தக்க பாதுகாப்போடு செல்லும் அவன், ஆசை நாயகியின் வீட்டுக்கு மட்டும் குறைவான பாதுகாப் போடு செல்வதாக தாவூதுக்கு தகவல் சென்றது.

அக்டோபர் 4, 1982. வழக்கம் போல் கிராண்ட் சாலையில் இருக்கும் தன் ஆசை நாயகியின் வீட்டுக் கதவைத் தட்டினான் சமத் கான். கதவு திறக்கப்பட்ட வேகத்தில் தாவூதின் துப்பாக்கியில் இருந்து குண்டுகள் பாய ஆரம்பித்தன. சமத் உடம்பில் முப்பத்தியிரண்டு குண்டுகள் பாய்ந் திருந்ததாகப் பிரேதப் பரிசோதனை அறிக்கை கூறியது.

தாவூதின் அடுத்த குறி அமீர் ஜட்டா. அப்போது ஒரு வழக்கில் போலீ ஸாரால் கைது செய்யப்பட்டு அமீர் ஜட்டா சிறையில் அடைக்கப் பட்டிருந்தான். அங்கேயே அவன் கதையை முடிக்க தாவூத் ஏற்பாடு செய்தான். முடியவில்லை. அமீரை நீதிமன்ற விசாரணைக்காக போலீஸ் அழைத்து வரும்போது வளாகத்திலேயே கொல்லத் திட்டம் போட்டான்.

அதற்காக தாவூத் தேர்ந்தெடுத்த நபரின் பெயர் டேவிட் பர்தேசி. சிறிய அளவில் ரௌடித்தனம் செய்து கொண்டிருந்தவன். 1983-ல் ஒரு கொலை செய்வதற்கான சன்மானத் தொகை ஐநூறு ரூபாயிலிருந்து ஐந்தாயிரம் ரூபாய் வரை இருந்தது. ஆனால் பர்தேசி அந்தக் காரியத்தை முடிக்க, தாவூத் கொடுப்பதாகச் சொன்ன தொகை ஐம்பதாயிரம் ரூபாய். தாவூதின் வீட்டிலேயே பர்தேசிக்குத் துப்பாக்கிப் பயிற்சி, கையெறி குண்டுகள் வீசுவதற்கான பயிற்சி அளிக்கப்பட்டது. செம்டம்பர் 6, 1983-ல் நீதிமன்ற வளாகத்தில் பர்தேசி காரியத்தைக் கச்சிதமாக முடித்தான். கைது செய்யப்பட்டான்.

1983-ல் தாவூத் மீண்டும் அந்நியச் செலாவணி, கடத்தல் தடுப்புச் சட்டத்தின் கீழ் கைதானான். அதே ஆண்டு ஆகஸ்ட் 21-ல் விடுதலை யானான். அடுத்து ஒரு கொலை வழக்கில் சிக்கிக் கைதானான். சில மாதங்கள் சிறையில் இருந்துவிட்டு இருபதாயிரம் ரூபாய் ஜாமீன் தொகை கட்டிவிட்டு வெளியே வந்தான்.

இப்படியே உள்ளே வெளியே விளையாட்டு நடந்து கொண்டிருந்தால், பெரிய அளவில் சம்பாதிக்க முடியாதே? இந்தியாவில் இருக்கும் வரை போலீஸ் நம்மை மாற்றி மாற்றி வெவ்வேறு வழக்குகளுக்காக கைது செய்து கொண்டேதான் இருக்கும் என்று எண்ணிய தாவூத், இந்தியாவை விட்டு வெளியேறத் திட்டம் போட்டான்.

அப்போது தாவூதுக்கு முதலில் நினைவுக்கு வந்த நபர் ஹாஜி அஷ்ரப். லாலு ஜோகி என்ற சகா மூலம் அறிமுகமானவன். 1983 ஆகஸ்டில் ஒரு வழக்கில் தாவூத் வெளியே வந்தபோது துபாயைச் சேர்ந்த அஷ்ரப்பைச் சந்தித்திருந்தான். அஷ்ரப், துபாய்க்கு வந்து தொழில் செய்ய தாவூதுக்கு அழைப்பு விடுத்திருந்தான்.

ஜாமீனில் வெளிவந்திருப்பதைப் பொருட்படுத்தாமல் மே 4, 1984-ல் துபாய்க்குத் தப்பிச் சென்றான் தாவூத். துபாய் அவனது வாழ்வை திசை மாற்றியது. கடத்தல் தொழிலை நிலைநிறுத்தினான். புதிது புதிதாகத் திட்டங்கள் தீட்டி மிகப்பெரும் அளவில் வளர்ந்தான். தன் பழைய கூட்டாளிகளை ஒன்றிணைத்தான். மும்பையில் பிரபல கிரிமினல் களான பால் தாகூர், சோட்டா ராஜன், கிம் பஹதூர் தாபா, சரத் ஷெட்டி, கலித் பெல்வான், சோட்டா ஷகீல் போன்றவர்களைத் திரட்டி, கடத்தல் நெட்வொர்க்கை மிகப் பெரிய அளவில் விரிவுபடுத்தினான். தங்கம், வெள்ளி, துணி வகைகள், எலக்ட்ரானிக் பொருள்கள் என தாவூத் கடத்தாத பொருள்களே இல்லை. பல தேசத்து நிழல் மனிதர்களின் நம்பிக்கைக்குரிய கடத்தல்காரனாக உருவானான் தாவூத்.

தாவூதின் தொழில்கள் டி-கம்பெனி (D-Company) என்ற பெயரில் நடந்தன. பல்வேறு தொழில் செய்பவர்களிடமிருந்து 'பாதுகாப்புக் கட்டணம்' வசூலித்தார்கள். பல்வேறு தரப்பினர் இடையே எழும் தகராறுகளை பெரும் தொகை வாங்கிக் கொண்டு தீர்த்து வைத்தார்கள். மிரட்டல், கடத்தல், பணம் பறித்தல் என நிழலுலகின் எல்லா பரிமாணங்களிலும் டி-கம்பெனி வளர்ந்தது.

ஆகவே தாவூத் பல நாடுகளில் பல தொழில்களில் முதலீடு செய்ய ஆரம்பித்தான். ஐக்கிய அரபு எமிரேட்ஸ், கனடா, ஆஸ்திரேலியா, இந்தியா மற்றும் மேற்கத்திய நாடுகள் சிலவற்றிலும் முதலீடு செய்து, பெரிய ஹோட்டல்கள், தங்கும் விடுதிகள், சூதாட்ட விடுதிகள் போன்றவற்றை ஆரம்பித்தான். மத்திய ஆசியக் குடியரசு ஒன்றில் இயங்கும் குறிப்பிட்ட விமானக் கம்பெனி ஒன்றை டி-கம்பெனிதான் பணம் கொடுத்து ஆரம்பிக்கச் சொன்னதாகக்கூடத் தகவல்கள் உண்டு.

1992-ல் தாவூதின் மாத வருமானம் இருபது கோடி என்று ஒரு புள்ளிவிவரம் இருக்கிறது.

•

1987-ல் மும்பை நிழலுலக தாதாக்களில் ஒருவனான ரமா நாயக் என்பவன் காவல் துறையால் சுட்டுக் கொல்லப்பட்டான். இதற்குக் காரணம் தாவூத்தான் என்று இன்னொரு தாதாவான அருண் காவ்லி நினைத்தான். அவன் அந்தக் குழுவில், ரமா நாயக்குக்கு அடுத்த நிலைத் தலைவனாக இருந்தவன். இரு கும்பல்களுக்குமிடையே மோதல் வெடித்தது. தொடர்ந்தது. இருபுறமும் பல தலைகள் விழுந்தன.

1992-ல் அருண் காவ்லி உத்தரவின் பெயரில் ஹல்டங்கர் கோஷ்டியினர் தாவூதின் சகோதரி ஹஸீனாவின் கணவர் இப்ராஹிம் பார்க்கரை தெற்கு மும்பையிலுள்ள நாக்டாவில் கொன்றனர். தாவூதுக்கு வெறி தலைக் கேறியது. வெகு விரைவிலேயே தாவூத் பதிலடி கொடுத்தான்.

செப்டம்பர் 12 அன்று, ஹல்டங்கரும் அவனது சகாவும் உடல் நலக் குறைவால் ஜே.ஜே. மருத்துவமனையில் அனுமதிக்கப்பட்டபோது, தாவூதின் கோஷ்டியினரான சுபாஷ் சிங் தாகூர், சுனில் சவாந்த் ஆகியோர் அதிரடியாக மருத்துவமனைக்குள் புகுந்து, ஏகே 47 துப்பாக்கிகளால் அவர்களைக் கொன்றனர். பழிவாங்க நினைத்து விட்டால் தாவூத் அதனை நிறைவேற்றாமல் விடுவதில்லை.

தாவூதுக்குக் கடத்தல், குண்டுவெடிப்பு, சினிமா தயாரிப்பு தவிர, மக்களின் உணர்வுகளோடு ஒன்றிவிட்ட கிரிக்கெட் போட்டிகள் மீதும் ஈர்ப்பு உண்டு. கிரிக்கெட் பார்க்கிற ஈர்ப்பு அல்ல அது. தன் விருப் பத்துக்கு ஏற்றவாறு போட்டியின் முடிவையே மாற்றி அமைக்கக்கூடிய அளவுக்கு செல்வாக்கு உள்ளவன் தாவூத்.

இந்தியா, பாகிஸ்தான், வங்கதேசம் போன்ற பல நாடுகளைச் சேர்ந்த கிரிக்கெட் வீரர்களுடன் நட்பை ஏற்படுத்திக் கொண்டு, அதன்மூலம் மேட்ச் ஃபிக்சிங் என்கிற விஷயத்தை மிகத் திறமையாக அணுகினான். இந்தியா, பாகிஸ்தான் இடையே நடந்த பல போட்டிகளின் வெற்றி தோல்வியை தாவூத் மாற்றி அமைத்துள்ளதாக லண்டனைச் சேர்ந்த 'தி அப்சர்வர்' என்கிற பத்திரிகை தெரிவிக்கிறது.

இதுபோன்ற கிரிக்கெட் போட்டிகளின் முடிவை மாற்ற தாவூத் இரண்டு கோடிக்கு மேல் முதலீடு செய்வதாகவும், அதனால் அவனுக்கு அதைவிட இரண்டு மடங்கு லாபம் கிடைப்பதாகவும் லண்டனைச் சேர்ந்த நியூஸ் ஆஃப் தி வேர்ல்ட் பத்திரிகை தெரிவிக்கிறது. இந்தியாவில் இருக்கும் முகமது அஸாருதீன், அஜய் ஜடேஜா, பாகிஸ் தானைச் சேர்ந்த பல கிரிக்கெட் வீரர்கள் தாவூதின் நட்பினாலோ அல்லது வற்புறுத்தலாலோ இந்த மேட்ச் ஃபிக்சிங்கில் ஈடுபட்டதாகத் தகவல்கள் வெளியாகின. கோடிக்கணக்கில் பணம் புழங்கும் எந்தத் துறையிலும் நுழைந்து அதில் தாதாவாக மாற தாவூத் எப்போதுமே தயாராகவே இருந்தான்.

அதுவரை பணத்துக்காக மட்டுமே இயங்கிவந்த தாவூதை மதத்தின் பக்கம் இழுத்துக் கொண்டு சென்ற அந்தச் சம்பவம் டிசம்பர் 6, 1992 அன்று நிகழ்ந்தது. அயோத்தியில் ராமர் கோயில் இடிக்கப்பட்டது.

8. பாபரும் பம்பாயும்

டிசம்பர் 6, 1992.

பொழுது விடிவதற்குள்ளேயே பம்பாய் நகரைப் பதற்றம் தொற்றிக் கொண்டிருந்தது.

டீ ஸ்டால், சலூன், பேப்பர் கடை, பால் பூத் என்று காலை நேரத்து பிஸியான ஏரியாக்கள் அனைத்திலுமே கும்பல் கும்பலாக நின்று பொதுமக்கள் பேசிக் கொண்டிருந் தார்கள். ஒரே இரைச்சலாக இருந்தது.

ஒரு பக்கம் காரசார விவாதம். இன்னொரு பக்கம் அடுத்த வருக்கே கேட்காத வகையில் குசுகுசு பேச்சு. விஷயம் தெரிந்தவர்கள் விவாதத்தில் கலந்து கொண்டார்கள். விஷயம் தெரியாதவர்கள் மூக்கை நுழைக்கலாமா, வேண்டாமா என்று குழப்பிக் கொண்டே, 'நமக்கேன் வம்பு' என்று நடையைக் கட்டினார்கள்.

நொடிக்கு நொடி பரபரப்பு எகிறிக் கொண்டே இருந்தது.

ஹிந்துத்துவ அமைப்புகளின் கரசேவகர்கள் அன்று அயோத்தி சென்று ராமருக்குக் கோயில் கட்டும் பணி களைத் தொடங்க இருந்தார்கள்.

மசூதி இருக்கும் இடத்தில் கோயில் கட்டும் திட்டம். எனவே மசூதி இடிக்கப்படவேண்டுமென்பது செயல் திட்டம்.

அயோத்தியில் பாரதிய ஜனதா, சிவசேனா, விசுவ ஹிந்து பரிஷத், பஜ்ரங்தள் உள்ளிட்ட அமைப்புகளைச் சேர்ந்த கரசேவகர்கள் எல்லோருமாகச் சேர்ந்து பாபர் மசூதியை இடித்துத் தரைமட்டமாக்கிவிட்ட செய்தி பம்பாயை எட்டியபோது அப்பெருநகரின் முகம் மாறத் தொடங்கியது.

விறுவிறுவென கடைகள் மூடப்பட்டுக் கொண்டிருந்தன. பலர் கிடைத்த ஆட்டோவில், ரிக்ஷாவில் ஏறி அவரவர் வீட்டுக்குப் பறந்து கொண்டிருந்தனர். எதுவும் கிடைக்காதவர்கள் ஓட்டமும் நடையுமாக வீடு நோக்கிச் சென்று கொண்டிருந்தனர்.

'என்னா பாய், நம்ம பசங்க முடிச்சுட்டாங்க பார்த்தீங்களா!'

இப்படித்தான் வாய்ச்சண்டையாக ஆரம்பித்தது.

முஸ்லிமுக்கு ஆதரவாக இன்னொரு முஸ்லிம் வர, இந்துவுக்கு ஆதரவாக இன்னொருத்தர் வர, சண்டை கொஞ்சம் கொஞ்சமாகப் பெரிதாகிக் கொண்டே போனது.

மாலை மணி ஆறை நெருங்கிக் கொண்டிருந்தது. அப்போது சுமார் முந்நூறு பேர் சைக்கிளில் ஊர்வலமாக வந்து கொண்டிருந்தார்கள். அவர்களுடைய உடை, தலையில் கட்டியிருக்கும் துண்டு இவற்றை வைத்துப் பார்த்தால் சிவசேனைத் தொண்டர்கள் போல இருந்தார்கள்.

அந்தக் கும்பல் நேராகச் சென்றது ஒரு பொதுக்கூட்டத்துக்குத்தான். இவர்கள் அந்த இடத்தை நெருங்கும்போது ஏற்கெனவே ஏகப்பட்ட பேர் குழுமி இருந்தார்கள். சலசலப்பு மிகுதியாக இருந்தது. எல்லோர் முகத்திலும் ஏதோ ஓர் செயற்கரிய சாதனையைச் செய்துவிட்டது போன்ற மலர்ச்சி.

கூட்டம் ஆரம்பிக்கும்போது லேசாக இருட்ட ஆரம்பித்திருந்தது. முதலில் மைக் பிடித்தவர் பாபர் மசூதியை இடித்தது தொடர்பாகத் தனது மகிழ்ச் சியைத் தெரிவித்துப் பேசிவிட்டு இறங்கினார்.

அடுத்தவர் பேசும்போது, முஸ்லிம்களை லேசாகத் தொட்டுப் பேசப் போக, கூட்டத்தில் பலத்த கைதட்டல். கூட்டத்தில் இருந்து வந்த கைதட்டலின் டெஸிபல் எகிறியது அடுத்தடுத்து பேச வருபவர்களை உசுப்பேற்றிக் கொண்டே வந்தது.

கைதட்டல் தந்த உற்சாகத்தில் அடுத்தடுத்து பேசியவர்கள் கொஞ்சம் காட்டமாகவே வார்த்தைகளை உதிர்க்க ஆரம்பித்தனர். விஷயத்தின் விபரீதம் தெரியாமல் அல்லது தெரிந்தே. உற்சாக மிகுதியில் முஸ்லிம் களின் பொறுமையைச் சோதிக்கும் வகையில் பேச ஆரம்பித்தனர். மேடையில் இருந்த மற்ற தலைவர்கள் இதைத் தடுக்காமல் இருக்கவே விஷயம் விபரீதமாகிக் கொண்டே போனது.

இந்தக்கூட்டம் குறித்து முஸ்லிம்கள் இருக்கும் பகுதியில் யாரோ பேசப்போக, விஷயத்தைத் தெரிந்து கொண்ட முஸ்லிம்கள் பொதுக் கூட்டம் நடக்கும் இடத்துக்கு வந்தனர்.

அப்போதும் பொதுக்கூட்டம் நடந்து கொண்டே இருந்தது. அதில் வெளிப்பட்ட வீரியமிக்க வாசகங்கள் மிகவும் வன்முறையைத் தூண்டும் வகையில் இருந்தன. ஒரு கட்டத்துக்கு மேல் இந்தப் பேச்சை சகிக்க முடியாத முஸ்லிம்கள் கூட்டத்தில் இருந்தவர்களுடன் வாக்கு வாதத்தில் ஈடுபட ஆரம்பிக்கின்றனர். பேச்சுவார்த்தை முற்றி தள்ளு முள்ளு, கைகலப்பு என்று விவகாரம் விஸ்வரூபம் எடுக்க ஆரம்பித்தது.

அடுத்து நடக்க இருந்த அனைத்து மதக்கலவரச் சம்பவங்களுக்கும் இந்த பொதுக்கூட்டம்தான் பிள்ளையார் சுழி போட்டது.

●

முஸ்லிம்கள் அதிகம் வாழும் பகுதிகளில் கற்களை வீசினான் ஓர் இளைஞன். அவன் கொடுத்த தைரியத்தில் பக்கத்தில் இருந்த வீடு மற்றும் கடைகளுக்கு நெருப்பு வைக்க கையில் தீவட்டியுடன் ஓடி வந்தது ஒரு கூட்டம். நினைத்ததைச் செய்து முடித்தது அந்தக் கூட்டம். வீட்டுக்குள் இருந்தவர்கள் அலறியடித்துக் கொண்டு வெளியே ஓடி வந்தனர்.

வீட்டுக்கு நெருப்பு வைத்துவிட்டார்களே என்ற ஆத்திரத்தில் தீவைத்த வர்களைத் தாக்கத் தொடங்கினர் முஸ்லிம்கள். இருதரப்புக்கும் இடையே கடுமையான மோதல் ஆரம்பித்துவிட்டது. இந்துக்களை அடித்துவிட்டார்கள் என்று ஒரு பக்கமும், முஸ்லிம்களைத் தாக்கி விட்டனர் என்று இன்னொரு பக்கமும் செய்திகள் பரவத் தொடங்கின.

ஒருவருக்கொருவர் அடித்துக் கொண்டு வீடுகளுக்குத் தீவைத்தது போக, இப்போது அடுத்தக் கட்டத்துக்கு வந்துவிட்டனர் அவர்களின் அடுத்த குறி வழிபாட்டுத் தலங்கள்தான். மசூதிக்கு ஒரு கும்பல் நெருப்பு வைக்க, பதிலுக்கு, கோயிலில் ஒரு கும்பல் நெருப்பு வைத்தது. கொஞ்சம் கொஞ்ச மாக இந்த நடவடிக்கைகள் அதிகரிக்கத் தொடங்கியது. விடிய விடிய வன்முறை வெறியாட்டம்தான். மறுநாள் மும்பையே பற்றி எரிந்து கொண்டிருந்தது.

மசூதி இடிக்கப்பட்ட சோகத்தில் முஸ்லிம்கள் இருந்தனர். இந்தச் சூழ்நிலையில் அதை மகிழ்ச்சியாகக் கொண்டாடும் வகையில் மும்பையில் மிகப் பெரிய ஊர்வலம் ஒன்றுக்கு ஏற்பாடு செய்தது சிவசேனா. ஏகப்பட்ட தொண்டர்கள் ஓரிடத்தில் குழுமத் தொடங்கினர். நேரம் செல்லச் செல்ல எப்போது என்ன நடக்குமோ என்ற பதற்றம் அதிகரித்தது. இந்த ஊர்வலத்தில் சிவசேனா மட்டுமின்றி பா.ஜ.க. பஜ்ரங்தள், வி.ஹெச்.பி. உள்ளிட்ட பல்வேறு இந்து அமைப்புகளின் தலைவர்களும் கலந்து கொண்டனர்.

இந்த ஊர்வலம் தொடங்குவதற்கு முன்னரே சிவசேனைத் தொண்டர்கள் ஓரிடத்தில் கூடி விரிவாக ஆலோசனை நடத்தி முடித்திருந்தனர். அந்தக்

கூட்டத்தில் அடுத்தடுத்து சிவசேனா எப்படி நடந்து கொள்வது, என்ன மாதிரியான நடவடிக்கைகளை எடுப்பது, எங்கெங்கு கூட்டங்களை நடத்துவது, என்ன மாதிரி பேசுவது, முஸ்லிம்களை எப்படித் தாக்குவது, அவர்கள் தாக்கினால் எப்படி திருப்பித் தாக்குவது உள்ளிட்ட அனைத்து அம்சங்கள் குறித்தும் விரிவாக விவாதித்தனர். ஊர்வலத்தின் பாதை எப்படி இருக்கவேண்டும் என்பதையும் திட்டமிட்டு விட்டனர். அந்தப் பாதையில் முஸ்லிம்கள் வசிக்கும் தெருக்கள் அதிக அளவில் இருந்தது காவல்துறையின் ரத்தக்கொதிப்பை எகிற வைத்திருந்தது.

ஊர்வலம் ஆடம்பரமாக ஆரம்பித்தது. பெரிய அளவில் தொண்டர்கள் கூடியிருந்ததால் பிரும்மாண்டமாகவே இருந்தது. அதில் எழுப்பப்பட்ட கோஷங்கள் விண்ணைப் பிளந்ததோ இல்லையோ, முஸ்லிம்களின் மனத்தைப் பிளந்தது. மசூதி இடிக்கப்பட்டிருந்த சூழ்நிலையில் இப்படிப்பட்ட ஊர்வலத்தைத் தடுத்து நிறுத்தாமல் காவல்துறையினர் வெறுமனே கையைக் கட்டிக்கொண்டு பாதுகாப்பு கொடுத்ததை முஸ்லிம் களால் ஜீரணித்துக் கொள்ளவே முடியவில்லை. மசூதிகளில்கூடி அடுத்து என்ன செய்வது என்று ஆலோசிக்கத் தொடங்கினர்.

ஊர்வலத்தில் சென்ற சிவசேனையினர் உச்சரித்த கோஷங்கள் முஸ்லிம் களின் உணர்வுகளைத் தூண்டிவிட்டன. ஆனாலும் அவர்களால் பெரிய அளவில் தங்களுடைய எதிர்ப்பைக் காட்ட முடியவில்லை. ஆனாலும் கூட, சில முஸ்லிம் தலைவர்கள், அமைதியான முறையில் தமது எதிர்ப் பினைப் பதிவு செய்ய வேண்டும் என்று கூறினர். இதையடுத்து முஸ்லிம் அமைப்புகள் சார்பாக ஊர்வலம் ஒன்றுக்கு ஏற்பாடு செய்யப்பட்டது.

இதற்கும் பெரிய அளவில் மக்கள் திரள ஆரம்பித்தனர். காவல் துறையினர் இதற்கும் பாதுகாப்புக்கு நின்றனர். கூட்டம் அமைதி யாகத்தான் சென்று கொண்டிருந்தது. இதற்குள் இந்துக்களுக்குப் போட்டியாக முஸ்லிம்கள் ஊர்வலம் நடத்துகின்றனர். அப்போது அவர்கள் இந்துக்களைத் தாக்குவதற்கு வாய்ப்புகள் இருக்கிறது என்று வதந்தி கிளம்ப, அப்படி முஸ்லிம்கள் தாக்கினால் திருப்பித் தாக்கு வதற்கு இந்து அமைப்பினரும் தயார் நிலையில் இருந்தனர்.

திடீரென வழியில் வந்த சிவசேனைத் தொண்டர் ஒருவர் முஸ்லிம்களின் ஊர்வலத்தைக் கேலி செய்ய, பதிலுக்கு ஊர்வலத்தில் வந்த ஒருவர் எதிர்க்குரல் கொடுக்க, சண்டை ஆரம்பித்துவிட்டது. இரு தரப்பு இளைஞர்களும் கடுமையாக மோதிக் கொள்ள ஆரம்பித்தனர். பலருக்கு மண்டை உடைபட்டது. கட்டை, கம்பி போன்ற ஆயுதங் களால் ஒருவரை ஒருவர் மூர்க்கத்தனமாக தாக்கிக் கொண்டனர்.

நிலவரம் கலவரமாகப் போய்க் கொண்டிருந்த நிலையில் அடுத்த இடி மும்பையைத் தாக்கியது.

அன்று நள்ளிரவு நிர்மல் நகர் பகுதியில் விநாயகர் சிலை ஒன்று உடைக் கப்பட்டதாக யாரோ புரளியைக் கிளப்பிவிட, இது பிரச்னையின் உஷ்ணத்தை மேலும் தீவிரப்படுத்திவிட்டது. தாக்குதலில் ஈடுபட்ட வர்களின் எண்ணிக்கை அதிகரித்துக் கொண்டே போனது. நிலைமை விபரீதமாகிக் கொண்டே போவதை உணர்ந்த காவல்துறை அப்பொழுதுதான் களத்தில் இறங்கவே முடிவெடுத்தது.

களமிறங்கியது என்று சொன்னது உண்மைதான். கலவரத்தை அடக்கு கிறோம் என்ற பெயரில் கண்ணில் பட்டவர்களை எல்லாம் கண்மூடித் தனமாகத் தாக்க ஆரம்பித்தது. கையில் வைத்திருக்கும் லத்தியை கன்னா பின்னாவென்று சுழற்றியது. இந்தத் தடியடிப் பிரயோகத்தால் கலவரக் காரர்களோடு சேர்த்து பொதுமக்கள் பலரும் காயமடைந்தனர். வலி தாங்க முடியாதவர்கள் ஆத்திரத்தில் காவல்துறையினரைத் திருப்பித் தாக்க ஆரம் பித்தனர். காவலர்களே தங்களது உயிரைக் காப்பாற்றிக் கொள்ள தலை தெறிக்க ஓடவேண்டிய அசாதாரண சூழல் உருவாகிவிட்டது. பல காவலர்கள் காயம் அடைந்தனர். ரத்தம் சொட்டச் சொட்ட விரட்டியடிக் கப்பட்டனர். பல உயிர்கள் பலியாயின. காவல்துறையின் எந்த நட வடிக்கையும் கலவரத்தின் வீரியத்தைக் குறைக்க முடியவில்லை. தடுமாறிக்கொண்டு இருந்தது மும்பை மாநகர காவல்துறை.

கலவரம் ஆரம்பித்த நொடியில் இருந்து ஐந்து நாள்களுக்கு இதே நிலைமைதான் நீடித்தது. என்ன வித்தியாசம் என்றால் ஒவ்வொரு நாளும் ஒவ்வொரு வகையில் போராட்டம் நடந்து கொண்டு இருந்தது.

ஒருநாள் மாலை இந்துக் கோவில் ஒன்றை யாரோ ஒரு முஸ்லிம் இளைஞர் லேசாக சேதப்படுத்திவிட்டார். இது போதாதா? அன்று இரவோடு இரவாகப் பள்ளிவாசல் ஒன்று தரைமட்டமாக்கப் பட்டுவிட்டது.

இந்த இடைவெளியில் சம்பந்தமே இல்லாமல் ஒரு தேவாலயம்கூட சேதமானது. இந்துக்களுக்கும் முஸ்லிம்களுக்கும் இடையே நடந்த கலவரத்தில் பல கோயில்களையும் சர்ச்சுகளையும் மசூதிகளையும் காவு கொடுத்துக் கொண்டிருந்தார்கள் கலவரக்காரர்கள்.

இதெல்லாம் ஒரு பக்கம் நடந்து கொண்டிருக்க, காவல்துறையினர் தாங்களும் இருக்கிறோம் என்பதைக் காட்டிக் கொள்ள, சகட்டு மேனிக்குத் துப்பாக்கிச் சூடு நடத்தி மும்பை நகரை மேலும் மிரட்டிக் கொண்டிருந்தனர். பொதுமக்கள் உயிருக்குப் பயந்து அலற ஆரம்பித்தனர்.

சுமார் எழுபத்தியிரண்டு இடங்களில் துப்பாக்கிச் சூடு நடத்தப்பட்டது. நூற்றுக்கணக்கில் உயிர்ச்சேதம். அதன்பிறகுதான் மும்பையில் ஊரடங்கு உத்தரவு பிறப்பிக்கப்பட்டது.

கலவரத்தின் வேகம் குறையும், நிலைமை தங்கள் கட்டுப்பாட்டுக்குள் வரும் என்று எதிர்ப்பார்த்தது மும்பை காவல்துறை. ஆனால் எந்த உத்தரவுக்கும் கலவரக்காரர்கள் அசைந்து கொடுக்கவில்லை. 'ப்பூ' என்று ஊதித் தள்ளிவிட்டு, தங்கள் 'கடமை'யில் கண்ணாக இருந்தனர். வன்முறைத்தீ நின்றபாடில்லை. மேன்மேலும் கொழுந்துவிட்டு எரிந்துகொண்டு இருந்தது.

அடுத்த நாளும் கலவரம் தொடர்ந்து கொண்டுதான் இருந்தது. அதனால் காவல்துறையினர் மீண்டும் துப்பாக்கியைத் தூக்க வேண்டிய நிலை ஏற்பட்டது. அன்று ஒருநாள் மட்டும் ஐம்பத்தைந்து பேர் கொல்லப் பட்டனர். இருபத்தியொரு இந்துக்கள், முப்பத்தொரு முஸ்லிம்கள். இதன்பிறகு கலவரம் கொஞ்சம் தணிய ஆரம்பித்தது. முஸ்லிம் அமைப்புகள் மற்றும் சில தன்னார்வ அமைப்புகளுடன் காவல் துறையினர் தனிப்பட்ட முறையில் பேசியதன் பிறகு கலவரத்தில் ஈடுபட்ட ஒருபகுதியினர் அதிலிருந்து விலக ஒப்புக் கொண்டனர். இதனால் கலவரம் கட்டுப்படுத்தப்பட்டது.

'அப்பாடா... எல்லா கலவரங்களும் ஒருவழியா நின்னுடுச்சுப்பா' என்று பெருமூச்சு விடுவதற்குள் ஒரு பத்திரிகை அடுத்த கலவரத்துக்கான தீயைக் கொளுத்திப் போட்டது. அந்தப் பத்திரிகை மும்பை மக்களுக்கு மட்டு மல்ல. ஒட்டுமொத்த இந்தியாவுக்கும் முக்கியமான பத்திரிகை. அது சிவசேனாக் கட்சியின் அதிகாரபூர்வ பத்திரிகையான 'சாம்னா'. மராத்தியப் பத்திரிகை. அந்தப் பத்திரிகையில், 'முஸ்லிம்கள் எல்லாம் இந்தியாவின் துரோகிகள்', 'காட்டிக்கொடுக்கும் சக்திகள்' என்றெல்லாம் வசை பாடி தலையங்கங்கள், கட்டுரைகள் வெளிவந்தன.

இந்தச் செய்திகள் ஒருபக்கம் முஸ்லிம்களைக் கொதிப்படையச் செய்தது என்றால் மறுபக்கம் இந்துக்களை முஸ்லிம்களுக்கு எதிராகப் போராட, தாக்குதல் நடத்தத் தூண்டின. மத்திய பம்பாய், தாராவி, மாஹிம் ஆகிய பகுதிகளில் காரில் சென்றுகொண்டிருந்த பயணிகளைக் கீழே இறங்கச் செய்து, அவர்கள் முஸ்லிம்களாக இருக்கும் பட்சத்தில் அவர்களை ஆயுதங்களால் கடுமையாகத் தாக்கி, வாகனத்தைப் பிடுங்கிக் கொண்டு, ஓடஓட விரட்டி அடித்தனர். இந்தப் புதிய ஃபார் முலாவை சிவசேனைக்காரர்கள் மட்டுமின்றி மற்ற இந்து அமைப்பைச் சேர்ந்தவர்களும் பின்பற்ற ஆரம்பித்தனர். இதற்கு பதிலடி தரும் வகையில் முஸ்லிம்களும் இந்துக்களைத் தாக்கினர். இதனால் இருதரப்பு மக்களுக்கும் பெருமளவில் சேதம் ஏற்பட்டது.

அப்போது மகாராஷ்டிர மாநிலத்தின் முதல்வராக இருந்தவர் சுதாகர் ராவ் நாயக். பிரச்னையின் வேகத்தைக் கண்டு சுதாரித்துக் கொண்ட முதல்வர், பலகட்ட ஆலோசனைகளுக்குப் பிறகு துப்பாக்கிச் சூடு நடத்துவதற்கு

பதிலாக தடியடி மற்றும் கண்ணீர்ப் புகை குண்டுகளை மட்டும் பயன் படுத்துமாறு உத்தரவு பிறப்பித்தார். அதிக அளவில் கலவரம் செய்துவிட்டதாலோ என்னவோ கலவரக்காரர்கள் மிகவும் களைத்துப் போய்விட்டனர். மெல்ல மெல்லக் கலவரங்களின் வீரியம் குறைய ஆரம் பித்தது. ஒருவழியாகக் கலவரங்கள் முற்றிலுமாக அடங்கிவிட்டன.

சின்னச் சின்னத் தகராறுகள் மட்டும் அங்கொன்றும் இங்கொன்றுமாக நடந்து கொண்டிருந்தன. இந்தக் கலவரத்தின் போது காவல்துறை நடந்து கொண்ட விதம் குறித்துப் பல்வேறு சந்தேகங்கள், விமரி சனங்கள் எழுப்பப்பட்டன. அதாவது, கலவரத்தின் போது காவல் துறையினர் வன்முறைக் கும்பலின் கால்களில் அல்லது இடுப்புப் பகுதிக்குக் கீழே மட்டுமே சுடவேண்டும் என்கிற விதியை மீறி, பலருக்கு இடுப்புக்கு மேலேதான் குண்டுக் காயங்கள் ஏற்பட்டிருந்தது குறித்து பத்திரிகைகள் கடுமையாகக் கண்டனம் தெரிவித்தன.

ஒட்டுமொத்தமாகக் கணக்கிட்டுப் பார்த்ததில் கொல்லப்பட்டவர்களில் இந்துக்களை விட முஸ்லிம்களின் எண்ணிக்கை அதிகம். இதை நாளி தழ்கள் பட்டவர்த்தனமாக வெளியிட்டு நிலைமையைச் சிக்கலாக்கிக் கொண்டிருந்தன. இந்தப் புள்ளி விவரங்கள் முஸ்லிம்களுக்கு மேலும் ஆத்திரமூட்டின. காவல்துறையினர் முஸ்லிம்களை மட்டும் குறிவைத்துத் தாக்குவதாக முஸ்லிம் அமைப்புகள் குற்றம் சாட்டின. முதலாவதாக, கலவரத்தின் ஆரம்பக் கட்டத்தில் அதிதீவிரமாக ஈடுபட்டவர்கள் முஸ்லிம்கள் என்பதால் துப்பாக்கிச் சூட்டின்போது அதிக பாதிப்புக்கு ஆளானார்கள், கலவரத்தைத் தடுப்பதற்காக நடத்தப் படும் துப்பாக்கிச் சூட்டின்போது இடுப்புக் கீழே, இடுப்புக்கு மேலே என்று குறிபார்த்தெல்லாம் சுட வாய்ப்பில்லை என்று காவல்துறை தரப்பில் விளக்கம் தரப்பட்டது.

காவல்துறையில் இருந்தும், அரசுத் தரப்பில் இருந்தும் எத்தனை விதமான சமாதானங்கள், விளக்கங்கள் வந்தாலும் அவை எந்தத் தரப்பினரையும் திருப்திப்படுத்தவில்லை. இரு தரப்பினருமே தாங்கள் தான் அதிகம் பாதிக்கப்பட்டோம் என்ற ஆதங்கத்திலேயே இருந்தனர். ஆகவே, கலவரம் என்கிற நெருப்பு அணைந்தது போல வெளியே தெரிந்தாலும், நீறு பூத்த நெருப்பாகவே இருதரப்பினரின் மனத்திலும் இருந்து கொண்டிருந்தது. இதற்கு சாட்சியாகப் பல பகுதிகளில் இந்து-முஸ்லிம் மோதல்கள் ஆங்காங்கே சின்னதும், பெரியதுமாக நடந்து கொண்டிருந்தன.

தனிப்பட்ட தகராறிலோ அல்லது குடிபோதையிலோ கொலைகள் நடந்து, அதில் கொல்லப்பட்டவர் இந்துவாக இருந்தால் அதற்குக் காரணம் முஸ்லிம்கள் என்றும், முஸ்லிம் கொல்லப்பட்டால் 'இந்து

தான் கொலையாளி' என்றும் பரஸ்பரம் குற்றம் சாட்டிக்கொண்டு, பிரச்னையை ஊதி ஊதிப் பெரிதுபடுத்திக் கொண்டே இருந்தனர்.

இதே பதட்டத்துடன் புதுவருடம் (1993) பிறந்தது. வழக்கத்தை விட இந்தப் புத்தாண்டுக் கொண்டாட்டங்கள் ஒரு தரப்பினரால் கொஞ்சம் பிரும்மாண்டமாகவே நடத்தப்பட்டன. சரி. புத்தாண்டுக் கொண்டாட்டத்தோடு எல்லாம் முடிந்துவிடும் என்று நினைத்துக் கொண்டிருக்கும்போதே அடுத்த தலைவலி ஆரம்பித்தது.

ஜனவரி 5 இரவு தெற்கு மும்பைப் பகுதியைச் சேர்ந்த ஐந்து தொழிலாளர்கள் யாரோ சில விஷமிகளால் படுகொலை செய்யப் பட்டனர். கொலை செய்யப்பட்ட ஐவருமே இந்துக்களாக இருந்தது பதட்டத்தை அதிகரித்தது. அவர்களைக் கொன்றது முஸ்லிம்கள் என்று அதிகாரபூர்வமாக யாரும் சொல்லிவிடவில்லை. ஆனால் முஸ்லிம்கள் தான் இந்துக்களை மீண்டும் தாக்கத் தொடங்கிவிட்டார்கள் என்று கிளப்பப்பட்ட புரளிகள் மும்பையை விழுங்கின.

பதிலுக்குத் தாக்குதல் நடத்தாவிட்டால் அதைவிட அவமானம் வேறு எதுவுமில்லை. நாம் யார்? நமது பலம் என்ன? என்பதை முஸ்லிம் களுக்கு உணர்த்தியாக வேண்டும் என்று சிவசேனை மற்றும் இந்து அமைப்புகளைச் சேர்ந்தவர்கள் பொதுமக்களை மூளைச்சலவை செய்து இந்துக்களைக் கலவரத்துக்குத் தூண்டிக் கொண்டிருந்தனர். பாதிக்கப்பட்ட இந்துக்கள் மெல்ல மெல்ல கலவரம் ஏற்படுத்த மனத்தளவில் தயாராகிவிட்டனர். விளைவு, முதல் கலவரம் ஓய்ந்த சில நாள்களிலேயே அடுத்த கலவரம் ஆரம்பித்தாகிவிட்டது.

அயோத்தியில் பாபர் மசூதி இடிக்கப்பட்டு சரியாக ஒரு மாதம் ஆகியிருந்தது. ஜனவரி 6, 1993 பம்பாயில் அடுத்த கலவரம் ஆரம் பித்தாகிவிட்டது. கலவரக்காரர்களுக்கு இது இரண்டாவது இன்னிங்ஸ் மாதிரி இருந்தது. முதல் இன்னிங்ஸில் விட்டதையும் சேர்த்துப் பிடிக்கும் திட்டத்தில் இருந்தனர். மீண்டும் அதே தாக்குதல்கள், கத்திக்குத்துகள், வீட்டுக்குத் தீவைப்பு, அரசு அலுவலகங்கள் மற்றும் வாகனங்கள் மீதான தாக்குதல் - இப்படி ஒவ்வொன்றும் வரிசையாக நடந்து கொண்டிருந்தன. எதிர்வினையாக, காவல்துறையின் தடியடிப் பிரயோகம், கண்ணீர் புகைக்குண்டு வீச்சு.

ஏராளமான காவல்துறையினரும் பொதுமக்களும் கலவரக்காரர்களும் பலியாயினர். ஏகப்பட்ட பேர் கை வெட்டுப்பட்டு, கால் துண்டாகி, மண்டை பிளக்கப்பட்டு, ரத்த வெள்ளத்தில் மிதந்து கொண்டிருந்தனர். இந்தக் கலவரம் மட்டும் ஏனோ விஸ்வரூபம் எடுத்துக் கொண்டே போனது. அதிக அளவிலான வன்முறைச் சம்பவங்கள் நடக்கும் பகுதிகளில் மட்டும் ஊரடங்கு உத்தரவு பிறப்பிக்கப்பட்டது.

ஆனாலும்கூட கலவரம் கொஞ்சமும் கட்டுப்படவில்லை. ஏனென்றால் கடந்தமுறை நடத்தப்பட்ட கலவரம் அவ்வளவு திட்டமிட்டு நடக்க வில்லை. மசூதி இடிக்கப்பட்ட ஒருவித வேகத்தில், பதட்டத்தில், ஆத்திரத்தில் அந்தக் கலவரம் நடந்துவிட்டது. ஆனால் இந்தமுறை அப்படிச் சாதாரணமாக விட்டுவிடக் கூடாது என்ற முடிவுக்கு வந்திருந் தனர் சிவசேனைக்காரர்கள்.

யார் மீது, எப்படித் தாக்குதல் நடத்தினால் நன்றாக இருக்கும் என்று முறையாகத் திட்டமிட்டு நடத்தியிருந்தனர். இதனால் சேதம் முன்பை விட பலமாக இருந்தது. மும்பை நகரெங்கும் சிவசேனாவுக்கு கிளைகள் பல இருக்கின்றன. 'ஷாகா' என்று அழைக்கப்படும் இந்தக் கிளைகளில் தான், அந்தந்தப் பகுதியைச் சேர்ந்த முஸ்லிம்கள் மீதான தாக்குதல் களுக்குத் திட்டமிடப்பட்டது.

தாக்குதல் என்றால், வெறுமனே வீதியில் திரிபவர்களையோ அல்லது கண்ணில் படுபவர்களையோ அடித்து உதைப்பது, ஆயுதங்களால் தாக்குவது, வீடு புகுந்து தேடுவது அல்ல. வாக்காளர் பட்டியலைக் கையில் எடுத்துக் கொண்டார்கள். தேவைப்படும் இடங்களுக்கு அந்தப் பட்டியலை ஜெராக்ஸ் எடுத்துக் கொடுத்து ஆள்களைப் பிரித்து அனுப்பினார்கள்.

எந்த ஏரியாவில், எந்தத் தெருவில், எந்தெந்த வீடுகளில் முஸ்லிம்கள் இருக்கிறார்கள் என்று தெளிவாகத் தெரிந்துகொண்டு, அந்தந்த வீடுகளுக்குள் புகுந்து அங்கிருந்தவர்களை அடித்து உதைத்தனர். தாய்-தந்தை அடிபடுவதைப் பார்த்து பதறியழுத பச்சிளங் குழந்தை களைக்கூட சிவசேனைகளின் மதவெறி விட்டுவைக்கவில்லை. எட்டி உதைத்தனர்.

எல்லாமே திட்டமிட்டுத்தான் செய்தார்கள் என்பதற்கு இன்னொரு உதாரணம். ஒரு முஸ்லிமின் வீட்டுக்கோ அல்லது வழிபாட்டுத் தலத்துக்கோ தீ வைக்கும் வன்முறைக் கும்பல், தீயணைப்புப் படை வந்து அந்தத் தீயை அணைத்துவிடாமல் தடுக்கும் நடவடிக்கையிலும் ஈடுபட்டது. அந்த அளவுக்கு ஆள்கள் மிகவும் பக்காவாக தேவையான இடங்களில் நிரப்பப்பட்டிருந்தனர். அவர்கள் தீயணைப்பு வாகனங் களைத் தடுத்து நிறுத்துவது, அவர்கள்மீது கல்வீச்சு நடத்துவது, டயரைப் பஞ்சராக்குவது, வண்டியை மறித்து பாதையை மாற்றிச் சொல்லி திசை திருப்புவது என்று எல்லா வகையிலும் செயல்பட்டனர். இதனால் பாதிப்பு கணிசமாக இருந்தது.

சாலைகளில், தெருக்களில் ஆவேசத்துடன் நடந்த வன்முறைக் கும்பலின் கைகளில் கத்திகள், உருட்டுக்கட்டைகள், அரிவாள்கள், டியூப் லைட்டுகள், ஆசிட் நிரப்பப்பட்ட பல்புகள், சோடா பாட்டில்கள்,

கெரஸின் புட்டிகள், இரும்புக் கம்பிகள், துப்பாக்கிகள் போன்ற ஆயுதங்கள் இருந்தன. அவற்றை எந்தவிதமான அச்சமுமின்றி அவர்கள் அநாயசமாகக் கையாண்டது பொதுமக்களைப் பீதிக்குள்ளாக்கியது.

சிவசேனைக்காரர்கள், முஸ்லிம் அமைப்பைச் சேர்ந்தவர்கள் மட்டும் இந்தக் கலவரங்களில் ஈடுபடவில்லை. பல பொதுமக்களும் சிவசேனைத் தொண்டர்களின் பிரசாரத்தால் தூண்டப்பட்டு, கலவரத்தில் பங்கேற்றிருப்பது விசாரணையில் தெரிய வந்தது. மேலும் இந்தக் கலவரச் சூழலில், வதந்திகளும் ஏராளமான பிரச்னைகளை உருவாக்கின. நிஜத்தில், பத்து இடங்களில் தாக்குதல் நடந்தால், அவை இருபது என்ற ரீதியில் மக்களிடம் சென்றடைந்தன. இதன் காரணமாக மேன்மேலும் தாக்குதல்கள் நடந்துகொண்டே இருந்தன.

பாரதீய காம்கர் சேனா என்கிற சிவசேனாவின் தொழிற்சங்க அமைப்பு, மும்பையில் இருக்கும் தொழிற்சாலைகளில் பணியாற்றும் முஸ்லிம் களை உடனடியாக வேலையிலிருந்து நீக்குமாறு மிரட்டல் விடுத்தது. மும்பையைச் சேர்ந்த உருது பிளிட்ஸ், உருது டைம்ஸ், இன்குலாப், மஹாநகர் போன்ற பத்திரிகைகள் மிரட்டப்பட்டன. 'சாம்னா' பத்திரிகையில் முஸ்லிம்கள் மற்றும் வெளிமாநிலத்தைச் சேர்ந்த அனைவரையும் மும்பையை விட்டுத் துரத்தியடிக்குமாறு கட்டுரைகள் எழுதப்பட்டன.

எங்கே, யாருக்கு, என்ன நடந்திருக்கும் என்று யாருக்கும் தெரியாத நிலையில், எல்லோரும் எந்நேரமும் பாதுகாப்பற்றச் சூழலில் மூழ்கியிருக்க வேண்டியிருந்தது. அதனாலேயே வன்முறை மேலும் அதிகரித்தது. சுமார் ஐந்து நாள்கள் வன்முறைச் சம்பவங்கள் கணக்கின்றித் தொடர்ந்தபின், ஜனவரி பத்தாம் தேதிக்கு மேல், கலவரத்தைக் கட்டுப் படுத்துவதற்கு இந்திய ராணுவம் களத்தில் இறக்கப்பட்டது.

ராணுவம் இறங்கிய அன்றே, காவல்துறைக்கும் துப்பாக்கிச்சூடு நடத்த உத்தரவு பிறப்பிக்கப்பட்டது. இதில் ஐம்பதுக்கும் மேற்பட்டவர்கள் உயிரிழந்தார்கள். அதன் பின்னர், நிலைமை கொஞ்சம் கொஞ்சமாக கட்டுக்குள் வந்தது. முதல் சில நாள்களில் ஆங்காங்கே நேர்ந்த ஒன்றிரண்டு சம்பவங்களைத் தவிர, பல பகுதிகளில் சுமுக நிலை திரும்பியது.

ஜனவரி 15-ம் தேதி, அப்போது பிரதமராக இருந்த பி.வி.நரசிம்மராவ் மும்பை வந்து, கலவரத்தால் பாதிக்கப்பட்ட பகுதிகளை நேரில் பார்வையிட்டார். அடுத்த ஒன்றிரண்டு நாள்களுக்குள், கலவரங்கள் முற்றிலுமாக ஒடுக்கப்பட்டுவிட்டன. அதன்பிறகு மும்பையில் இயல்புநிலை ஓரளவுக்கு வந்திருந்தது.

1992 டிசம்பரில் ஐந்து நாள்கள், 1993 ஜனவரியில் சுமார் பதினைந்து நாள்கள் தொடர்ந்த மும்பைக் கலவரங்களின்போது, வன்முறைச் சம்பவங்களிலும் காவல் துறையினரின் துப்பாக்கிச் சூட்டிலும் உயிரிழந்தவர்களின் எண்ணிக்கை மொத்தம் 900. இதில் 575 பேர் முஸ்லிம்கள், 275 பேர் இந்துக்கள். காயமடைந்தவர்கள் பட்டியல் கொஞ்சம் பெரியது. மொத்தம் 2036 பேர். இவர்களில் 1105 பேர் முஸ்லிம்கள், 893 பேர் இந்துக்கள்.

இது தவிர, ஆயிரக்கணக்கானவர்கள் வீடுகளை இழந்து, சொத்துகளை இழந்து, வர்த்தக ஸ்தலங்களை இழந்து நடுரோட்டில் தவித்துக் கொண்டிருந்தனர். குறிப்பாக, தோங்ரி, தாராவி, அக்ரிபடா, கம்தேவி, போய்வதா, டிராம்பே, நாக்படா, நேரு நகர், வகோலா, ஜோகேஷ்வரி உள்ளிட்ட இடங்களில் சேதம் கடுமையாக இருந்தன. அரசு மற்றும் என்.ஜி.ஓ.க்கள் அளித்த அறிக்கைகளின்படி 5080 குடிசைகள், 1711 கடைகள், தொன்னூறு வீடுகள் ஆகியன சேதப்படுத்தப்பட்டன.

மும்பைக் கலவரங்கள், வன்முறைச் சம்பவங்கள் ஆகியன பற்றி விசாரித்து, உண்மை அறிவதற்காக, ஜனவரி 25, 1993-ம் தேதி, மத்திய அரசும் மகாராஷ்டிர மாநில அரசும் நீதிபதி டாக்டர் பி.என். ஸ்ரீகிருஷ்ணா தலைமையில் விசாரணை கமிஷன் ஒன்றை அமைத்தன.

பொதுமக்கள், அரசியல் தலைவர்கள், அமைச்சர்கள், காவல்துறை அதிகாரிகள், சம்பவத்தை நேரில் பார்த்தவர்கள், பத்திரிகை நிருபர்கள் என்று பல தரப்பைச் சேர்ந்தவர்களையும் மும்பைக் கலவரம் குறித்து விசாரணை செய்த ஸ்ரீகிருஷ்ணா கமிஷன், தனது அறிக்கையைச் சமர்ப் பிப்பதற்குப் பல ஆண்டுகள் ஆகிவிட்டன. இதற்குள், மகாராஷ்டி ராவில் ஆட்சி மாற்றம் ஏற்பட்டது. இந்தத் தேர்தலில் ஆளுங்கட்சியான காங்கிரஸ் தோல்வியடைந்தது. புதிதாக சிவசேனா-பாரதீய ஜனதா கட்சிக் கூட்டணி ஆட்சியைப் பிடித்தது.

1996 ஜனவரியில் அறிக்கை தருவதில் ஏற்பட்ட காலதாமதத்தைக் காரணம் காட்டி, அப்போதைய மாநில அரசால் ஸ்ரீகிருஷ்ணா கமிஷன் கலைக்கப்பட்டது. பின்னர் மத்திய அரசின் சிபாரிசின்படி, ஸ்ரீகிருஷ்ணா கமிஷன் மீண்டும் தனது செயல்பாடுகளை ஆரம்பித்தது.

இறுதியாக, மும்பைக் கலவரங்கள் ஓய்ந்து ஐந்து ஆண்டுகள் கழித்து, 1998-ம் ஆண்டு மார்ச் மாதம் மகாராஷ்டிரா மாநில தலைமைச் செயலாளரிடம் ஸ்ரீகிருஷ்ணா கமிஷன் தனது அறிக்கையைச் சமர்ப் பித்தது. சுமார் எழுநூறு பக்கங்களுக்கு மேல் நீண்ட அந்த அறிக்கையில், கலவரம் பற்றிய முழுத் தகவல்கள், கலவரத்துக்கான காரணங்கள், வன்முறைச் சம்பவங்களுக்கு யார் பொறுப்பு, வருங்காலத்தில் இது

போன்ற சம்பவங்கள் நேராமல் தவிர்ப்பதற்கான வழிமுறைகள், சிபாரிசுகள் போன்றவை விரிவாக அலசப்பட்டிருந்தன.

1992 டிசம்பர் கலவரத்துக்கான உடனடிக் காரணங்களாக, மூன்று விஷயங்களைக் குறிப்பிடுகிறது ஸ்ரீகிருஷ்ணா கமிஷன் அறிக்கை:

1. பாபர் மசூதி இடிப்பு
2. அதைக் கொண்டாடும் விதத்தில் இந்துக்கள் பேரணி நடத்தியது, அதனால் முஸ்லிம்கள் மனம் புண்பட்டது.
3. அமைதியான முறையில் தங்கள் எதிர்ப்பைத் தெரிவித்தவர்களை, காவல்துறை முறையாகக் கையாளாமல், அவர்களுடைய கோபத்தைக் கிளரும் வகையில் நடந்து கொண்டது.

இந்தக் கலவரத்துக்குக் குறிப்பிட்ட எந்த அமைப்பையோ அல்லது தலைவரையோ காரணமாகச் சுட்ட முடியாது என்கிறது கமிஷன் அறிக்கை. மாறாக, உணர்ச்சி வேகத்தில் நேர்ந்துவிட்ட விபத்துகளாகவே இவற்றைக் குறிப்பிடுகிறது. ஆனால், பாபர் மசூதி இடிக்கப்பட்டதைக் கொண்டாடும் விதத்தில் இந்துக்கள் நடந்துகொண்டதை, கலவரங்களுக்கான மூலகாரணமாகச் சொல்லி குற்றம் சாட்டுகிறது இந்த அறிக்கை. முஸ்லிம்களின் மனத்தை வெகுவாகப் புண்படுத்திய இந்தக் கொண்டாட்டங்களின் பின்னணியில் சிவசேனா மற்றும் பாரதீய ஜனதாக் கட்சி ஆகியவை இருந்துள்ளதாகத் தெரிவிக்கிறது.

அடுத்த மாதம் 1993 ஜனவரியில் நேர்ந்த கலவரங்கள், முந்தைய கலவரங்களின் தொடர்ச்சியாக இல்லாமல், திட்டமிடப்பட்ட தாக்குதல்களாக இருக்கின்றன என்று சுட்டிக்காட்டுகிறது கமிஷன் அறிக்கை. இந்தத் தாக்குதல்களுக்கு, பலவிதமான காரணங்கள் சொல்லப்பட்டுள்ளன.

1. சில தாக்குதல்களுக்கு, தொழில்முறைக் கொலைகாரர்கள் பயன்படுத்தப்பட்டார்கள்.
2. 'சாம்னா', 'நவகால்' போன்ற பத்திரிகைகள், இந்துக்களின் மனத்தில் வன்முறை எண்ணத்தைத் தூண்டும் விதத்தில் எழுதின.
3. ஏகப்பட்ட வதந்திகள் வன்முறையைத் தீவிரப்படுத்தின.
4. மகாராஷ்டிரா அரசு ராணுவத்தின் உதவியைக் கோருவதில் தாமதப்படுத்திவிட்டது.
5. பல போலீஸ் வாகனங்கள் எரிக்கப்பட்டதால், காவல்துறையைச் சேர்ந்தவர்களுக்கும், இந்த வன்முறைக் கும்பல்களின்மீது கோபம் இருந்திருக்கலாம். இதனால், பல தாக்குதல்களை அவர்கள் தடுக்க முயற்சி செய்யாமலே இருந்திருக்கிறார்கள்.

இந்தமுறை கலவரங்களில் 'சிவசேனா' கட்சியின் பங்கு அதிகம் என்று நேரடியாகக் குற்றம் சாட்டுகிறது ஸ்ரீ கிருஷ்ணா கமிஷன் அறிக்கை. சிவசேனைத் தலைவர் பால் தாக்கரேயில் தொடங்கி, அக்கட்சியின் கடைசி மட்டத் தலைவர்கள் வரை எல்லோரும் முஸ்லிம்கள் மீதான தாக்குதல்களைத் திட்டமிட்டு அரங்கேற்றினார்கள் என்று குறிப் பிடுகிறது இந்த அறிக்கை.

முஸ்லிம்களைப் பொருத்தவரை, பல தனி நபர்கள் தாக்குதல்களில் ஈடுபட்டிருந்தாலும், எந்தக் குறிப்பிட்ட அமைப்போ அல்லது தலைவரோ இவற்றைத் திட்டமிட்டு நிறைவேற்றியதாகச் சொல்ல முடியாது என்று தெரிவிக்கிறார் நீதிபதி ஸ்ரீகிருஷ்ணா.

இப்படிப் பல உயிர்களைக் காவு வாங்கிய ஒரு மதக் கலவரத்துக்கு மூல காரணம் என்று குற்றச்சாட்டப்படும் கட்சி சிவசேனா. அதன் தலைவர் பால் தாக்கரே. யார் இந்த தாக்கரே? எப்படி இவருடைய பேச்சுக்கு மக்களிடம் ஆதரவு அலை வீசுகிறது? இத்தனை பெரிய மதவெறி யாட்டத்துக்குப் பிறகும் எப்படி நம்பி மக்கள் அவர்களுக்கு வோட்டுப் போட்டார்கள்? சுருக்கமாகப் பார்த்துவிடலாம்.

9. இது எங்க ஏரியா... வெளியே ஓடு!

‘நான் ஹிட்லரின் அபிமானி. இதைச் சொல்வதற்கு நான் கூச்சப்படவே இல்லை. இந்தியாவை ஆள அவரைப் போன்ற இரும்புக்கரம் கொண்ட தலைவர் தான் தேவை.’

- பால் தாக்கரே

சுதந்தரத்துக்குப் பிறகு, பல்வேறு வகைகளில் மும்பை இந்தியாவின் மிக முக்கியமான நகரமாகக் கருதப்பட்டது. வர்த்தகர்களுக்கு லாபத்தை அள்ளித் தரும் நகரமாக இருந்ததால் இந்தியாவின் மற்ற மாநிலங்களில் இருந்து இங்கு வியாபாரம் செய்யவும், வேலைவாய்ப்பு தேடியும் மக்கள் படையெடுக்க ஆரம்பித்தார்கள்.

தொடக்கத்தில் இதுபோன்று வெளிமாநில மக்கள் வருவது பம்பாய் மக்களுக்குப் பெரிய பிரச்னையாகத் தெரியவில்லை. மாறாக, அந்த மாநிலம் முன்னேறுவதற்கு இவர்கள் வருவது நல்லது என்றே நினைத்துக் கொண்டார்கள். அதற்கு ஏற்றவாறு பம்பாயும் வர்த்தக ரீதியாகவும், பொருளாதார ரீதியாகவும் முன்னேறிக் கொண்டே வந்தது. இதன் பக்க விளைவாக பம்பாய்க்கு வரும் வெளிமாநில மக்களின் எண்ணிக்கை மெல்ல உயர்ந்து கொண்டே வந்தது.

இப்படிப்பட்ட சூழ்நிலையில்தான் 1960-ம் ஆண்டு பம்பாய் மாநிலம் மொழி அடிப்படையில் இரண்டாகப் பிரிக்கப் பட்டது. அதன்படி, குஜராத்தி மொழி பேசுபவர்களுக்காக குஜராத் என்கிற தனி மாநிலமும், மராத்தி மொழி பேசுபவர் களுக்காக மகாராஷ்டிரமும் உருவாக்கப்பட்டன. இதில் மகாராஷ்டிராவுக்கு பம்பாய் தலைநகரமாக அறிவிக்கப் பட்டது. இதன்பிறகு பம்பாயின் செல்வாக்கும் மதிப்பும் பல மடங்கு உயர ஆரம்பித்துவிட்டது.

இந்தச் சமயத்தில் தமிழகத்தில் காங்கிரஸ் கட்சிக்கு மாற்றாக தி.மு.க. அசுர வேகத்தில் வளர்ந்து கொண்டிருந்தது. இன்னும் சொல்லப் போனால் ஆட்சிக் கட்டிலை நெருங்கிக் கொண்டிருந்தது. பொதுவாக தி.மு.க. பிராமணர்களை எதிர்த்தே வளர்ந்த கட்சி. ஒருவேளை இந்தக் கட்சி ஆட்சிக்கு வந்துவிட்டால் தங்களைக் கடுமையாக எதிர்ப்பார்கள்; தங்களுக்கான வாய்ப்புகள் மறுக்கப்படும் சூழல் உருவாகும்; வேலை வாய்ப்பில் முன்னுரிமை எதையும் எதிர்பார்க்க முடியாது என்று பல்வேறு கோணங்களில் சிந்திக்க ஆரம்பித்தனர் தமிழ்நாட்டில் இருந்த பிராமணர்கள். பல தமிழ் பிராமணக் குடும்பங்கள் பம்பாய்க்குக் குடிபெயர ஆரம்பித்தன.

ஒருசிலர் பம்பாய்க்குச் செல்வதை ஒரு ஃபேஷன் போல நினைத்து கிளம்ப ஆரம்பித்தனர். இப்படித்தான் தமிழர்கள் பம்பாய் மண்ணைக் கொஞ்சம் கொஞ்சமாக ஆக்கிரமிக்கத் தொடங்கினர்.

தமிழகத்தில் இருந்து சென்ற இந்த பிராமணக் குடும்பங்களைச் சேர்ந்த வர்களுக்கு ஓரளவு படிப்பு இருந்ததால் அரசாங்க அலுவலகங்களில் எழுத்தர் பணி கிடைப்பது வெகு சுலபமாக இருந்தது. அதனால் அரசு வேலைகளில் தமிழகத்தைச் சேர்ந்தவர்கள் அதிக அளவில் இடம் பிடிக்க ஆரம்பித்தனர். ஆகவே, படித்த மராத்தியர்கள், வேலை வாய்ப்பு களைப் பெறும்போது மற்ற மாநிலத்தில் இருந்து வந்த தமிழர்கள் மற்றும் குஜராத்திகளுடன் கடுமையான போட்டியைச் சந்திக்க வேண்டியிருந்தது.

தமிழ்நாட்டில் இருந்து பிராமணக் குடும்பங்கள் சென்றது போல வேறு சாதியினரும் செல்ல ஆரம்பித்தார்கள். அவர்கள் பம்பாயில் உள்ள ஏராளமான தொழிற்சாலைகளில் தொழிலாளர்களாக வேலைக்குச் சேர ஆரம்பித்தனர். குறைந்த சம்பளத்தில் அதிகம் உழைக்க தமிழக இளைஞர்கள் தயாராக இருந்ததால் அவர்களுக்கு அதிக அளவில் வேலைவாய்ப்பு பம்பாயில் கிடைத்தது. அதேபோல குஜராத்திகள் சின்னச்சின்ன பெட்டிக்கடைகளையும், உணவுக் கடைகளையும் நடத்தி பிழைப்பை ஓட்டுவதற்காக வந்தார்கள்.

வந்த இடத்தில் நல்ல வருமானம் கிடைக்கவே அங்கேயே கல்யாணம், குடும்பம் என்று செட்டிலாகி விட்டார்கள். காலப்போக்கில் பெரிய பெரிய மளிகைக் கடைகளையும், ஹோட்டல்களையும் ஆரம்பித்து விட்டனர். பலர் மூட்டையில் துணி விற்க வந்து, டெக்ஸ்டைல் ஷோரூம்களுக்கு முதலாளியாகி விட்டார்கள். இப்படி எங்கு திரும் பினாலும் வெளி மாநிலத்தவர் தலையே தெரியுமளவுக்கு தமிழர்கள், குஜராத்திகள், பிகாரிகள் பம்பாயில் நீக்கமற நிறைந்து விட்டனர். இதனால் ஒரு கட்டத்தில் பம்பாயில் மராத்தியர்களின் சதவிகிதம்

நாற்பத்தி மூன்று, வெளி மாநிலத்தைச் சேர்ந்தவர்களின் சதவிகிதம் ஐம்பத்தியேழு என்ற அளவில் இருந்தது.

அதைப்போலவே, பம்பாயிலேயே பிறந்து, வாழ்ந்து வந்த மராத் தியர்கள் வாழ்க்கைத்தரம்சொல்லிக் கொள்ளும்படியாக இல்லை. அரசாங்க வேலைக்குச் செல்லும்போது மற்ற மாநில நபர்களோடு கடுமையான போட்டியைச் சந்திக்க வேண்டியிருந்தது. சரி. அரசாங்க வேலை வேண்டாம். தனியார் தொழிற்சாலைகளில் வேலை தேடிச் செல்வோம் என்றால் இவர்களுக்கு முன் அங்கே வெளி மாநிலத்தவர் கூட்டம் காத்திருந்தது. வியாபாரம் செய்யலாம் என்றால், அங்கும் குஜராத்திகளும், பிகாரிகளும் ஏற்கெனவே பழம் தின்று கொட்டை போட்டிருந்தார்கள். அவர்களை மிஞ்சி வியாபாரத்தில் ஜெயிப்பது சிரமமாக இருந்தது.

பொறுத்துப் பொறுத்துப் பார்த்த மராத்தியர்கள் ஒருகட்டத்தில் விரக்தி அடைந்துவிட்டனர். இந்தச் சமயத்தில்தான் அவர்களுக்கு வெளி மாநில மக்கள் மீது வெறுப்பும் கோபமும் வர ஆரம்பித்தது. கோபம் மெல்ல மெல்ல ஆத்திரமாக உருவெடுக்க ஆரம்பித்தது. தமிழர்கள் உள்ளிட்ட எந்த வெளி மாநிலத்தவரைப் பார்த்தாலும் வெறுப்புதான் வந்தது. இந்தச் சமயத்தில் மராத்திய மக்களின் அதிருப்தி உணர்வைத் தனக்குச் சாதகமாகத் திருப்பியது ஓர் எழுத்து. அதற்குச் சொந்தக்காரர் பால் தாக்கரே.

பால் தாக்கரே ஐம்பதுகளில் அரசியல் கார்ட்டூனிஸ்ட்டாகத் தன் வாழ்க்கையைத் தொடங்கியவர். இவரது தந்தை கே.எஸ். தாக்கரேவும் ஒரு பத்திரிகையாளர்தான். 'சம்யுக்த மகாராஷ்டிரா இயக்கம்' என்கிற கட்சியில் தீவிரமாகச் செயல்பட்டவர். மொழி அடிப்படையில் பம்பாய் நகரைத் தலைநகராகக் கொண்டு மகாராஷ்டிரா என்கிற மாநிலம் உருவாக முயற்சி எடுத்த இயக்கம். ஜனவரி 23, 1927-ல் பிறந்த பால் தாக்கரேவுக்கு தந்தையைப் போலவே அரசியலில் ஆர்வம் அதிகம். ஆனால் அவர் நேரடியாக அரசியலில் இறங்கிவிடவில்லை.

தந்தை வழியில் பத்திரிகைத் துறையில் இறங்கினார். அவர் பத்திரி கைகளில் போடும் கார்ட்டூன்களுக்கு பெரிய அளவில் மதிப்பு இருந்தது. இதன் மூலம் இவருக்கென்று ஒரு ரசிகர் கூட்டமே உருவானது. சில காட்டமான கார்ட்டூன்கள் இவர் மீது சம்பந்தபட்டவரை கடுமையாக ஆத்திரம் கொள்ள வைத்தன. பரபரப்பை ஏற்படுத்திய அவரது கார்ட்டூன்கள் ஷிம்பூன், தி நியூ யார்க் டைம்ஸ் போன்ற சர்வதேச பத்திரிகைகளிலும் பிரசுரமாயின.

குறிப்பிட்ட காலம் மும்பையில் 'தி ஃப்ரீ பிரஸ் சானல்' என்கிற பத்திரிகையில் பணியாற்றிய தாக்கரே, திடீரென்று அதிலிருந்து விலக முடிவெடுத்தார். அடுத்து என்ன செய்யப் போகிறார் என்று அனைவரும்

எதிர்பார்த்துக் கொண்டிருக்கும்போது, தனது சகோதரர் ஸ்ரீகந்துடன் இணைந்து புதிய பத்திரிகை ஒன்றை ஆரம்பித்தார். வெறும் கார்ட்டூனிஸ்டாக ஒரு பத்திரிகையில் சம்பளத்துக்கு வேலை பார்த்த தாக்கரே, சொந்தமாகவே ஒரு பத்திரிகையை ஆரம்பித்தது பலரின் புருவத்தை உயர்த்தியது.

மராத்திய மொழியில் தாக்கரே உருவாக்கிய அந்தப் பத்திரிகைக்கு பெயர் 'மார்மிக்'.

உண்மையில் இது ஒரு கார்ட்டூன் வார இதழாகவே தொடங்கப்பட்டது.

இந்தச் சமயத்தில் மராத்தியர்களுக்கு ஆதரவாகவும், மராத்தியர் அல்லாதவருக்கு எதிராகவும் பல கருத்துகளை உள்ளடக்கிய பத்திரிகையாக அந்தப் பத்திரிகை வெளிவர ஆரம்பித்தது. மேலும், மராத்தியர் அல்லாதவருக்கு எதிரான போராட்டங்களை தனது எழுத்துகள் மூலம் ஊக்குவிக்கும் நடவடிக்கையில் ஈடுபட ஆரம்பித்தார். இப்படியொரு பத்திரிகை மராத்திய மக்களுக்கு அப்போது பிடித்தும் இருந்தது.

அந்தப் பத்திரிகையில், வெளிமாநிலத்தவர்களால் மஹாராஷ்டிரா - குறிப்பாக மும்பை நகரத்தின் வளங்கள் எப்படி அனுபவிக்கப்படுகிறது, அவர்கள் எப்படி வாழ்க்கையில் முன்னேறிக் கொண்டிருக்கிறார்கள், பிறவி மும்பைவாசிகளின் வாழ்க்கைத் தரம் எப்படி இருக்கிறது என்பது போன்ற பல விஷயங்களும் புள்ளி விவரங்களுடன் எழுதப்பட்டன. இது பம்பாய்வாசிகள் மனத்தில் சலனத்தை ஏற்படுத்த ஆரம்பித்தது. இதைத்தான் தாக்கரேவும் ஆவலுடன் எதிர்பார்த்துக் கொண்டிருந்தார்.

வெளிமாநிலத்தவர்கள் பம்பாயில் இருக்கும் தொழிற்சாலைகளில் வேலையில் இருப்பதற்குக் காரணம் கம்யூனிஸ்ட் தொழிற்சங்கங்களே என்று கூறி பல கம்யூனிஸ்ட் தலைவர்களும் இந்தப் பத்திரிகையால் கடுமையாக விமரிசிக்கப்பட்டனர். வீர சிவாஜியையும் ஔரங்கசீப்பையும் ஒப்பீடு செய்து அந்தப் பத்திரிகையில் கட்டுரைகள் வெளிவந்தன. இது முஸ்லிம் மக்களை உணர்வு ரீதியாகச் சீண்டின. யண்டு குண்டுவாலா, லுங்கிவாலா போன்ற பட்டப்பெயர்கள் வெளிமாநிலத்தைச் சேர்ந்தவர்களுக்கு வைக்கப்பட்டு, கேலி செய்யப்பட்டனர். இதை மராத்தியர்கள் ரொம்பவே ரசித்தனர்.

ஒருநாள் இந்தப் பத்திரிகை ஓர் அதிரடி ஆபரேஷனுக்குத் தயாரானது. இதற்காக சிறப்புக்குழு ஒன்று அமைக்கப்பட்டது.

பம்பாயில் உள்ள அரசு அலுவலகங்களில் பணியாற்றும் அத்தனை நபர்களின் பெயர், குடும்பப் பின்னணி, சொந்த ஊர், சம்பள விவரம், உறவினர் பற்றிய விவரம் எல்லாவற்றையும் சேகரிப்பது என்பதுதான் அவர்களுக்குக் கொடுக்கப்பட்ட அசைன்மெண்ட். அவர்கள் தந்த

1,500 பேரின் பட்டியலை அந்தப் பத்திரிகையில் வெளியிட்டார் தாக்கரே. இதன்மூலம், வெளிமாநிலத்தவர்கள் மும்பையை எந்த அளவுக்கு ஆக்கிரமித்து உள்ளனர் என்பதை பம்பாய் மக்களுக்குப் புரிய வைக்கலாம் என்பது அவருடைய திட்டம்.

அந்தப் பட்டியலை, 'படியுங்கள்.. அமைதியாக இருங்கள்' என்று தலைப்பிட்டு வெளியிடப்பட்டது. அதன் மறைமுக அர்த்தம், 'புரிந்து கொள்ளுங்கள்... விழித்துக் கொள்ளுங்கள்... போராடாமல் அமைதியாக மட்டும் இருந்துவிடாதீர்கள்' என்பதுதான்.

தாக்கரே எதிர்பார்த்தது எல்லாமே நடந்து கொண்டிருந்தது. இந்த விஷயத்தில் மக்கள் மத்தியில் நல்ல மாற்றம் ஏற்பட்டது. இந்தச் செய்தி காட்டுத் தீ போலப் பரவாவிட்டாலும்கூட, மெல்ல மெல்ல மும்பை மக்கள் மனத்தில் ஒரு பொறியை வளர்க்கத் தொடங்கியிருந்தது. நகரெங்கும் இந்தக் கட்டுரை பற்றிய பேச்சாகவே இருந்தது. 'நமக்காகப் பத்திரிகை ஒன்று இருக்கிறது. அதுதான் மார்மிக்' என்ற நம்பிக்கையை இந்தச் செய்திக் கட்டுரை பம்பாய் மராத்தியர்கள் மனத்தில் ஊன்றியது. இதன் பக்க விளைவாக 'மார்மிக்' பத்திரிகையின் விற்பனை அபரிமிதமாக அதிகரிக்க ஆரம்பித்தது. மிகச் சொற்பமாக இருந்த வாசகர்களின் எண்ணிக்கை லட்சக்கணக்கில் உயரத் தொடங்கியது. தான் சரியான பாதையில்தான் பயணம் செய்கிறோம் என்பதை தாக்கரேவுக்கு இந்த பத்திரிகைக்கு உருவான ஆதரவு உறுதி செய்தது.

தனது பத்திரிகைக்குக் கிடைத்த மக்கள் ஆதரவு, செல்வாக்கு, நம்பிக்கை எல்லாவற்றையும் அரசியல் ரீதியாகப் பயன்படுத்திக் கொள்ள வேண்டும் என்ற எண்ணத்தில் இருந்தார் தாக்கரே. இதற்கான ஆயத்தப் பணிகளில் ஈடுபட ஆரம்பித்தார். கட்சி தொடங்கும் முடிவு அப்போது உண்டானதுதான்.

'மார்மிக்' பத்திரிகையிலேயே வெளியிடப்பட்ட புதிய கட்சியான 'சிவசேனா'வின் முதல் அறிவிப்பே படுகாரசாரமாக இருந்தது. அதில் உடுப்பி ஹோட்டல் வைத்திருப்பவர்கள், தென்னிந்தியர்கள், க்ளார்க் வேலை பார்க்கும் தமிழர்கள், தொழில் நடத்தும் குஜராத்திகள் ஆகியோர் கடுமையாக விமரிசிக்கப்பட்டனர். மும்பைக்காரன் ஒருவன் உத்திரபிரதேசத்திலோ அல்லது பிகாரிலோ அல்லது தமிழ்நாட்டிலோ கவுன்சிலராவது என்பது கனவிலும்கூட நடக்காது. ஆனால் மும்பையில் எல்லாம் நடக்கிறது. இது எப்படி சாத்தியமாகிறது? அப்படியானால் மும்பைக்காரர்கள் இளிச்சவாயர்கள் என்று அர்த்தமா? என்று அந்த அறிவிப்பில் கேள்வி எழுப்பப்பட்டது.

இந்த அறிவிப்பு வெளியிடப்பட்ட விதம் பம்பாய் மராத்தியர்கள் மட்டுமின்றி, ஒட்டுமொத்த மராத்தியர்களையும் கவர்ந்ததோடு

நன்றாகக் கொம்பு சீவிவிட்டிருந்தது. இதன்மூலம் தனிப்பட்ட முறையில் தாக்கரேவின் செல்வாக்கு கணிசமாக உயரத் தொடங்கியது.

சத்ரபதி சிவாஜியின் படை (Army of Shiva) என்று அர்த்தம் வரும் வகையில் சிவசேனா என்கிற பெயர் வைக்கப்பட்டது. மும்பை வாசிகளின் பிராந்திய உணர்வு மிக அதிகம் தூண்டப்பட ஆரம்பித்தது அப்போதிலிருந்துதான். ஜூன் 19, 1966.

ஷிவ் உத்யோக் சேனா, பாரதீய கம்கர் சேனா மற்றும் தொழிற்சங்கம் என்று சிவசேனாவின் மற்ற கிளைப் பிரிவுகளை பால் தாக்கரே உருவாக்கினார். அகில பாரதீய வித்யார்த்தி சேனா என்ற பெயரில் இளைஞரணி ஒன்றும் உருவாக்கப்பட்டது. இப்படி பல அணிகள் உருவாக்கப் பட்டதால் கட்சிக்குப் பல மட்டங்களில் இருந்தும் உறுப்பினர்களைச் சேர்க்க முடிந்தது. இதன்மூலம் சிவசேனா அடிப்படைக் கட்டமைப்பு ரீதியாக கொஞ்சம் கொஞ்சமாக பலம் பெற ஆரம்பித்தது.

கட்சி தொடங்கி இரண்டு ஆண்டுகள் ஆகியிருந்தபோது பம்பாய் உள்ளாட்சித் தேர்தல் அறிவிப்பு வெளியிடப்பட்டது. அதுவரை அவரை அடிப்பது, இவரை விரட்டுவது என்று அடிதடிகளில் மட்டுமே அதிக கவனம் செலுத்தி வந்த சிவசேனா, அந்தத் தேர்தலில் போட்டியிடவிருப்பதாக தாக்கரே அறிவித்தார்.

முதல் தேர்தல் என்பதால் தேர்தல் பணிகளைச் செய்வதில் நிறைய சிரமங்களை சிவசேனைகள் எதிர்கொள்ள வேண்டியிருந்தது. இதற்கு நேர்மாறாக காங்கிரஸ் கட்சியினர் அநாயாசமாகத் தேர்தல் பணிகளைச் செய்து கொண்டிருந்தனர். எப்போதோ, எதற்காகவோ சிவசேனைகள் போட்ட சண்டைகள் எல்லாம் தேர்தல் நேரத்தில் மிகுந்த சிரமங்களை ஏற்படுத்தின. எல்லாவற்றையும் சமாளிக்கும் வகையில் தாக்கரேவின் பத்திரிகை மற்றும் நேரடி பிரசாரம் விளங்கியது.

கொஞ்சம் பயத்துடன்தான் தாக்கரே தேர்தலை எதிர்கொண்டார். அதுவரை செய்திருந்த அதிரடிப் பணிகள் அப்படிப்பட்டவை. ஆனாலும் தேர்தல் முடிவுகள் சிவசேனாவுக்கு ஆதரவாக இருந்தன. சிவசேனா முதன்முதலில் தேர்தல் வெற்றியை ருசித்தது 1968-ல் நடந்த இந்த பம்பாய் உள்ளாட்சித் தேர்தலில்தான். இதற்கு இன்னொரு காரணம் மகாராஷ்டிராவின் அசைக்க முடியாத சக்தியாக விளங்கிய காங்கிரஸ் கட்சிக்குள் ஏற்பட்ட சண்டைகளும், குழப்பங்களும். எப்படியோ இந்த தேர்தலில் நாற்பத்தியிரண்டு முனிசிபல் இடங்களை புதிய கட்சியான சிவசேனா கைப்பற்றி, காங்கிரஸ் கட்சிக்கு அதிர்ச்சி வைத்தியம் கொடுத்தது.

சிவசேனாவின் அரசியல், அதிரடியை முன்னிறுத்திச் செய்யப்படுவது. அடிக்கடி வன்முறைகள் நிகழ அக்கட்சி காரணமாக இருந்திருக்கிறது

என்பது மும்பையின் காவல்துறை ஆவணங்களின்மூலம் தெரியவரும் விஷயம். சந்தர்ப்பத்துக்கு ஏற்ப கூட்டணிகள், தேவைக்கேற்ப கழற்றி விடும் வைபவங்கள் அனைத்தும் உண்டு. மாறாத ஒரே விஷயம், ‘மண்ணின் மைந்தர்கள்’ கோஷம்தான்.

கொஞ்சம் கொஞ்சமாக மும்பை மக்களின் வாழ்வுடன் கலக்கத் தொடங்கியது சிவசேனா. விரும்பினாலும் விரும்பாதுபோனாலும், பம்பாய் மராட்டியர்களுக்கு, குறிப்பாக ஹிந்துக்களுக்கு பால் தாக்கரேவை விட்டால் ‘பாதுகாப்பு’ தரக்கூடிய தலைவர் வேறு யாருமில்லை என்று நினைக்கத் தொடங்கினார்கள். ஒரு வகையில் சிவசேனா தன்னை மக்கள் மத்தியில் திணித்துக்கொண்டது என்று சொல்லலாம். இன்னொரு வகையில் மும்பைவாசிகளுக்கு அது வேண்டியும் இருந்தது.

இப்படி வேண்டியிருந்த காரணங்களுக்காக, வேண்டாத கலவரங்களையும் அவர்கள் சகித்துக்கொள்ள நேர்ந்ததுதான் இதில் வருத்தத்துக்குரிய விஷயம். பாபர் மசூதி இடிப்புக்குப் பிறகு நேர்ந்த கலவரங்கள் மிகச் சிறந்த உதாரணம்.

10. ஆயத்தங்களும் மூளைச் சலவைகளும்

பாபர் மசூதி இடிப்புக்குப் பிறகு நிகழ்ந்த மும்பை தொடர் வெடிகுண்டுச் சம்பவங்களுக்கு மூல காரணம் பாகிஸ்தானின் உளவுத்துறையான ஐ.எஸ்.ஐ. இது ஆதாரபூர்வமாக நிரூபிக்கப்பட்டுவிட்ட விஷயம்.

திட்டத்தைச் செயல்படுத்த அவர்கள் தேர்ந்தெடுத்த நபர் தாவூத் இப்ராஹிம். இதற்கு முக்கியக் காரணம் உலகம் முழுவதும் பரவியிருந்த அவனது நெட்வொர்க் பலம். ஆள்பலம். பணபலம்.

தன் சதித் திட்டங்களைச் செயல்படுத்த தாவூதை ஒப்புக் கொள்ள வைப்பதற்காக ஐ.எஸ்.ஐ. பலவிதமான முயற்சி களை மேற்கொண்டது. அதில் முக்கியமானது தாவூதை மதவாதியாக, மதவெறி கொண்டவனாக மாற்றும் முயற்சி. அடிப்படையில் தாவூதுக்குப் பெரிய மதப்பற் றெல்லாம் கிடையாது. அவன் ஒரு ரெகுலர் கிரிமினல்.

1992 கிறிஸ்துமஸுக்குச் சில தினங்களுக்கு முன் தாவூதுக்கு சரியாகக் கட்டப்படாத பார்சல் ஒன்று வந்தது. சில தினங் களுக்கு முன்பு வரை அதே போல் இரண்டு பார்சல்கள் வந்திருந்தன. அது மூன்றாவது பார்சல். அதனுள்ளே என்ன இருக்கும் என தாவூதுக்கு நன்றாகவே தெரியும். உதவியாளர்கள் முன்னிலையில் பிரிக்க முடியாது. எனவே தனது உதவியாளரான ஷோட்டா ஷகீலை ஓரக் கண்ணால் பார்த்தான். அதனைப் புரிந்து கொண்ட ஷகீல், மற்றவர்களை வெளியே போகச் சொன்னான்.

கதவை மூடிவிட்டு, ஷகீல் மெதுவாக பார்சலைப் பிரித் தான். தாவூத் நினைத்த மாதிரியே பார்சலிலிருந்து சிவப்பும் பச்சையுமாக வளையல்கள் சிதறிக் கீழே விழுந்தன. எதிர்பார்த்ததுதான் என்றாலும் தாவூதின் முகம்

சுருங்கியது. பார்சலில் ஒரு காகிதத்தில் உருது மொழி வாசகம் ஒன்று எழுதி வைக்கப்பட்டிருந்தது.

'தன் சகோதரியின் மானத்தைக் காப்பாற்ற முடியாத சகோதரனுக்குத் தகுதியான பரிசு இதுதான்.'

அறை விளக்குகளின் வெளிச்சத்தில் வளையல்கள் ஜொலித்தன. தாவூதின் முகம் இருண்டது. ஐ.எஸ்.ஐ. அனுப்பிய பார்சல்தான் அது. 'பாபர் மசூதி இடிப்பு, பம்பாய் மதக் கலவரங்களுக்கு எதிராக, இஸ்லா மியர்களுக்கு நேர்ந்த கொடுமைகளைக் கண்டித்து இந்திய அரசுக்குப் பாடம் புகட்ட வேண்டும். இந்தியாவில் வாழும் இஸ்லாமியர்களின் சமூகத் தலைவனாகிய நீ, உன் சகோதரிகளின் கண்ணீருக்கு, சகோ தரர்கள் சிந்திய ரத்தத்துக்கு பதில் அளிக்க வேண்டாமா' என்பதுதான் அதன் மூலம் தாவூதுக்குச் சொல்லப்பட்ட சேதி.

அந்த வேளையில் அறையில் இருந்த தொலைபேசி ஒலித்தது. ஷகீல் எடுத்துப் பேசினான். தாவூத் கடைசியாக பாகிஸ்தானுக்கு அனுப்பி வைத்த முக்கிய கடத்தல் சரக்குகள் அந்நாட்டின் பிரபல கடத்தல் புள்ளியான தாவூத் ஜாட்டினால் கைப்பற்றப்பட்டதென தொலை பேசியின் மறுமுனையில் தகவல் கூறினர். மிகவும் ரகசியமான அந்தத் தொலைபேசி எண் தாவூத், ஷகீல் உட்பட ஆறே ஆறு பேருக்கு மட்டும் தான் தெரியும். ஷகீல் ரிஸீவரை தாவூதிடம் கொடுத்தான். எதிர் முனையில் பேசியவர்கள் பாகிஸ்தானின் உயர் அதிகாரிகள். பேசி முடித்துவிட்டு சில நிமிடங்கள் யோசித்த தாவூத், ஷகீலிடம் பேசினான்.

'நம் சரக்கு பறிபோன விஷயம் அவர்களுக்குத் தெரியும். சொன்னார்கள். புது வேலை ஒன்றைச் சொன்னார்கள். அவர்கள் சரக்கை இந்தியாவில் உரியவர்களிடம் சேர்க்க வேண்டுமாம். அதற்கு நம் பாதையைப் பயன்படுத்திக் கொள்ள வேண்டுமாம். நம் உதவி தேவை எனக் கேட்டார்கள். மற்ற விஷயங்களை டைகர் மேமனும் டௌ பிக்கும் பார்த்துக் கொள்வார்களாம். இதனால் நம் தொழிலுக்கு பாகிஸ் தானில் எந்தவித பாதிப்பும் இருக்காதாம். நம் பாதையை, நம் ஆள்களைப் பயன்படுத்திக் கொள்ள அனுமதிப்பது மட்டும்தான் நாம் அவர்களுக்குச் செய்யும் வேலை. உயிரிழந்த இஸ்லாமிய சகோதரர் களுக்காக நாம் பழிவாங்க ஒரு சந்தர்ப்பம்.'

சதித் திட்டங்களை நிறைவேற்றுவதற்காக வெடிபொருள்கள், ஆயுதங் களை இந்தியாவுக்குக் கடத்துவதற்காகப் பேச்சுவார்த்தை அப்போது தான் நடந்தது.

தாவூத் சிகரெட்டை எடுத்து தன் உதடுகளுக்கு இடையில் வைத்தான். ஷகீல் அதனைப் பற்ற வைத்தான். கருப்பு வெள்ளிக்கான முதல் நெருப்புப் பொறி அப்போது அங்கே பற்ற வைக்கப்பட்டது.

இந்த புராஜெக்டை இந்தியாவில் நடத்திமுடிக்கத் தலைவனாக நியமிக்கப்பட்டவன் டைகர் மேமன். தாவூதுக்கு மிகவும் நெருக்கமானவன். அதே போல டைகர் மேமன் என்றாலே மும்பையின் நிழலுலகத்தில் தனி மரியாதை உண்டு. என்ன திட்டம், எந்தெந்த இடங்கள், எவ்வளவு பணம், யார் யார் ஈடுபடப் போகிறார்கள் என எல்லாவற்றையும் முடிவு செய்யும் பொறுப்பு அவனிடம் ஒப்படைக்கப்பட்டிருந்தது.

முதல் கட்டமாக வெடிபொருள்கள், ஆயுதங்கள், தேவையான மற்றப் பொருள்களை பம்பாய்க்குக் கொண்டுவர வேண்டும். எப்படி? தாவூதிருக்க பயமேன். பம்பாயின் தரை, கடல், ஆகாயக் கடத்தல் வழி மார்க்கங்கள் எல்லாமே தாவூத் போக்குவரத்துக் கழகம் மனம் வைத்தால்தான் முடியும். தாவூதிடமிருந்து உத்தரவு வராமல் அவனது ஆள்கள் துரும்பைக்கூட நகர்த்த மாட்டார்கள். டைகர் மேமனும் தேர்ந்த கடத்தல் பேர்வழியே. பழுத்த அனுபவசாலிதான்.

ஜெக்காடி, பிஜூ ஆகிய கடற்கரைப் பகுதிகளின் வழியே சரக்குகளை பம்பாய்க்குள் கொண்டு செல்ல முடிவு செய்யப்பட்டது. கற்கள், பாறைகள் நிறைந்த இப்பகுதிகளுக்குச் செல்வதே கடினம். இங்கே சரக்குப் பரிமாற்றம் செய்யவே முடியாது என்றுதான் நினைக்கத் தோன்றும். ஆனால் இந்தக் காரியத்தைப் பொருத்தவரை வேறு தோதான இடம் கிடையாது. பம்பாயில் பல இடங்களில் அதுவும் சரக்கு இறங்க வசதி இருக்கும் இடங்களில் அவற்றைக் கையாள பல ஏஜெண்டுகள் உண்டு. கடத்தல் பொருள்கள் மும்பையில் நுழைய வேண்டுமென்றால் இந்த ஏஜெண்டுகள், தங்களது ஆள்களைக் கடலுக்குள் அனுப்புவார்கள், கடலின் நடுவிலே ஒரு கப்பலிலிருந்து இன்னொரு கப்பலுக்கு சிறு படகுகள் மூலம் சரக்குப் பரிமாற்றம் நடக்கும். அதன் பிறகு சரக்கைக் கொண்டு வந்த கப்பல் தன் வழியே திரும்பி விடும். மற்றொரு கப்பல் கடற்கரைக்கு வந்து குறிப்பிட்ட இடங்களில் சரக்குகளை இறக்கும். இந்தச் சரக்குகளை இறக்கும் இடங்களில் ஒவ்வொரு நபர் ஏஜெண்டாக இருப்பார். தாவூத் பான்ஸே இப்படி ஒரு ஏஜெண்ட். அறுபது வயது தாண்டிய அனுபவஸ்தர்.

பான்ஸே, தன்னுடன் ஷெரீப், கபூர் பார்க்கர், ரஹீம் அப்பாஸ் என்ற இரண்டு ஏஜெண்டுகளைச் சேர்த்துக் கொண்டு செயலில் இறங்கினான். மூவருமே 1980 முதலே தாவூதுக்காக கடத்தல் செய்து கொண்டிருப்பவர்கள். இப்போது மேமனுக்காகக் களத்தில் இறங்கினர். ஜனவரி 15, 1993 பான்ஸேவை டைகர் மேமன் வரச் சொன்னான்.

'ரொம்ப ரொம்ப முக்கியமான சரக்குகள், இங்கிருந்து பம்பாய்க்கு கொண்டுவர வேண்டியதிருக்கும்.'

'சரி. கொண்டு வந்திடலாம்.'

‘மற்ற விஷயங்கள் மாதிரி அல்ல. இந்த முறை வெகு ஜாக்கிரதையா செயல்படணும்.’

‘சரி.’

‘சரக்குகள் துபாயிலிருந்து மாஸ்லாவுக்கு வருகின்றன.’

‘யார் அனுப்புகிறார்கள்?’

‘தாவூத் பாய்’

இந்தப் பெயரைக் கேட்டதும் பான்ஸே சற்று அதிர்ந்தான். கொஞ்சம் நிதானித்துவிட்டு,

‘தாவூத் பாய்தான் அனுப்புகிறார் என்பது எங்களுக்கு எப்படித் தெரியும்?’

இந்தக் கேள்வியை பான்ஸே கேட்டதும், டைகருக்குக் கோபம் பொத்துக் கொண்டு வந்தது. அதனை பான்ஸேவும் டைகரின் பார்வையிலேயே உணர்ந்தான்.

பம்பாய் கடத்தல் சாம்ராஜ்ஜியத்தையே நிர்வகித்துக் கொண்டு இருக்கும் தன்னை, ஒரு சாதாரண ஏஜெண்ட் எதிர்க்கேள்வி கேட்டால் கோபம் வராதா? காரியம் ஆக வேண்டுமே. கட்டுப்படுத்திக் கொண்டான்.

‘இந்தச் சரக்குகள் தாவூத் பாயின் நேரடியான அனுமதியின் பேரில் அனுப்பப்படுகின்றன. சந்தேகம் வேண்டாம்.’

பான்ஸே விடுவதாக இல்லை. மேலும் தைரியத்தை வரவழைத்துக் கொண்டு, ‘டைகர் சாப், கோபித்துக் கொள்ளாதீர்கள். வழக்கமாக தாவூத் பாயிடமிருந்து எங்களுக்கு நேரடியாகவோ அல்லது வழக்கமான பிற வகைகளிலோ தகவல்கள் வரும். அதனை அடிப்படையாக வைத்து தான் நாங்கள் செயல்படுவோம். இல்லாவிட்டால் ஒன்றும் செய்ய மாட்டோம். அதுதான் சரி. அப்போதுதான் சரியாக இருக்கும். ஏனென்றால் இப்போதெல்லாம் வெகு ஜாக்கிரதையாகவே இருக்க வேண்டியிருக்கிறது என்று உங்களுக்கே தெரியுமே?’

டைகர் பொறுமை இழந்தான். கோபத்துடன் குரலை உயர்த்தி, ‘ஓஹோ, அப்படியானால் எதைச் செய்தால் அல்லது எது நடந்தால் நீங்கள் இந்த விஷயத்தில் இறங்குவீர்கள்?’

பான்ஸே, தான் எல்லை மீறியதை உணர்ந்து கொண்டார். இனி என்ன செய்ய, தலைக்கு மேல் போய்விட்டது, இனி ஜான் என்ன, முழம் என்ன! துணிந்து பதில் சொன்னார்:

‘தவறாக எடுத்துக் கொள்ளாதீர்கள். வேறு எதுவும் வேண்டாம். தாவூத் பாய் எனக்கு ஃபோன் செய்து தெரிவித்தால் போதும். இல்லையென்றால் வழக்கமான தகவல் பரிமாறும் வழிகளில் சொன்னால் கூடப் போதும்.’

இதற்கடுத்து டைகர் கேட்ட கேள்வியை பான்ஸே சற்றும் எதிர்பார்க்கவில்லை.

‘ஒரு வேளை தாவூத் பாயிடமே உங்களைக் கூட்டிக் கொண்டு போனால் அது போதுமானதாக இருக்குமா?’

நிலை தடுமாறி, பின் நிதானத்துக்கு வந்தான் பான்ஸே. உறுதியாகவே பதிலளித்தான்.

‘அப்படி நீங்கள் செய்தால், சொல்வதைக் கேட்கத் தயாராக இருக்கிறேன்; அதன்படி காரியங்களும் நடக்கும்.’

‘சரி. தகவல் கூறுகிறேன்’ என்றபடி அங்கிருந்து கிளம்பினான் டைகர்.

நான்கே நாள்களில் பான்ஸே துபாய்க்குச் செல்ல ஏற்பாடு, பாஸ்போர்ட், விசா என எல்லாம் நடந்தேறியது. ஜனவரி 19, 1993 பான்ஸேவை துபாய் விமான நிலையத்தில் டைகரே வந்து அழைத்துச் சென்றான். ஹோட்டல் டெல்லி தர்பாரில் தங்குவதற்கு ஏற்பாடு செய்யப்பட்டிருந்தது.

‘நாளை தயாராக இருங்கள். தாவூத் பாயைச் சந்திக்கலாம்’ என்று கூறிச் சென்றான் டைகர்.

மறுநாள் தயாராகக் காத்திருந்தான் பான்ஸே. டைகர் ஃபோனில் அழைத்தான்.

‘இன்று சந்திக்க முடியாது. நாளை சந்திக்கலாம்’ என்றான்.

ஜனவரி 21 அன்று டைகர் பான்ஸேவை தாவூதின் வெள்ளை மாளிகைக்கு அழைத்துச் சென்றான். அதன் பிரும்மாண்டத்தைக் கண்ட பான்ஸேவுக்குப் பிரமிப்பு. பேச்சே வரவில்லை. ஒரு பெரிய அறைக்கு அழைத்துச் சென்ற டைகர், பெரிய இருக்கை ஒன்றில் அமரச் சொல்லிவிட்டு உள்ளே சென்றான். சுற்றிலும் யாருமே இல்லை. நிமிடங்கள் கரைந்து கொண்டே இருந்தன. நேரம் ஆக ஆக பான்ஸேவுக்கு பயம் தொற்றிக் கொண்டது. ஏதேனும் வாய் கொடுத்து மாட்டிக் கொண்டோமா, இங்கிருந்து திரும்பிப் போவோமா என எண்ணங்கள் பலவாறு அலை பாய ஆரம்பித்தன.

‘சலாம் அலைக்கும் பாய்’ - திடீரென பின்புறம் ஒலித்த குரலைக் கேட்டு சடாரெனத் திரும்பினான் பான்ஸே.

தாவூத் நின்று கொண்டிருந்தான். பான்ஸே பயந்து, சடக்கென எழுந்து நின்றான்.

'வ அலைக்கும் சலாம்!'

'அங்கே எல்லாம் எப்படி நடக்கிறது? ஏதும் பிரச்னையில்லையே'

'அல்லாவின் கருணையால் எந்தக் குறையும் இல்லை.'

'இங்கே என்னைச் சந்திக்க வந்த காரணம் என்ன?' - தாவூத் இப்படி நேரடியாக விஷயத்துக்கு வருவான் என பான்ஸே சற்றும் எதிர்பார்க் கவில்லை.

'ஓ.. ஒன்றுமில்லை. அதாவது.. என்ன சொல்ல வருகிறேன்.. உங்களைப் பார்க்க வேண்டும் என்று டைகரிடம் கேட்டேன். அதாவது.. உங்களை.. உங்களோடு பேச முடிந்தால் நல்லது என்று நினைத்தேன். டைகர் பாய் உங்களைச் சந்திக்க ஏற்பாடு செய்வதாகச் சொன்னார். அதனால்..'

'பெரிய விளக்கம் ஏதும் தேவையில்லை. நடக்க இருப்பது என் சம்பந்தப்பட்ட விஷயம்தானா என்பதை உறுதி செய்ய விரும்பினீர்கள். அவ்வளவுதானே. கவலைப்படாதீர்கள். இவ்விஷயம் என் மனப்பூர்வ மான ஒத்துழைப்போடும் ஆதரவோடும்தான் நடக்க இருக்கிறது.'

தாவூதின் இந்த பதில் பான்ஸேவுக்கு கொஞ்சம் தைரியத்தைக் கொடுத்தது. தொடந்தான்.

'ஆனால் நான் ஒன்று உங்களைக் கேட்கலாமா? தெரிந்து கொள்வதற் காகத்தான் கேட்கிறேன். சரக்கு மூட்டைகளில் என்ன இருக்கும்?'

தாவூத் இந்தக் கேள்வியை அவ்வளவாக விரும்பவில்லை. என்றாலும் பதில் சொன்னான்.

'சில வேதிப் பொருள்கள் இருக்கும். அதிகம் கவலைப்பட வேண்டாம். உங்களுக்குத் தாராளமாகப் பணம் கிடைக்கும்.'

சிங்கத்தின் குகையில் நிற்கிறோம் என உணர்ந்து கொண்டாலும், ஏதோ ஒரு அசட்டு தைரியத்தில் பான்ஸே அடுத்த கேள்வியையும் கேட்டே விட்டான்.

'வேதிப் பொருள்கள் என்றால்?'

தாவூத் அவ்வளவு நேரம் பொறுமையாகப் பதிலளித்ததே பெரிய விஷய மாயிற்றே. கோபம் தலைக்கேறியது. பான்ஸேயை மூர்க்கத்தனமாக முறைத்தபடி, குரல் உயர்த்திப் பேச ஆரம்பித்தான்.

‘இந்தியாவில் இந்துக்கள் என்ன செய்தார்கள் என்பது உனக்குத் தெரியாதா? மசூதி இடிப்புக்கும் அப்பாவி முஸ்லிம்களின் ரத்தத்துக்கும் பழிக்குப்பழி வாங்க வேண்டாமா?’

கோபமாக, தாவூத் பேசி முடித்த அடுத்த சில நொடிகளுக்குப் பிறகும் பான்ஸே அறையில் அதன் அதிர்வுகளை உணர்ந்தான். மேலும் தைரியத்தை வரவழைத்துக் கொண்டு, மெதுவாக அடுத்தக் கேள்வியைக் கேட்டான்.

‘நாம் என்ன செய்யப் போகிறோம்?’

‘அந்தக் கவலை உங்களுக்கானது அல்ல. கொடுத்த வேலையை மட்டும் செய்தால் போதும். புரிந்ததா?’

‘புரிந்தது’ என்பதைத் தவிர வேறு வார்த்தை கூற அங்கே இடமே யில்லையே. பான்ஸே பம்பாய்க்குத் திரும்பினான்.

முஸ்லிம் அல்லாதவர்கள் மீது தாவூத் வெளிப்படுத்திய குரோதமும் ஆத்திரமும் பான்ஸேவிடமும் அழுத்தமான தாக்கத்தை ஏற்படுத்தி யிருந்தது. தாவூதைச் சந்தித்தது முதல் அவர்களுக்குக் கொடுக்கப்பட்ட வேலை வரை எல்லாவற்றையும் பார்க்கர், லாண்டரி வாலாவிடம் விளக்கமாகக் கூறினான்.

பம்பாயில், டைகர் மேமனை மூவரும் சந்தித்தனர். திட்டம் குறித்து தெளிவாகப் பேசினர். ஜனவரி 29 முதல் பிப்ரவரி 2 தேதிக்குள் பான் ஸேவும் லாண்டரி வாலாவும் ஸ்ரீவர்தன், மாஸ்லா ஆகிய பகுதிகளைச் சார்ந்த போலீஸாரைச் சரிகட்டினர். பான்ஸே, சம்பந்தப்பட்ட அதிகாரிகளின் தரப்படி ஒரு லட்சத்திலிருந்து பேரம் பேசி தொகையை அளித்தான். சரக்கை இரவு 2 மணிக்கு மேல் கடற்கரைக்குள்ளே கொண்டு வருமாறு ஆலோசனை தெரிவிக்கப்பட்டது.

பிப்ரவரி 3-ம் தேதி இரவு AK56 ரக துப்பாக்கிகள், கையெறி குண்டுகள் ஆகியன நடுக்கடலில் ஒரு கப்பலில் இருந்து மற்றொரு கப்பலுக்கு மாறின. சுமார் 1,500 கிலோ ஆர்.டி.எக்ஸ். கொண்டுவரப்பட்டது. ஷெகாடி கிராமத்தின் கடற்கரைப் பகுதியில் இது நடந்தது.

தேவையான வெடிபொருள்களைக் கொண்டு வந்து இறக்கியாயிற்று. இனிமேல் அவற்றை எப்படிக் கையாள்வது?

எப்படி வெடிகுண்டாக மாற்ற வேண்டும், குறிப்பிட்ட இடத்தில் யாருக்கும் சந்தேகம் வராமல் கொண்டு வைக்க வேண்டும், அதைச் சரியாக வெடிக்க வைக்க வேண்டும், யாரிடமும் மாட்டிக் கொள்ளாமல் தப்பித்து வர வேண்டும். இதெல்லாம் அல்வா சாப்பிடுவது போல சுலபமான காரியமல்ல! முறையான பயிற்சி தேவையல்லவா!

குருவிடம் பயிற்சி பெற்றால்தானே இதையெல்லாம் சரியாகச் செய்ய இயலும். இங்கிருந்து குருவைத் தேடிச் செல்வதுகூட எளிதான காரியமல்லவே!

எனவே தேர்ந்தெடுத்த ஆள்களை இரண்டு குழுக்களாக துபாய் வழியாக, பாகிஸ்தானுக்கு ஐ.எஸ்.ஐ.யிடம் பயிற்சிக்காக அனுப்பினான். இந்தியா விலிருந்து துபாய் செல்வது ஒன்றும் கடினமான காரியமல்ல. துபாயிலிருந்து பாகிஸ்தான் செல்வதற்கு முறைப்படி விசாகூடத் தேவையில்லை. ஜாவித் சிக்னா, பாட்ஷா கான், பர்வேஷ் கேலாவலா, சலீம் பான்ஸ்போகர்(Salim Phansopkar), தைனூர், சலீம் பஸார்வாலா, ஃபரூக் பாவ்லே, ஸாகிர், பிரோஸ் மாலிக், நியாஸ் அகமது, நஸிம் பர்மாரே, யெபா யாகூப் (Yeba Yaqub), நஸிர் தாக்லா, தேபா, இர்பான் சௌக்லே, சஹ்னாவாஸ், அப்துல் அக்தார், முகமது ரஃபிக், குல் முகமது கான், பாஸிர் கான் ஆகிய பத்தொன்பது நபர்கள் பயிற்சியை முடித்து விட்டு, மார்ச் 4-ல் பம்பாய் திரும்பினர்.

பயிற்சிக்குப் பின், எங்கெங்கு எப்போது எப்படி வெடிகுண்டுகள் வைக்க வேண்டும் என்று திட்டம் தீட்டப்பட்டது. அதைத் தீட்டியது டைகர் மேமன். அல் ஹுசைனியிலிருந்த டைகர் மேமனின் வீட்டிலும், வேறு சில இடங்களிலும் திட்டங்கள் தீட்டுவதற்காகப் பலமுறை ரகசியக் கூட்டங்கள் நடத்தப்பட்டன. எங்கெல்லாம் வெடிகுண்டுகள் வைக்க வேண்டும் என முடிவு செய்யப்பட்டது. அதில் முக்கியமாக பாரத் பெட்ரோலியத்தின் சுத்திகரிப்பு நிலையத்திலும் குண்டுகள் வைக்கத் திட்டம் தீட்டப்பட்டது. ஆனால் அங்கிருந்த பலத்த காவல் காரணமாக திட்டம் கைவிடப்பட்டது.

திட்டங்களை நிறைவேற்றுவதற்காக டைகர் மேமன், பல்வேறு போலியான பெயர்களில், பணம் கொடுத்து அம்பாஸிடர் கார், மாருதி வேன்கள், மஹேந்திரா ஜீப்கள், பஜாஜ் ஸ்கூட்டர்கள் ஆகியவற்றை வாங்கினான். பல்வேறு இடங்களில் பதுக்கி வைக்கப்பட்டிருந்த வெடிபொருள்கள் மார்ச் 11 நள்ளிரவிலும், மார்ச் 12 அதிகாலையிலும் டைகர் மேமனின் வீட்டுக்குக் கொண்டு வரப்பட்டன. வாகனங்களில் இருந்த இடைவெளிகளுக்கேற்ப வெடிகுண்டுகள் உருவாக்கப்பட்டன.

டைகர் மேமன் திட்டமிட்டு தன் குடும்பத்தினரை இரண்டு குழுவினராக மார்ச் 10, 11 தேதிகளில் துபாய்க்கு அனுப்பினான். மார்ச் 12 அதிகாலையில் எல்லாவற்றையும் தயார் செய்துவிட்டு, இறுதியாக முக்கியமான சதித் திட்டக் குறிப்புகளைக் கொடுத்துவிட்டு, வெகு ஜாக்கிரதையாக அவனும் துபாய்க்குச் சென்றுவிட்டான். மார்ச் 12 அதிகாலை, யாரும் தூங்கவில்லை. ஜாவித் சிக்னா தலைமையில் அடுத்த நாள் 'காரியத்துக்காக'த் தயாராகிக் கொண்டிருந்தனர்.

●

கிலோக் கணக்கில் வெடிகுண்டுகளை மும்பைக்குக் கடத்திக் கொண்டு வந்தது, அது முதல் முறை அல்ல. ஏப்ரல் **14, 1944**-ல், கப்பல் நிறைய வெடிகுண்டுகள் வந்தன. பம்பாயால் மறக்க முடியாத ரத்த தினம் அது.

பம்பாய் துறைமுகத்தில் கரை சேர்வதற்குத் தயாராக மிதந்து கொண்டிருந்தது ஃபோர்ட் ஸ்டிகினி (Fort Stikine). அந்தக் கப்பலை உள்ளே ஏற்றுக் கொள்வதற்கான நேரம் இன்னமும் கனியவில்லை. கடலிலேயே காத்துக் கொண்டிருந்தது ஸ்டிகினி.

கப்பலிலிருந்து சரக்கை இறக்கி ஏற்ற கூலிகள் தயாராக இருந்தார்கள். பொதிப் பொதியாகப் பஞ்சு. பெட்டி பெட்டியாக இறங்கப் போகிறது. 'இன்று நல்ல வேட்டைதான்!' வைத்தகண் வாங்காமல் அந்தக் கப்பலையே உற்றுப் பார்த்துக் கொண்டிருந்தனர் தொழிலாளர்கள்.

அப்போது, திடீரென்று அந்தக் கப்பலிலிருந்து புகை கசியத் தொடங்கியது. ஆரம்பத்தில் ஒன்றும் சரியாக பிடிபடவில்லை. பிறகு தான் தெரிந்தது. என்ன ஏது என்று பார்ப்பதற்குள் புகை அடர்த் தியடைந்தது. பார்த்துக் கொண்டிருக்கும் போதே முதல் நெருப்புப் பொறி.

கரை முழுவதும் பதற்றம் தொற்றிக் கொண்டது. ஏதாவது செய்ய வேண்டும். உடனே!

'முழுக்க பஞ்சு மூட்டைகள், வெயில்ல உராய்ஞ்சதால பத்திக்கிச்சு. உடனே நெருப்பை அணைக்கணும்' அதிகாரிகள் பரபரத்தனர்.

அனைவரும் பார்த்துக் கொண்டிருக்கும் போதே கண்களுக்கு முன்னால் கொழுந்து விட்டு எரியத் தொடங்கியது ஸ்டிகினி. துறைமுகத்தில் இதுபோன்ற விபத்துகள் சகஜம். அவற்றை எதிர்கொள்ள அவர்கள் தயாராகவே இருப்பார்கள். ஆனால் ஒரு முழுக் கப்பல் நடுக்கடலில் பற்றி எரிவது இதுவே முதல் முறை.

என்ன செய்வது? நெருப்பை எப்படி அணைப்பது? கப்பல் கரையைத் தொட்டால்தான் நெருப்பை அணைக்க முடியும். பொருள்களைக் காப்பாற்ற முடியும். சரக்கை மீட்க முடியும்.

உடனடியாகக் கப்பலைக் கரைக்கு கொண்டு வரும் பணி முடுக்கி விடப்பட்டது. அனல் பறக்கும் உத்தரவு பறந்தது. மாலை **3.45** மணிக்கு ஸ்டிகனி கரையைத் தொட்டது. தொட்டதுதான் தாமதம். படீரென்று பெரும் சத்தத்துடன் அந்தக் கப்பல் வெடித்தது.

ஒரு கணம், ஒரே கணம். ஒட்டுமொத்தத் துறைமுகமும் வெடித்துச் சிதறி தூக்கி எறியப்பட்டதைப் போல் இருந்தது. கொத்து கொத்தாக மக்கள் சிதறிப் போய் விழுந்தனர்.

தொள்ளாயிரம் டன் தண்ணீரைப் பீய்ச்சியடித்த பிறகும் கப்பல் ஸ்டிகினி அடங்கவில்லை. கடலிலிலேயே விட்டு வைத்திருக்கலாம். கரைக்கு இழுத்து வந்தது மிகப் பெரிய தவறு. நிலைமையின் விபரீதம் அப்போதுதான் முதல் முறையாகத் தெரிந்தது.

ஒரு விஷயம் புரியவில்லை. அடர்த்தியான வெயிலால் பஞ்சு மூட்டைகள் பற்றிக் கொண்டது உண்மை. ஆனால் ஒரு கப்பல் இப்படியா திடீரென்று பேயாக வெடிக்கும்?

ஒட்டுமொத்தத் துறைமுகமும் கலங்கி நின்றபோது இருபத்தைந்து நிமிடங்கள் கழித்து மற்றொரு வெடிச்சத்தம், அதே கப்பலில் இருந்து; இந்த முறை சேதம் மிக மிக அதிகம்.

பம்பாய் பற்றி எரிந்தது.

வெறும் பஞ்சுப்பொதிகளைச் சுமந்து வந்த ஸ்டிகனி எப்படி வெடித்தது? ஆராய்ந்தபோது நிலைகுலைந்து போனது பம்பாய். அத்தனைப் பெரிய கப்பலில் வந்து சேர்ந்தது பஞ்சு மூட்டைகள் மட்டுமல்ல. ஏராளமான வெடிகுண்டுகளும்தான். நெருப்பு உரசியதால் பெட்டியிலிருந்த சில குண்டுகள் வெடித்திருக்கின்றன. அதனால்தான் அத்தனை சேதம்.

கப்பலை ஆராய்ந்தபோது வேறு சில பெட்டிகளும் கண்டுபிடிக்கப் பட்டன. உடைந்து சிதறிக் கிடந்த அந்தப் பெட்டிகளில் மிச்சமிருந் தவை பாளம் பாளமாகத் தங்கமும் வெள்ளியும். கண்டுபிடிக்கப்பட்ட தங்கம் பன்னிரண்டு கிலோ.

துறைமுகத்திலிருந்து வெகு தொலைவிலிருந்த கிராஃபோர்டு மார்க் கெட்டில் துணி தைத்துக் கொண்டிருந்த ஒரு டைலரின் வீட்டுக் கூரையைப் பிளந்து கொண்டு ஒரு தங்கக்கட்டி விழுந்தது. விக்டோரியா டெர்மினஸ் ரயில் நிலையத்தின் கூரையில் ஒரு பெரிய இரும்பு துண்டு பெரும் சத்தத்துடன் வந்து விழுந்தது.

மொத்தம் 1,400 டன் வெடிமருந்துகள் வெடித்திருந்தன. இறந்த வர்களின் எண்ணிக்கை 800.

அத்தனை துயரத்திலும் சில கேள்விகள் பம்பாய்வாசிகளைச் சிதறடித்தன.

1. அத்தனை வெடிகுண்டுகளும் பம்பாய்க்கு எதற்காக வந்தன?
2. ஒரு மாபெரும் கடத்தல் கூடாரமாக பம்பாய் மாறி வருகிறதா?
3. பம்பாய் கலவர பூமியாக மாறிக் கொண்டிருக்கிறதா?

ஒரு விஷயத்தில் பம்பாய்வாசிகள் தெளிவாக இருந்தனர். 'இனி ஒரு போதும் பம்பாயில் ஒரு சிறு குண்டு கூட வெடிக்கக்கூடாது. வெடிக்கவும் விடமாட்டோம்.'

மீண்டும் இப்படி ஓர் உறுதியெடுக்க வேண்டிய நிர்ப்பந்தம் மார்ச் 12, 1993 அன்று ஏற்பட்டது.

11. வெடித்தது குண்டு

*கா*லை ஒன்பது மணி.

வெப்பநிலை முப்பது டிகிரி செல்சியஸை நெருங்கிக் கொண்டிருந்தது. இன்றைய நாள் மும்பை வரலாற்றிலேயே கறை படிந்த நாளாக இருக்கப் போகிறது என்று தெரியாமல் வழக்கமான பரபரப்போடு பம்பாய் இயங்கிக் கொண்டு இருந்தது.

தாதர். எப்போதுமே கூட்டம் நிரம்பித் ததும்பும் பரபரப்பான ரயில் நிலையம். ஒரு மணி நேரத்தில் சராசரியாகப் பத்தாயிரம் உள்ளூர் ரயில் பிரயாணிகள், நூற்றுக்கணக்கான வெளியூர் ரயில் பிரயாணிகள் நடமாடும் இடம்.

முகமது இக்பால், தன் ஸ்கூட்டரை ஓட்டிக் கொண்டு வந்தான். பார்க் செய்ய வேண்டும். ரயில் நிலையத்தின் பிரதான வாசலருகே உள்ள சுவாமி நாராயண் கோவிலுக்குப் பக்கத்தில் நிறுத்த முயற்சிக்கும்போது, போலீஸின் விசில் சத்தம்.

'இங்க நிறுத்தக் கூடாதுப்பா, அங்க போ' - போலீஸ்காரரின் குரலில் கடுமை கலந்திருந்தது. இக்பால், எந்தவித எதிர்ப்பையும் காட்டவில்லை. ஏனென்றால் அது எதிர்த்துப் பேசுவதற்கான நேரமல்ல.

ஸ்கூட்டரை தள்ளிக் கொண்டு சென்று பயணிகள் ஏறிச் செல்லும், ரயில்வே பிளாட்ஃபாரத்தின் அருகிலுள்ள பார்க்கிங் ஏரியாவில் நிறுத்தினான். அங்குகூட நிறுத்தலாம். நடமாட்டம் அங்கும் அதிகம்தான். ரயில் நிலையத்திலிருந்து வெளியே வந்த இக்பால், ஒரு டாக்சி பிடித்துக் கொண்டு அல்-ஹூசைனிக்குத் (Al-Hussaini) திரும்பினான். ஸ்கூட்டரின் டிக்கியில் இருந்த வெடிகுண்டு வெடிக்க

வேண்டிய நேரத்துக்காகக் காத்திருந்தது. இது மார்ச் 12, 1993 அன்று வைக்கப்பட்ட முதலாவது வெடிகுண்டு.

•

கடற்கரையை நோக்கியிருக்கும் அற்புதமான ஹோட்டல் ஜுஹு சென்டார். மிக அழகான புன்னகையுடன் ரிசப்ஷனிஸ்ட் வரவேற்றாள்.

'மே ஐ ஹெல்ப் யூ சார்?'

'மை நேம் இஸ் சஞ்சீவ் ராய். ரூம் நெம்பர் 3078. அல்ரெடி புக்.' - தனக்குத் தெரிந்த ஆங்கிலத்தில் பேசினான் முஷ்டாக். சாவி வழங்கப் பட்டது. அறை இருக்கும் இடத்துக்கு அழைத்துச் செல்ல வந்த ரூம் பாய், 'சார், சூட்கேஸ் கொடுங்க. நான் எடுத்திட்டு வர்றேன்' என்றான்.

'பரவாயில்லை' என்றபடி அந்த லைட் ப்ளூ சூட்கேஸை மிக கவனமாக தானே கையில் எடுத்துக் கொண்டு அவனைப் பின் தொடர்ந்தான் முஷ்டாக்.

மிக மிக வசதியான அறை. பால்கனியில் நின்று காற்று வாங்கியபடி அந்தக் கடலை எவ்வளவு நேரம் வேண்டுமானாலும் ரசித்துக் கொண்டிருக்கலாம். அதற்கான நேரமா இது? முஷ்டாக்குக்கு, கட்டிலுக்கும் அதன் அருகில் போடப்பட்டிருந்த மேசைக்கும் இடையிலிருந்த இடம் சூட்கேஸை வைக்கச் சரியான இடமாகத் தோன்றியது. தன் வேலையை முடித்துவிட்டு, அடுத்த பத்து நிமிடங்களில் ஹோட்டலிலிருந்து வெளியேறினான். அப்போது மணி பகல் 11.35.

அதே நேரத்தில் சான்டா குரூஸிலுள்ள ஹோட்டல் ஏர்போர்ட் சென்டாரின் 157-ஆம் அறையில் தான் கொண்டு சென்ற சூட்கேஸை வைத்துக் கொண்டிருந்தான் சையப் கன்ஸாரே (Shoaib Ghansare). அடுத்த சில நிமிடங்களில் அவனும் அங்கிருந்து வெளியேறினான்.

பர்வேஸ், தனக்கு கொடுத்திருந்த வேலைப்படி, ஹோட்டல் ஸீ ராக் ஷெரட்டனின் 18-வது தளத்தில் அறை எண் 1840-ல் சூட்கேஸை வைத்துவிட்டு வெளியேறும்போது மணி பகல் 12.05. அந்த மூன்று சூட்கேஸ்களையும் சேர்த்து இதுவரை நான்கு வெடிகுண்டுகள் வைத்தாயிற்று. அவை வெடிக்க இன்னும் கிட்டத்தட்ட இரண்டரை மணி நேரங்கள் இருக்கின்றன.

அல்-ஹுசைனியிலிருந்து, வொர்லியிலுள்ள மண்டல பாஸ்போர்ட் அலுவலகத்தை நோக்கி அந்த ப்ளூ கமெண்டர் ஜீப் சென்று கொண்டிருந்தது. பகல் நேரமென்பதால் போக்குவரத்து நெரிசல் குறை வாகத்தான் இருந்தது. பாஸ்போர்ட் அலுவலகம் வாசலில் ஜீப்பை நிறுத்தினால், போக்குவரத்துக் காவலர்கள் ஏதாவது சொல்லக்கூடும்

என்று யோசித்த அப்துல் கனி அதற்கு எதிரிலிருந்த ஒயின் ஷாப்புக்கு முன்பிருந்த இடைவெளியில் ஜீப்பை நிறுத்திவிட்டு, கவனமாக லாக் செய்தான்.

'வேலை முடிஞ்சுது. இன்னிக்கு வெள்ளிக்கிழமை. மணி இப்பத்தான் 12.30 ஆகப்போகுது. தொழுகைக்குப் போயிடலாம்' என நினைத்தபடி அருகிலிருந்த பள்ளி வாசலுக்குக் கிளம்பினான். ஐந்தாவது வெடி குண்டான அந்த ஜீப்பில் இருபத்தைந்து கிலோ ஆர்.டி.எக்ஸ். நிரப்பப் பட்டிருந்தது.

ஆறாவது வெடிகுண்டை ஏர் இந்தியா கட்டடம் முன்பு வைக்க வேண்டும். ஜீப் அல்லது வேறு வாகனங்கள் என்றால் யார் வேண்டு மானாலும் சந்தேகப்படலாம். பிரச்னையே இல்லாத வாகனமென்றால் அது அம்பாஸிடர்தான். அரசாங்க வாகனம் என நினைத்துக் கொள்வார்கள். ஆர்.டி.எக்ஸ். நிரப்பப்பட்ட அம்பாஸிடரை, திட்டப்படி கச்சிதமாக நிறுத்திவிட்டு சத்தமில்லாமல் அங்கிருந்து வெளியேறினான் பரூக் பாவ்லே (Farooq Pawle). அப்போது அவனை ஒரு நீல நிற மாருதி 800 கடந்து சென்றது. நொடிப் பொழுதில் அவன் காணாமல் போனான்.

'சிக்னா (Chikna) பி.எம்.சி.யைத் (Bombay Municipal Corporation) தாக்கத் திட்டம் போட்டிருக்கார். இந்த மந்த்ராலயாவை ஏன் விட்டுட்டார்? இங்க இந்த கோயில்லதான் அந்தக் கூட்டம் எப்பவும் இருக்குமே?' - மந்த்ராலயாவைக் கடக்கும்போது, மாருதியிலிருந்த தைனுர் (Tainur), வண்டியை ஓட்டிக் கொண்டிருந்த இர்ஃபான் சோக்லேவிடம் (Irfan Chhougule) கேட்டான்.

'உன் ஆசை கண்டிப்பா நிறைவேறப் போகுது. கவலைப்படாதே. சிக்னா பி.எம்.சி.யை முடிச்சிட்டு அடுத்து அங்கயும் வருவார்' - இர்ஃபான் பதிலளித்தான்.

அந்த மாருதி தலால் தெருவை அடையும்போது மணி 12.50. எப்போதுமே ஜன நெரிசல் மிகுதியான தெரு. கோயம்பேடு சந்தையில் கூட்டம் எப்படி இருக்குமோ அப்படித்தான் அங்கும். ஆனால் இது பங்குச் சந்தை.

பம்பாய் பங்குச் சந்தை (Bombay Stock Exchange - BSE), இந்தியாவிலேயே மிகவும் பழைமையான, பெரிய பங்குச் சந்தை. வெள்ளிக்கிழமை, பங்குச் சந்தைக்கான வார இறுதி நாளுக்கான பரபரப்போடு அந்த முதல் தளத்தில் மட்டும் நாலாயிரம் பேர் இயங்கிக் கொண்டிருந்தனர்.

மதிய உணவு வேளைக்கான நேரமென்பதால் ஹோட்டல்கள் எல்லாமே பரபரவென இயங்கிக் கொண்டிருந்தன. பிரமிட் போல் வரிசையாகப் பழங்கள் அடுக்கி வைக்கப்பட்டிருந்த கடைகளுக்கு

மத்தியில், பங்குச் சந்தையில் கூடும் மக்களின் பசியாற்ற தெருவோரக் கடைகளும் முளைத்திருந்தன. லெமன் சாதம், உருளைக்கிழங்கு சிப்ஸ், பாவ்பாஜி, பானிபூரி, சான்ட்விச், குல்ஃபி என கலவையான மணம் காற்றில் மிதந்து கொண்டிருந்தது. அந்நேரத்தில் அந்தத் தெரு சான்ட் விச்சில் இரண்டு பன்களுக்கு இடையில் திணிக்கப்பட்ட காய்கறி களைப் போலத்தான் திணறிக் கொண்டிருந்தது. அந்த இடத்தில் மாருதியை நிறுத்துவதென்பது யோசிக்கவே முடியாத காரியம்.

மாருதியிலிருந்து இறங்கிய தைனூர், பார்க் செய்வதற்காக இடம் பார்க்கத் தொடங்கினான். நிறுத்தலாம் எனத் தோன்றிய ஒரு இடத்தில், சைக்கிள் ஒன்று எடுக்க முடியாதபடி நிறுத்தப்பட்டிருந்தது. திட்டப்படி பங்குச் சந்தை மிகமிக முக்கியமான இடமாதலால், இர்ஃபான் தயங்க வேயில்லை. பங்குச் சந்தை கட்டடத்தின் தரைத் தளத்திலிருக்கும் பார்க்கிங் ஏரியாவுக்குள் நுழைந்தான். அதே நேரத்தில் இர்ஃபானுக்கு வசதியாக ஹிந்துஸ்தான் காண்டெஸா கார் ஒன்று அங்கிருந்து வெளியேறியது.

தூரத்திலிருந்த செக்யூரிட்டி கத்தியபடியே ஓடிவந்தான். நிறுத்தக் கூடாது எனப் பிரச்னை செய்ய ஆரம்பித்தான். அந்த செக்யூரிட்டி குஜராத்தி எனக் கண்டுகொண்ட இர்ஃபான், குஜராத்தியில் பேச, அவன் சமாதானமானான். இர்ஃபான் மாருதியைக் கவனமாக நிறுத்திவிட்டு அங்கிருந்து வெளியேறினான். ஏழாவது குண்டும் வைத்தாயிற்று.

பகல் 1.00 மணி. பங்குச் சந்தையிலிருந்து மணி அடிக்கும் ஓசை கேட்டது. 1.30-க்கு எல்லா நடவடிக்கைகளையும் முடிப்பதற்கு அரை மணி நேரம் முன்னதாக அடிக்கப்படும் அடையாள மணி அது. அப்போதே பங்குச் சந்தையிலிருந்து பலர் வெளியேறத் தொடங்கியிருந்தனர்.

நேரம் பகல் 1.15. பரூக் பாவ்லே, அல்-ஹுசைனியை அடைந்து இருந்தான். அவனுக்கு இரண்டாவதாக இன்னொரு அஸைன்மெண்ட் வேறு கொடுக்கப்பட்டிருந்தது. பாட்ஷா கான் என்பவனைத் துணைக்கு அழைத்துக் கொண்டு, வெள்ளை நிற மாருதி 800-ல் சிவசேனா பவனை அடைந்தான். திட்டப்படி சிவசேனா பவன் முன் மாருதியை நிறுத்த வேண்டும். போலீஸ் மிரட்டியதால், அருகிலிருந்த பெட்ரோல் பங்க் முன் நிறுத்த முற்பட்டனர். அவர்களின் எண்ணப்படி, பெட்ரோல் பங்க்கில் வெடிகுண்டு வெடித்தது என்றால், கண்டிப்பாகச் சேதம் அதிகமாக இருக்கும், சிவசேனா பவன் தப்பவே முடியாது. ஆனால், சர்வீஸுக்கு வரும் வாகனங்களைத் தவிர வேறெதையும் இங்கே நிறுத்தக்கூடாது என பங்க் ஊழியர்கள் தடுத்துவிட்டதால், வேறு வழியில்லாமல் அதற்கும் அருகிலிருந்த முகமது அலி பவன் முன் நிறுத்திவிட்டுக் கிளம்பினர். எட்டு முடிந்தது.

ஒன்பதாவதாக மாருதி 800 ஒன்றை அஸ்கர் முகாடம் (Asgar Mukadam), ப்ளாசா சினிமா என்ற தியேட்டர் முன் நிறுத்தினான்.

பர்வேஸ் தனக்குக் கொடுக்கப்பட்ட அடுத்த வேலையாக ஒரு ஸ்கூட்டரை எடுத்துக் கொண்டு சவேரி (Zaveri) பஜாரை அடைந்தான். மிகுந்த நெருக்கடிக்கிடையில், மாத்ருசாயா கட்டடத்துக்கு எதிரே இருந்த பொதுத் தொலைபேசியகம் முன் ஸ்கூட்டரை நிறுத்திவிட்டு மாஹிம் செல்ல ரயிலேறினான். அப்போது மணி 1.30-ஐ நெருங்கி கொண்டிருந்தது.

அதே நேரம், தலால் தெருவில் அதிபயங்கர வெடிகுண்டுச் சத்தம். சுற்றி 300 மீட்டர்கள் லேசான அதிர்வு ஏற்பட்டது. ஒரு கிலோ மீட்டர் தாண்டி விக்டோரியா டெர்மினஸ் ரயில் நிலையம் வரை அதிபயங்கர சத்தத்தை அங்கிருந்தவர்கள் உணர்ந்தனர். அந்நேரத்தில் அப்பகுதியில் உயிரோடு இருந்தவர்களால் என்ன நடந்தது என்றே உணர முடியவில்லை. ஆங்காங்கே நெருப்பு எரிந்து கொண்டிருந்தது. காதுகள் எல்லாம் அடைத்துப் போயின. எழுந்த புகை மண்டலத்தால் சுவாசிப்பது கடினமாயிற்று. கண்களைக் கசக்கிக் கொண்டு பார்த்தால், எங்கெங்கும் ரத்தம், சதைத்துண்டுகள், சிதறிய உடல் உறுப்புகள், பிணங்கள், உயிர் ஊசலாடும் நிலையில் துடிதுடித்துக் கொண்டு பலர்.

பங்குச்சந்தைக் கட்டடத்தின் அடித்தளத்தில் மட்டும் கார்கள் எரிந்து கொண்டிருந்தன. சுற்றியிருந்த கட்டடங்கள் எல்லாம் சிதைந்திருந்தன. கண்ணாடியெல்லாம் நொறுங்கிக் கிடந்தன.

தரைத் தளத்திலும் முதல் தளத்துக்கு இடையில் இருந்த எல்லோரும் உடல் சிதைந்து இறந்து கிடந்தனர். பங்குச்சந்தைக் கட்டடம் குழந்தை போட்டுடைத்த பொம்மை போலக் காட்சி அளித்தது. உயிர் தப்பியவர்கள், குழாய்கள் வழியாகக் கீழிறங்கிக் கொண்டிருந்தனர். பலர் உயிர் பிழைக்க பஸ் நிலையங்களை நோக்கியும், ரயில் நிலையங்களை நோக்கியும் ஓட ஆரம்பித்திருந்தனர்.

ஆனால் கொஞ்சம்கூடக் கலவரப்படாமல் அடுத்த இலக்கான சவேரி பஜார் நோக்கி முஷ்டாக்கும் இம்தியாஸும் ஆளுக்கொரு ஸ்கூட்டரில் சென்றனர். தன்ஜி (Dhanji) தெருவில் குறிப்பிட்ட இடைவெளி விட்டு நிறுத்திவிட்டு மறைந்தனர். அதற்குள் பங்குச் சந்தைக் கட்டடத்தில் வெடிகுண்டு வெடித்துவிட்டதாக மக்கள் பேச ஆரம்பித்திருந்தனர். ஷையப் கன்ஸாரே, இன்னொரு ஸ்கூட்டரை சவேரி பஜாரின் தெற்கு மூலையில் நிறுத்திவிட்டுச் சென்றான். பதிமூன்று குண்டுகள் ஆயிற்று. சவேரி பஜாரில் அத்தனை குண்டுகள் வைப்பதற்குக் காரணம், அங்கே நாசம் விளைவித்தால், பம்பாயின் தங்கச் சந்தையையே ஆட்டிப் பார்ப்பதற்குச் சமம்.

‘திட்டப்படி எல்லாம் வைச்சாச்சு. இன்னும் இரண்டு விஷயங்கள் பாக்கியிருக்கு. ஒண்ணு மாஹிம்ல (Mahim) இருக்குற மச்சிமர் (Macchimar) காலனியிலயும், ஏர்போர்ட்லயும் குண்டு வீசணும். அதுபோக ரெண்டு கட்டடங்களைத் தாக்கணும்’ - அல்-ஹுசைனியில் சிக்னா கூறிக் கொண்டிருந்தான்.

பகல் 2.15 மணியளவில் கதா பஜாரில் வைக்கப்பட்டிருந்த வெடிகுண்டு தன் சுயரூபத்தைக் காட்டியிருந்தது. ஐந்து பேர் உயிரிழந்தனர். 16 பேர் படுகாயமடைந்தனர். அடுத்த பத்து நிமிடங்கள் கழித்து, ஏர் இந்தியா கட்டடத்தில் அம்பாஸிடர் கார் வெடித்துச் சிதறியது. அதன் அதிர்வுகள் அடங்குவதற்குள் 2.30 மணியளவில் சிவசேனா பவன் அருகே குண்டு வெடித்தது. சுற்றி இரண்டரை கிலோ மீட்டர் தொலைவுக்குச் சத்தம் உண்டானது. 20 பேர் உடல் சிதறி இறந்தனர். 87 பேர் படுகாயமடைந்தனர்.

இந்தக் குண்டுவெடிப்பு நிகழ்ந்த சில நிமிடங்களில், சிவசேனாவின் முக்கியப் புள்ளி ஒருவர் கொல்லப்பட்டார் என வதந்தி பரவ ஆரம் பித்தது. நிலைமை மேலும் பதற்றமானது. தொலைபேசி சேவை நிறுத் தப்பட்டது. அலுவலகங்களில் இருந்தவர்கள் எல்லாம், பதட்டத்துடன் கட்டடங்களை விட்டு வெளியே வந்து நின்றனர். சர்ச் கேட், விக்டோரியா டெர்மினஸ் ரயில் நிலையங்களில் கூட்டம் குவிந்தது.

2.30 மணியளவில் சிவசேனா பவன் முன் நிறுத்தப்பட்டிருந்த மாருதி கார் வெடித்துச் சிதறியது. நான்கு பேர் இறந்தனர். ஐம்பது பேர் படுகாயமடைந்தனர்.

2.55 மணியளவில் மிக மிகக் கொடூரமான சம்பவம் நடந்தது. வொர்லியின் மண்டல பாஸ்போர்ட் அலுவலகம் முன் ஐந்து டன் எடை கொண்ட நெருப்பு உருண்டையாக இரண்டு மாடி பஸ் ஒன்று காற்றில் வெடித்துச் சிதறியது. பேருந்தில் இருந்த ஒருவரும் உயிர் பிழைக்க வில்லை. அவர்களின் உடல்கள் துண்டு துண்டாகச் சிதறி அருகிலுள்ள குடியிருப்புகளில் சென்று விழுந்தன. அருகில் சென்று கொண்டிருந்த வாகனங்களும் தீப்பிடித்து எரிய ஆரம்பித்தன. சுற்றியுள்ள கடைகள் எல்லாம் நாசமாயின. கடைகளில் இருந்த பலரும் இறந்து போயினர்.

அடுத்ததாக சத்யம் தியேட்டரில் குண்டு வெடித்தது. அதுவரை, 113 பேர் இறந்திருந்தனர், 227 பேர் படுகாயமடைந்திருந்தனர்.

நீல நிற வேன் ஒன்று மஹிம் பகுதியிலிருந்த இந்துக்கள் அதிகம் வாழும் மீனவக் குடியிருப்பொன்றின் முன் வேகமாக வந்து நின்றது. அதிலிருந்து ஆறு பேர் இறங்கினர். ஒவ்வொருவரிடம் மூன்று நான்கு கையெறி குண்டுகள். ஒவ்வொன்றாக வீசத் தொடங்கினர். கண நேரத் தாக்குதலின் முடிவில் மூன்று பேர் இறந்திருந்தனர். ஆறு பேர் காயமடைந்திருந்தனர்.

விக்டோரியா டெர்மினஸ் அருகிலுள்ள பம்பாய் முனிசிபல் கார்ப்ப ரேஷனுக்கு ஒரு மாருதி வேனில் சென்று, அங்கிருக்கும் பிஜேபி, சிவசேனா கட்சியினர் மீது கையெறி வெடிகுண்டுகளால் தாக்குதல் நடத்தவும் திட்டமிடப்பட்டிருந்தது. அத்திட்டத்துடன் கிளம்பிய தீவிர வாதிகள், வொர்லி பகுதியில் வந்து கொண்டிருந்தபோதுதான், ஏற்கெனவே திட்டப்படி அங்கு நிறுத்தியிருந்த ஜீப் வெடிகுண்டு வெடித்துச் சிதறியது. அந்தப் பதட்டத்தில் மாருதி வேனில் இருந்த வர்கள் அதனை அப்படியே விட்டுவிட்டு தப்பித்துச் சென்றனர். அவசரத்தில் அவர்கள் அதில் வைத்திருந்த ஆயுதங்கள், பிற பொருள்களை மறந்திருந்தனர்.

இந்நேரத்தில் சவேரி பஜாரில் தொடர்ச்சியாகக் குண்டுகள் வெடிக்க ஆரம்பித்தன. பல நகைக்கடைகள் உருக்குலைந்து போயின.

மாலை 3.20 மணியளவில் ஹோட்டல் ஸீ ராக் ஷெரட்டனில் வைக்கப் பட்டிருந்த சூட்கேஸ் வெடிகுண்டு அதிபயங்கரச் சத்தத்துடன் வெடித்தது. அதிர்ஷ்டவசமாக உயிர்ச் சேதம் ஏதும் இல்லை. டோர்ன மெண்ட் ஒன்றுக்காக விளையாட வந்திருந்த இங்கிலாந்து ஹாக்கி அணியினர் அனைவரும் சிறு காயம்கூட இன்றி உயிர் தப்பினர். ஆனால் அந்த ஹோட்டலில் ஏற்பட்ட சேதாரத்தின் மதிப்பு ஒன்பது கோடி.

3.25 மணியளவில் ஜுஹு சென்டாரில் குண்டு வெடித்தது. மூன்று பேர் காயமடைந்தனர். 3.35 மணியளவில் ஹோட்டல் ஏர்போர்ட் சென்டாரில் வெடித்த குண்டில் இரண்டு ஹோட்டல் ஊழியர்கள் கொல்லப்பட்டனர். எட்டு பேர் காயமடைந்தனர். 3.30 மணியளவில் சஹாரா ஏர்போர்ட்டில் கையெறி குண்டுகள் எறியப்பட்டதாகத் தகவல்கள் வந்தன. 1.28-க்கும் 3.35-க்கும் இடையில் பத்து குண்டு வெடிப்புகள் நிகழ்ந்தன. உலகிலேயே ஒரு முக்கியமான நகரத்தில் தொடர் குண்டுவெடிப்புகள் நிகழ்த்தப்பட்டது அதுதான் முதல்முறை.

செயிண்ட் ஜார்ஜ் மருத்துவமனை, ஜே.ஜே. மருத்துவமனை, ஜி.டி. மருத்துவமனை ஆகியவை வலியால் அலறுபவர்களின் சத்தத்தால் நிரம்பியிருந்தன.

275 பேர் இறந்து போயினர். 713 பேர் காயமடைந்திருந்தனர். சேதாரத்தின் மதிப்பு இருபத்தேழு கோடி ரூபாய்.

மாலை. நாக்படாவில் (Nagpada) தீவிரவாதிகள் அனைவரும் கூடினர். சிக்னா முகத்தில் வெற்றிக் களிப்பு. ஒவ்வொருவரும் திருவிழா கொண்டாடும் சந்தோஷத்தில் இருந்தனர். வேலை செய்த ஒவ்வொரு வருக்கும் பத்தாயிரம் ரூபாய் கொடுத்தான் சிக்னா.

‘எல்லாம் திட்டமிட்டபடி நல்லா முடிஞ்சுது. எல்லாருமே நல்லா ஒத்துழைச்சீங்க. உங்க உயிரைப் பணயம் வைச்சு இந்தப் போர்ல ஈடுபட்டீங்க. வெற்றி நமக்குத்தான். செய்ய நினைச்சதை சாதிச் சிட்டோம். இனிமேதான் கவனமா இருக்கணும். எல்லாரும் எவ்வளவோ சீக்கிரத்துல முடியுமோ அவ்வளவு சீக்கிரம் உடனடியாக பம்பாயிலிருந்து வெளியேறிருங்க. ஆனா துபாய்ல டைகர் பாய் கூட தொடர்புல இருங்க. ஜாக்கிரதை. கிளம்பலாம்’ என்று அனுப்பி வைத்தான்.

12. விசாரணைக் காண்டம்

மும்பை போலீஸ் கமிஷனர் அமர்ஜித் சிங் சம்ரா, குண்டு வெடிப்பு நடந்த ஒவ்வொரு இடத்துக்கும் சென்று பார்த்து வந்தார். நள்ளிரவில் பாந்த்ரா காவல் நிலையத்துக்குச் சென்ற சம்ரா, முதலமைச்சர் சரத் பவாருடன் தொலை பேசியில் பேசினார்.

'இது ஏதோ ஒரு விஷயம் சார்ந்து நடத்தப்படும் போர். மிகவும் கொடூரமானது. அதிபயங்கரமாகத் திட்டமிடப் பட்டிருக்காங்க. வெடிக்கப் பயன்படுத்தப்பட்டது ஜெலட்டின் அல்ல, எல்லாமே பிளாஸ்டிக் வெடி குண்டுகள். சர்வதேச அளவில் ஏதோ தீவிரவாத அமைப்பு சம்பந்தப்பட்டுள்ளது. இந்த வருடம் பிப்ரவரி 26-ல் நியூயார்க் நகரில் உலக வர்த்தக மையக் கட்டடத்தின் அடித்தள கார் பார்க்கிங்கில் வெடித்த கார் வெடிகுண்டு போலத்தான் இன்று பம்பாயிலும் பயன்படுத்தப்பட்டு உள்ளது.'

இன்னொரு பக்கம் வெடிகுண்டைக் கண்டுபிடித்து அகற்றும் குழு BDDS (Bomb Detecation and Disposal Squad) பரபரப்பாக இயங்கிக் கொண்டிருந்தது. அதன் மூத்த அதிகாரி நந்த் குமார் சௌக்லே (Nand Kumar Chougule) ஒவ்வொரு இடமாகச் சென்று விசாரித்தார்.

இரவு நேரம். வொர்லியில் நந்த் குமார் தன் ஜீப்பில் அமர்ந் திருந்தார். அவருடைய குழுவிலுள்ள பாந்த்ரேவும் ஸராப்கரும் அப்போது அங்கு வந்தனர்.

'ஸார்...' வழக்கம்போல் சல்யூட் செய்தனர்.

'ஸார், இதை யாரு பண்ணியிருப்பாங்க? எதுக்கு பண்ணியிருப்பாங்க?'

'எனக்கு ஒரே ஒரு பெயர்தான் மனசுல தோணுது' - சற்று நிதானித்து விட்டு, 'தாவூத் இப்ராஹிம்!' கொஞ்சம் யோசித்துவிட்டு, 'ஆனா இவ்வளவு பெரிய நாசவேலையை தனியா நடத்தறதுக்கு வாய்ப்பில்லை.'

'ஸார், அப்போ விடுதலைப் புலிகளோட சேர்ந்து பண்ணியிருக்க வாய்ப்பிருக்கா?' - பாந்த்ரே கேட்டார்.

'யார் வேணும்னாலும் இருக்கலாம். JKLF, காலிஸ்தான் படையினர் அல்லது ஐ.எஸ்.ஐ. கூட நடத்தியிருக்கலாம். ஆனா தாவூத் ஒத்துழைப்பு இல்லாம இந்தக் காரியம் நடந்திருக்க வாய்ப்பே இல்லை.'

'ஆனா தாவூத் ஒரு கிரிமினல், தீவிரவாதியில்லையே?' - ஸராப்கர் கேட்டார்.

'இன்னிக்கு பதிமூன்று இடங்களில குண்டுகள் வெடிச்சிருக்கு. ஆனா அந்தப் பதிமூன்று இடங்களில டோங்ரி, முகமது அலி ரோடு, பைதோனி (Pydhonie) போன்ற இடங்கள் கவனமா தவிர்க்கப்பட்டிருக்கு. காரணம் இதெல்லாம் முஸ்லிம்கள் அதிகம் இருக்கிற பகுதிகள். முஸ்லிம்கள் ரொம்ப ரொம்பக் குறைவா நடமாடுற பகுதிகளான BSE, மஸ்ஜித் பந்தர், நரிமன் பாயிண்ட் இந்த மாதிரி இடங்களிலதான் குண்டுகள் வெடிச்சிருக்கு.'

'அப்படின்னா இதுக்குத் தீவிரவாத குழுக்களோட உதவி என்னவா இருக்கும்?'

'எந்த ஒரு நிழலுலக கும்பலுக்கும் இந்த அளவு அதிகமான அதிபயங்கர வெடிபொருள்கள் கிடைக்க வாய்ப்பே இல்லை. கண்டிப்பா ஆர்.டி. எக்ஸ்.தான் பயன்படுத்தியிருக்காங்க. அது அவ்வளவு சுலபமா கிடைக்குற வெடிபொருள் இல்லை. அது ஏதாவது வலுவான தீவிரவாத அமைப்பு மூலமாகத்தான் தாவூதுக்குக் கிடைச்சிருக்கும். குறைஞ்ச பட்சம் எண்பது கிலோ கிராம் ஆர்.டி.எக்ஸ். இதுல பயன்படுத்தப் பட்டிருக்கலாம்னு நினைக்கிறேன்' - சௌக்லே சொல்லி முடிக்கையில் வயர்லெஸ் மூலம் தகவல் ஒன்று வந்தது.

'வொர்லியில் சீமென்ஸ் (Siemens) பேக்டரி பக்கத்தில் ஒரு மெரூன் கலர் மாருதி சந்தேகத்துக்கிடமாக நிற்கிறது.'

சௌக்லே தன் குழுவினருடன் விரைந்தார். அது பதட்டத்தில் தீவிர வாதிகள் விட்டுச் சென்ற அதே மாருதிதான். பலத்த சோதனைக்குப் பின் அந்த மாருதியிலிருந்து ஏகே 56 ரக துப்பாக்கிகள், சில வெடிபொருள்கள், பத்திரிகைகள் கண்டுபிடிக்கப்பட்டன. அந்த வாகனம் டைகர் மேமனின்

குடும்பத்தில் உள்ள ஒரு பெண்ணின் பெயரில் இருப்பது கண்டுபிடிக்கப் பட்டது. இந்தத் தகவல் விசாரணைக்கு மிகவும் உதவியது.

பல விதங்களில் விசாரணைகள் தொடங்கின. விசாரணையின் முக்கியத் திருப்பமாக குண்டு வைத்தவர்களில் ஒருவனான அஸ்கர் முகாடம் போலீஸ் கையில் சிக்கினான். விசாரணையில் 'டைகர் மேமனின் கணக்காளராக ஒரு வருடம் பணியாற்றினேன். வேறு ஒன்றும் எனக்குத் தெரியாது' என முதலில் கூறினான். 'சிறப்பாக' கவனிக்க வேண்டிய விதத்தில் விசாரித்ததும் பல உண்மைகள் வெளியானது. கிட்டத்தட்ட தேவையான எல்லாமுமே.

விசாரணையில் பாகிஸ்தானின் ஐ.எஸ்.ஐ. பின்னணியில் செயல் பட்டதற்கான தெளிவான ஆதாரங்கள் கிடைத்தன. அல்-ஹுசைனியில், டைகர் மேமனின் வீட்டில் "Wah Nobel Industries, Wah Cannt' என்று அச்சிடப்பட்டிருந்த பெட்டிகள் கிடைத்தன. அது பாகிஸ்தானின் இஸ்லாமாபாத்தில் இருக்கும் Wah Cantt என்ற வெடிபொருள்கள் தயாரிக்கும் நிறுவனம்தான். கைது செய்யப்பட்டவர்கள் கொடுத்த வாக்குமூலம் விசாரணையை வேகமாக்க உதவியது. நேரில் பார்த்த சாட்சியங்கள் கொடுத்த வாக்குமூலம், குற்றவாளிகளைப் பிடிக்க உதவியது.

தாவூத் இப்ராஹிம், டைகர் மேனன், முகமது டாஸா (Mohamad Dossa) ஆகிய மூன்று நிழலுலக தாதாக்கள் இச்சம்பவத்தில் தொடர்பு டையவர்கள். இந்த தாதாக்கள், கராச்சியிலுள்ள தாதாக்களான டாஃபிக் ஜலில்வாலா (Taufic Jalilwala), சையத் அரிஃப் (Syed Arif) ஆகியோருடன் கொண்ட வியாபாரத் தொடர்பு மூலம் இதனை நிறைவேற்றியிருக் கின்றனர். பின்புலமாக ஐ.எஸ்.ஐ. இருந்திருக்கிறது. பம்பாயில் மட்டுமன்றி, இந்தியாவின் பல நகரங்களில் குண்டுகள் வெடிக்கவும் திட்டம் போட்டு இருந்தனர். பம்பாயில் நடந்த மதக் கலவரங்களில் இஸ்லாமியர்களுக்கு நேர்ந்த தீங்குகளுக்குப் பழிவாங்கும் விதத்தில் அங்கே தொடர் குண்டுவெடிப்புகள் நிகழ்த்த திட்டம் தீட்டிய உண்மைகள் வெளியாயின.

வெடிபொருள்கள், ஆயுதங்களை பம்பாய்க்கு கொண்டு வர ஏற்கெனவே கடத்தலுக்குப் பயன்படுத்தப்படும் படகுகள், பாதை, ஆள்கள், சரக்கு இறக்கும் இடங்கள், வாகனங்கள், சரக்கு சேகரிக்கும் இடங்களை எந்தவித சிரமமுமின்றி பயன்படுத்திக் கொண்டனர். **1993**, ஜனவரி-பிப்ரவரி மாதங்களில் இதற்கான வெடிபொருள்கள், ஆயுதங்கள் உட்பட ஏனையவை கடத்தப்பட்டிருக்கின்றன. ராய்காட் (Raigad) மாவட்டத்தின் டிகி ஜெட்டி (Dighi Jetti), சிகாடி (Shekhadi) கடல் பகுதிகளில் இந்தக் கடத்தல் நடந்திருக்கிறது. ஆனால் அப்பகுதிக்குப்

பொறுப்பான ஸ்ரீவர்தன் காவல் நிலைய அதிகாரிகளும், அலி பாக் (Ali Bagh) பகுதி கஸ்டம்ஸ் அதிகாரிகளும் இந்தக் கடத்தலுக்கு உடந்தையாக இருந்திருக்கின்றனர் என சி.பி.ஐ. தெரிவித்தது.

கஸ்டம்ஸின் கூடுதல் கலெக்டர் ஒருவர், துணை கலெக்டர் ஒருவர், இரண்டு கண்காணிப்பாளர்கள், ஒரு இன்ஸ்பெக்டர் ஆகியோர் கைது செய்யப்பட்டு விசாரணையைச் சந்தித்தனர். காவல் துறையில் ஒரு சப்-இன்ஸ்பெக்டர், ஏழு கான்ஸ்டபிள்கள் கைது செய்யப்பட்டு விசாரணை செய்யப்பட்டனர்.

சி.பி.ஐ. அறிக்கை மேலும் பல விஷயங்களைத் தெளிவாக்கியது. முப்பது இஸ்லாமிய இளைஞர்கள், வேலையில்லாதவர்கள், ஏற்கெனவே கடத்தல் தொழிலில் ஈடுபட்டிருந்தவர்கள், இச்சதித் திட்டத்தை நிறைவேற்ற ஆயுதப் பயிற்சிக்காக துபாய் வழியே இஸ்லாமாபாத் சென்று வந்தனர். ஆர்.டி.எக்ஸ். குண்டுகள் தயாரிக்கவும், நவீன, தானியங்கி ஆயுதங்களைக் கையாளவும் அவர்களுக்கு பயிற்சிகள் வழங்கப்பட்டன. விசாரணையில் தெரிய வந்த ஒரு விஷயம் பாகிஸ் தானின் பின்னணியைத் தெள்ளத் தெளிவாக்கியது. அதாவது பயிற்சிக்காகச் சென்ற இளைஞர்கள் துபாயிலிருந்து இஸ்லாமாபாத் சென்றபோது அவர்கள் வந்திறங்கியதற்கான முத்திரை குத்தப்பட வில்லை. அதே போல அவர்கள் அங்கிருந்து கிளம்பும்போதும் அவர் களின் விசா கண்டுகொள்ளப்படவில்லை. துபாயிலும் அப்படியே.

மார்ச் 21, 1993-க்குள் பன்னிரண்டு பேர் தடாவின் கீழ் கைது செய்யப்பட்டனர்.

குண்டுவெடிப்பு சம்பந்தமாக வெவ்வேறு காவல் நிலையங்களில் இருபத்தேழு கிரிமினல் வழக்குகள் பதிவு செய்யப்பட்டன. நவம்பர் 4, 1993 வரை சினிமா நடிகர் சஞ்சய் தத் உள்பட, 189 பேர் குற்றவாளிகளாக அறிவிக்கப்பட்டனர். நாற்பத்தைந்து பேர் தப்பி ஓடி தலைமறைவாக இருந்தனர்.

•

பம்பாய் கலவரத்துக்குப் பிறகு சுமார் இரண்டு லட்சம் பேர் பம்பாயை விட்டு வெளி மாநிலங்களுக்கும் நகரங்களுக்கும் சென்றுவிட்டனர் என்றும், இந்துக்கள் அதிகம் வசிக்கும் பகுதியில் இருந்த முஸ்லிம்கள் தங்கள் வீடுகளைக் காலி செய்துவிட்டு முஸ்லிம்கள் பெரும் பான்மையாக இருக்கும் பகுதிகளுக்குக் குடி பெயர்ந்துவிட்டனர் என்றும் பத்திரிகைகள் ஆய்வுக்கட்டுரை வெளியிட்டன.

இந்த வழக்கில் சர்வதேசத் தொடர்புகள் இருப்பதால், மேற்கொண்டு விசாரணையை சி.பி.ஐ.-ன் வசம் ஒப்படைக்க இந்திய அரசு முடிவு

செய்தது. நவம்பர் 19, 1993 - சி.பி.ஐ. வசம் இந்த வழக்கு சென்றது. தலைமறைவாக இருந்த பதினாறு பேர் பிடிபட்டனர். புதிதாக பதினைந்து பேர் குற்றவாளிகளாக அறியப்பட்டனர். அவர்களில் நான்கு பேர் கைது செய்யப்பட்டனர். புதிய சாட்சியங்கள் கொண்டு வரப்பட்டன. யாகூப் மேனன் உள்பட, டைகர் மேனனின் குடும்பத்தினர் ஏழு பேர் கைது செய்யப்பட்டனர்.

தடா சட்டத்தின் கீழ் விசாரணை நடத்த சிறப்பு நீதிமன்றம் ஒன்று 1994-ல் உருவாக்கப்பட்டது. அதன் நீதிபதியாக ஜே.என்.படேல் நியமிக்கப் பட்டார். அவர், 1996-ல் மும்பை நீதிமன்றத்துக்கு மாற்றப்பட்டதும் பி.டி.கோடே பொறுப்பேற்றுக் கொண்டார்.

நீண்ட விவாதங்களுக்குப் பிறகு, ஏப்ரல் 10, 1995 அன்று பிடிபட்டவர்கள் மீது குற்றப்பத்திரிகை தாக்கல் செய்யப்பட்டது. ஜுன் 30 அன்று விசாரணை நடந்தது. இரண்டு பேர் அப்ரூவராக மாறினார்கள். 683 பேர் அரசாங்கத் தரப்பில் விசாரிக்கப்பட்டனர். வண்டிகளில், சூட்கேசுகளில் குண்டுகள் பொருத்துவதை நேரில் பார்த்தவர்கள், ஆர்.டி.எக்ஸ். மற்றும் பிற வெடிமருந்துகளைக் கைப்பற்றியவர்கள், விசாரணை மேற்கொண்ட காவல் அதிகாரிகள் மற்றும் பலர் இதில் அடக்கம்.

ஜுன் 30, 1995 வரை 124 குற்றவாளிகளிடம் விசாரணை நடத்தப்பட்டது. முப்பத்தியோரு பேர் மட்டும் சிறையில் இருந்தனர். நடிகர் சஞ்சய் தத் உட்பட மற்றவர்கள் எல்லாம் பெயிலில் வெளியே வந்தனர். ஹமித் தாஃபேத்தர் (Hamid Dafedar), ஹர்பா ஹரி கோபாத்கர் என்ற இருவரும் இறந்து விட்டனர். இது போக ஏழு குற்றவாளிகள் போலீஸ் என்கௌண்டரில் சுட்டுக் கொல்லப்பட்டனர்.

இப்போது மொத்தம் 128 பேர் நீதிமன்றத் தீர்ப்புக்காகக் காத்துக் கொண்டிருக்கிறார்கள். தேடப்படும் முப்பத்தொன்பது பேரைப் பிடிக்க முடியவில்லை. இண்டர்போல் மூலமாகப் பிடிக்க முயற்சிகள் நடந்து கொண்டே இருக்கின்றன. அநேகமாக இவர்கள் ஐக்கிய அரபு நாடுகளிலோ அல்லது பாகிஸ்தானிலோ மறைந்திருக்கலாம் என்று நம்பப்படுகிறது.

மும்பை குண்டு வெடிப்புச் சம்பவத்துக்குப் பின் இந்தியா துபாயிடம் தாவூதை ஒப்படைக்கும்படி கேட்டுக் கொண்டது. ஆனால் தாவூத் பாகிஸ்தானுக்குத் தப்பிச் சென்றான். அங்கே அவனுக்கு ராஜ வாழ்க்கை காத்திருந்தது. ராவல்பிண்டியில் முன் தேதியிட்ட பாஸ்போர்ட் வழங்கப்பட்டது. கராச்சியில் செல்வந்தர்கள் வாழும் chifton area-ல் 6,000 சதுர அடி பிரும்மாண்டமான பங்களா அவனுக்கு ஒதுக்கப்பட்டது.

1993-ல் இந்தியச் சட்டம் நீதித் துறை ஆலோசகரான ராம் ஜெத் மலானியுடன் தாவூத், லண்டனிலிருந்து தொலைபேசியில் தொடர்பு

கொண்டு, சரணடைய விரும்புவதாகத் தெரிவித்தான். குண்டு வெடிப்பில் தன் பெயர் அநாவசியமாக இழுக்கப்படுகிறது என்றும் கூறினான். அதனைச் சரி செய்ய தன்னை நிரபராதியாக நிரூபிக்க ஏற்பாடு செய்ய வேண்டுமெனக் கூறினான். தன் மீதுள்ள மற்ற அனைத்து வழக்குகளையும் வாபஸ் வாங்க வேண்டும் என்றும், குண்டு வெடிப்பு வழக்கில் தனக்கு ஜாமீன் வேண்டும் என்றும் நிபந்தனைகள் விதித்தான். ஆனால், 'குண்டுவெடிப்பு சம்பந்தமான வழக்குகளில் தொடர்புடையவர்கள், தாவூதாக இருந்தாலும் சரி, வேறு யாராக இருந்தாலும் சரி நிபந்தனையின் பேரில் சரணடைய அனுமதி கிடையாது. யாருக்கும் எந்தவிதமான சிறப்புச் சலுகைகளும் கிடையாது' எனத் திட்டவட்டமாக சரத் பவார் சட்டசபையில் அறிவிக்க, தாவூதின் முயற்சி தோல்வியடைந்தது.

பாகிஸ்தானில் தாவூத் தன் தொழிலில் கொடி கட்டிப் பறந்தான். ரியல் எஸ்டேட் தொழிலில் படுபயங்கர வளர்ச்சி அடைந்தான். அரசு விதிகளை மீறி நிலங்களைக் கையகப்படுத்துதல், வட்டிக்குக் கடன் பிசினஸ், போதைப் பொருள், ஆயுதங்கள் கடத்தல் என எல்லாம் அங்கிருந்தபடியே சுபிட்சமாகச் செய்தான். முடங்கிக் கிடந்த பாகிஸ்தான் சென்ட்ரல் வங்கிக்கு பெரும் தொகை கடனாகக் (டாலர்களில்) கொடுத்து அதனை மீட்டான். வருடத்துக்கு பல பில்லியன் டாலர்கள் சம்பாதிக்கும் தாவூத், ஐ.எஸ்.ஐ.க்கும் பல கோடி ரூபாய் கொடுத்துக் கொண்டிருப்பதாகத் தகவல்கள் உண்டு.

தாவூதுக்கு பம்பாய்க்கு வர எப்பொழுதுமே ஆசை உண்டு. வந்தால் அரெஸ்ட் செய்ய போலீஸ் எந்நேரமும் காத்துக் கொண்டிருந்தது. அதனால் 1994-ல் அவன் அப்பா இறந்ததற்கும், அவனது தங்கை ஹஸீனாவின் கணவன் இறந்தபோதும் அவனால் பம்பாய்க்கு வர இயலவில்லை.

மும்பையில் பிரதான இடங்களான கொலாபா, கிராபோர் மார்க்கெட், பெண்டி பஜார், பாந்திரா, ஒஷிவாரா, வெர்சோவா போன்ற இடங்களில் பினாமி பெயரில் இருந்த தாவூதின் சொத்துகள் கையகப்படுத்தமுடியாத நிலையில், நீதிமன்றத்தில் உத்தரவுப்படி ஏலமிட உத்தரவு பெறப் பட்டது. இருந்தாலும் அதனை வாங்கும் தைரியம் யாருக்குமில்லை.

மும்பை குண்டு வெடிப்பில் அவன் மட்டுமின்றி தாவூதின் சகோதரர்களும் தேடப்படும் குற்றவாளிகளாக அறிவிக்கப்பட்டிருக் கின்றனர். இதுவரையில் இந்திய உளவுத் துறையிடம் சிக்கியிருப்பது இளைய சகோதரர்களில் ஒருவரான இக்பால் ஷேக் கஸ்கர்தான். தாவூதின் இன்னொரு சகோதரரும் அவரது நடவடிக்கைகளில் நெருங்கிய பங்கு வகிப்பவருமான அனீஸ் இப்ராஹிம் துபாயில்

பிடிபட்டார். அதுவும் இண்டர்போல் சிவப்பு எச்சரிக்கை அறிவிப்பின் படி இது சாத்தியமானது.

மும்பை குண்டு வெடிப்புச் சம்பவம் நடந்து பதிமூன்று ஆண்டுகள் ஆகிவிட்ட நிலையில் இப்போது குற்றவாளிகள் யார் யார் என்று நீதிமன்றம் அடையாளம் காட்டத் தொடங்கி இருக்கிறது. தாவூத் இப்ராஹிம் தொடங்கி, அவனது கோஷ்டியிடம் ஆயுதம் வாங்கி வைத்திருந்த நடிகர் சஞ்சய் தத் வரை அடுக்கடுக்காகப் பட்டியல் நீள்கிறது.

இவர்களுக்கெல்லாம் என்ன தண்டனை என்பது தெரியவர இன்னும் சில காலம் ஆகக்கூடும். ஆனால் கண்ணுக்குத் தெரிந்த தாவூத் கோஷ்டி தவிரவும் பலபேர் கிரிமினல்களாக அடையாளம் காட்டப்பட்டிருப்பது அதிர்ச்சி சதவிகிதத்தை அதிகரித்திருக்கிறது என்பதை மறுக்க முடியாது.

குறிப்பாக சஞ்சய் தத் விவகாரம். மிக நீண்டகாலமாக விசாரணையில் இருந்த சஞ்சய் தத் வழக்கில் 2006 நவம்பரில் தீர்ப்பு வந்தபோது ஒட்டு மொத்த பாலிவுட்டும் அதிர்ந்துபோனது. சந்தேகத்துக்கு இடமின்றி நிரூபிக்கப்பட்டிருக்கும் குற்றச்சாட்டு. ‘ஆம். தாவூத் கோஷ்டியுடன் தொடர்பு இருந்திருக்கிறது. ஏ.கே. ரக ஆயுதம் வாங்கியிருக்கிறார்.’

ஆனால் எதற்கு?

சூப்பர் ஸ்டார் அந்தஸ்தில் இருந்த சஞ்சய் தத்தின் நிலை இப்படி என்றால் மும்பை நிழல் உலகினருடன் நெருங்கிய தொடர்பில் இருக்கும் எத்தனையோ பல பாலிவுட் பிரபலங்களின் கதி என்னவாகும்? மும்பை குண்டுவெடிப்போடு வேண்டுமானால் அவர்களுக்குத் தொடர்பில்லாமல் இருக்கலாம். நிழலுலகத் தொடர்பு எப்படியும் ஆபத்தே அல்லவா?

மும்பை கிரிமினல்களுக்கும் மும்பை திரை நட்சத்திரங்களுக்குமான தொடர்பு மிகப்பெரிய கதை. தாவூதால் ஆரம்பித்து வைக்கப் பட்டதுதான். இன்று யார் நினைத்தாலும் முறிக்கமுடியாத அளவுக்கு வேரோடிய விஷமாகிவிட்டது அது.

13. பணம் காய்க்கும் மரம்!

இந்தியப் பொருளாதாரத்துக்கு மட்டுமல்ல, இந்திய சினிமாவுக்கும் மும்பைதான் தலைநகரம்.

இந்தியாவின் முதல் திரைப்படமான ராஜா ஹரிசந்திரா (1917) வெளிவந்த காலத்திலிருந்து 1930 வரை வருடத்துக்கு இருநூறு படங்களைத் தயாரித்து வந்தது பாலிவுட். அதன் பிறகு படங்கள் வெளிவரும் எண்ணிக்கை அதிகரித்தாலும் திரையுலகில் பெரிய மாற்றம் ஏற்பட்டது, 1950-களில் வெளிவந்த வண்ணப்படங்களுக்குப் பிறகுதான்.

ஹிந்தி சினிமாக் கதைகளின் வண்ணமும் மாறத் தொடங்கியது. 1960களில் காதல் கதைகளை மட்டுமே எடுத்து வந்த பாலிவுட், பின்னர் மெல்ல வன்முறைப் படங்களுக்கு மாறியது. காரணம், கரீம் லாலா, ஹாஜி மஸ்தான் போன்ற பெயர்கள் மக்கள் மத்தியில் பரபரப்பாகப் பேசப்பட்டதுதான். அட, இவர்கள் ஒன்றும் நாட்டுக்குச் சுதந்தரம் வாங்கித் தந்த தியாகிகள் அல்லவே? ஆனாலும் அப்போதைய பாலிவுட் ஸ்டார் திலீப் குமார் ஊரறிய இவ்விருவரோடும் நட்பு வைத்திருந்தார் என்பதைக் கவனிக்கவேண்டும்.

1980-களிலிருந்து கேங்ஸ்டர் படங்களே வாரா வாரம் வெளியாக ஆரம்பித்தன. அந்தச் சமயம்தான் பாலிவுட்டிலும் நிஜ கேங்ஸ்டர்கள் தலை தூக்க ஆரம்பித்தனர். எண்பதுகளுக்கு முன்னால் கோலோச்சிய தாதாக்களுக்கு போதை, தங்கம் கடத்தல்கள் வழியாகவும் ரியல் எஸ்டேட் அதிபர்களை மிரட்டுவதன் மூலமாகவும் வருமானம் கிடைத்து வந்தது. ஆனால் 1980-களுக்குப் பிறகு இந்த நிலைமை மாறியது. ரியல் எஸ்டேட் பிஸினஸ் படுத்தது. மறைவிடத்தில் குடும்பத்தைக் கட்டி வைத்து மிரட்டினால்கூட பில்டர்களிடம் இருந்து பணத்தைக் கறக்க

முடியாத அசாதாரணச் சூழல் நிலவியது. ரியல் எஸ்டேட் தொழில் நலிந்துபோனச் சமயத்தில் மாஃபியா கும்பல்களுக்குக் கைகொடுத்த ஒரே தொழில் சினிமா. அதுவும் மும்பை சினிமா.

பாலிவுட்டுக்கு 1980 வரை பெரிதாக எந்தச் சிக்கலுமில்லாமல் வண்டி ஓடிக் கொண்டிருந்தது. ஆனால் 80-க்குப் பிறகு அதைத் தள்ளவேண்டிய சூழலில் இருந்தது. வருடத்துக்கு இரண்டு படம் ஹிட்டானாலே அது பெரிய சாதனையாக இருந்தது. முதலுக்கு மோசமாக 84, 86, 87, 90 ஆகிய வருடங்களில் பாலிவுட்டுக்கு ஒரு சூப்பர் ஹிட் படம்கூட அமைய வில்லை. சிறந்த நடிகர்கள், சிறந்த இயக்குநர்கள் எல்லாம் கைவசம் இருந்தும் படங்கள் பெரிதாக ஹிட் ஆகாமல் இருந்தது. கதைகளும் காதல், குடும்பம் என்கிற டிராக்கிலிருந்து விலகிப் போய் தாதாக்களுக்குப் பரிவட்டம் கட்டுபவையாகவே இருந்ததால் மக்களுக்கு இந்தி சினிமா புளித்துப் போனது. தயாரிப்பாளர்கள் அகலக்கால் வைக்க பயந்தனர். இந்த இக்கடான சூழலில்தான் பாலிவுட் வரலாற்றில் புதிய திருப்பம் ஏற்பட ஆரம்பித்தது.

இந்திய அரசியல் வரலாற்றில் நிகழ்ந்த சில மாற்றங்களால் 1990-க்குப் பிறகு ஒரு சில முக்கிய சரிவுகள் ஏற்படத் தொடங்கின.

முதல் சரிவுக்குக் காரணம் அப்போதைய நிதியமைச்சர் மன்மோகன் சிங். கடத்தல்காரர்களை மடக்க இவர் ஒரு புத்திசாலித்தனமான யோசனையை முன்வைத்தார். அதாவது ஆறு மாதங்களுக்கு மேல் வெளிநாட்டில் வாழும் இந்தியர்கள் (NRI's) ஐந்து கிலோ தங்கம் வரை இந்தியாவுக்குள் கொண்டு வரலாம் என்றார் மன்மோகன் சிங். இந்தத் திட்டம் கடத்தல்காரர்களின் வயிற்றில் புளியைக் கரைத்தது. சட்டப்படி தங்கம் கொண்டு வரலாம் என்று இருக்கும்போது அதைக் கடத்த வேண்டிய அவசியம் இல்லாமல் போய்விடுகிறது அல்லவா? இதனால் துபாய் போன்ற அரபு நாடுகளிலிருந்து வரும் இந்தியர்கள் நிழலுலகத்தின் உதவியை நாடாமல், சுங்க அதிகாரிகளுக்குப் பயப்படாமல் ஒரு மஞ்சள் பையில் தங்கத்தைப் போட்டு முடிந்து கொண்டு பயமில்லாமல் வந்து சேர முடிந்தது.

மகத்தான வெற்றியைப் பெற்ற இத்திட்டத்தின் தொடர்ச்சியாக, தங்கம் தாராளமயமானது. வங்கிகள் நேரடியாகத் தங்கம் வாங்க முன்வந்தன. இருபது டன், நாற்பது டன் என்று தங்கம் கொள்முதல் செய்யப்பட்டது. தங்கத்தையே பெரிதாக நம்பிக் கொண்டிருந்த கடத்தல்காரர்கள் கிட்டத்தட்ட நிலை குலைந்துப் போயினர். தங்கம் ஒழியட்டும், எலெக்ட் ரானிக் பொருள்களை வைத்தாவது பணம் குவிக்கலாம் என்று புத்திசாலித்தனமாக தனது அடுத்த காயை நகர்த்தியபோது மீண்டும் ஒரு சரிவு. நோக்கியா முதல் ஃபோர்டு வரை அனைத்து சர்வதேச

நிறுவனங்களும் இந்தியாவில் கடை பரப்பத் தொடங்கின. ரேஸர் முதல் ரேஸ் கார் வரை அனைத்து சர்வதேச பிராண்டுகளும் சுலபமாகக் கிடைத்தன.

தாவூத் இப்ராடிஹிம் போன்றவர்கள்தான் அதிக பாதிப்புக்குள்ளாயினர். தங்கம், எலெக்ட்ரானிக் பொருள்கள் எதுவுமே கிடைக்காது என்ற நிலையில் என்ன செய்வது? சுமார் ஐந்தாயிரம் பேருக்கு தண்டச் சம்பளம் கொடுத்து மேய்க்க வேண்டியதுதானா? ஆகவே கடத்தலைத் தவிர உருப்படியாக வேறு ஏதாவது ஒரு பணம்காய்க்கும் மரத்தைக் கண்டுபிடிக்க வேண்டிய கட்டாயம், கிரிமினல்களுக்கு இருந்தது.

மிகச் சரியாக இந்தச் சமயத்தில்தான் அவர்களது பார்வை சினிமாவின் பக்கம் திரும்பியது.

தமது பரிவாரங்களுடன் பாலிவுட்டுக்குள் நுழைந்தான் தாவூத்.

'நானே ஃபைனான்ஸ் பண்ணுகிறேன். ஆனால், எனக்கு படத்தின் ஆடியோ ரைட்ஸ் முதற்கொண்டு எல்லாமும் தரவேண்டும்' என்று வலைவீசிப் பார்த்தான். படத்தை முடிக்க முடியாமல் திணறுவதற்குப் பதிலாக தாவூத் சொன்ன டீல் பாலிவுட்டுக்கு ஏற்புடையதாக இருந்தது. மேக்னம் வீடியோஸின் அதிபர்கள் ஹனீஃப் மற்றும் சமீரா போன்ற சிலர் தாவூதின் கட்டளைகளை நிறைவேற்றும் மும்பை ஏஜெண்டு களாகச் செயல்பட ஆரம்பித்தனர்.

1990-களில் மைய அரசு கொண்டுவந்த தாராள மயமாக்கல் கொள்கையால் தங்கத்தைக் கடத்தித்தான் வியாபாரம் செய்யமுடியும் என்கிற மாயை உடைந்து போனது. பிழைப்பு தேடி வருபவர்களுக் கெல்லாம் சோறு போட்டு வேலை கொடுக்கும் பாலிவுட், தெரிந்தோ தெரியாமலோ தாதாக்களுக்கும் இடம் கொடுக்க ஆரம்பித்துவிட்டது.

நானும் ஃபைனான்ஸ் பன்ணுகிறேன் பேர்வழி என்று ஆளாளுக்குக் களத்தில் குதித்தனர். காது முனையில் மிரட்டல் விடுத்தனர்.

ஹீரோவும் தயாரிப்பாளரும் ஒரு படத்தின் லாபத்தை அள்ளிப் போட்டுக் கொண்டால் பாதகமில்லை. ஆனால் படத்துக்கு எள் முனையளவும் சம்பந்தமில்லாத மாஃபியாக்கள் அதன் லாபத்தில் ருசி பார்க்கிறார்கள் என்றால் யாரைக் குற்றம் சொல்வது?

ஷாரூக்கானை வைத்து இருபது கோடி பட்ஜெட்டில் ஒரு படம் பண்ண ஆசைப்படுகிறார் ஒரு தயாரிப்பாளர். அவர் கைவசம் இருப்பதோ நான்கு அல்லது ஐந்து கோடிகள்தான். மீதித் தொகைக்கு ரிசர்வ் பேங்கில் கடன் வாங்கினால் ஒழிய பணத்தை வேறு எங்கும் புரட்ட முடியாது. ஒரு வங்கிக்குச் சென்று, 'ஷாரூக்கானை வைத்து ஒரு சினிமா

எடுக்கிறோம். கடன் கொடுக்க முடியுமா' என்றால் பேங்க் மேனேஜர் வாய்விட்டுச் சிரிப்பார். பிறகு எப்படித்தான் பணம் புரட்டுவது? ஃபைனான்சியர்களே தயங்குகிற சூழ்நிலை. படங்கள் ஓடமறுக் கின்றன.

இது மாதிரியான தருணங்களில்தான் சுலபமாக என்ட்ரி கொடுப்பார்கள் தாதாக்கள். ஏ.டி.எம். போல கேட்ட தொகையை அடுத்த நொடியே கொடுப்பார்கள். ஆனால் கண்டிஷன்ஸ் அப்ளைட்! வருடத்துக்கு ஐம்பது சதவிகிதம் வட்டி. எப்பொழுது வந்து கேட்டாலும் பணம் கிடைக்கும். ஆனால் கேட்கும் உரிமைகளைக் கொடுத்துவிட வேண்டும்.

'ரைட்ஸ்' என்பது சினிமா வர்த்தகத்தில் பொன் முட்டையிடும் வாத்து. எப்படி தமிழ்ப் படங்கள் மலேசியா, சிங்கப்பூர், இங்கிலாந்து, அமெரிக்கா மற்றும் இலங்கைத் தமிழர்களை மனத்தில் வைத்து எடுக்கப் படுகிறதோ அதே போலத்தான் ஹிந்தி சினிமாவும். மத்திய கிழக்காசிய நாடுகள், இங்கிலாந்து, அமெரிக்கா, தென் அமெரிக்கா என்று பாலிவுட்டுக்கு உலகம் முழுக்க வர்த்தகம் உண்டு. இதில்தான் கை வைக்கத் துடித்தார்கள் மாஃபியாக்கள். காலப்போக்கில் ஓவர்சீஸ் உரிமை என்பது தாதாக்களுக்கு மட்டுமே உரியது என்பதைக் கட்டாய மாக்கிக் கொண்டார்கள்.

இதுபோன்ற டீல்களை துபாயில் கட்டிலில் படுத்தபடி காலாட்டிக் கொண்டே ஓர் ஐ.எஸ்.டி. காலில் முடித்துவிடுவான் தாவூத் இப்ராகீம். அடிபணிய மறுப்பவர்களை சோட்டா ஷகீல், அபு சலீம் போன்ற இரைக்காகக் காத்திருக்கும் கழுகுகளுக்குத் தின்னக் கொடுத்து விடுவான். அவர்களும் முதலில் ஃபோனில் பேசிப் பார்ப்பார்கள். வேலைக்கு ஆகாது எனில் நெற்றிப் பொட்டைக் குறிவைத்து விடுவார்கள். இதற்கு பாலிவுட்டில் ஆதாரங்கள் ஏராளமாகக் கொட்டிக் கிடக்கின்றன.

ஃபைனான்ஸ், ரைட்ஸ் என மாஃபியாக்களுக்குக் கொஞ்சம் கொஞ்சமாக இடம் கொடுத்ததுதான் பின்னர் தலைமீது ஏறி நின்றது. திடீரென ஷாரூக்கானுக்கு ஃபோன் போகும். 'இந்தப் படத்தில் நடித்துக் கொடு. பேச்சு மீறாதே' - ஃபோன் துண்டிக்கப்படும். கரீனா கபூருக்கு அடுத்த போன். 'அந்தத் தயாரிப்பாளரிடம் முரண்டு பிடித்தாயாமே. அவருக்கு ஃபோன் செய்து சம்மதம் என்று சொல்' - டொக்.

ஒன்றும் பேச முடியாது. பணிந்தே ஆகவேண்டும். இதில் ஒரு சாதகமும் உண்டு. ஒருமுறை அவர்கள் சொன்னபடி நடந்து கொண்டால் அடுத்த நிமிடம் தோஸ்தாகி விடுவார்கள். மாஃபியாக்களுக்கு சினிமா தொடர்பு என்பது மிக அவசியம். 'உன்னைக் கொடு; என்னைத் தருவேன்' என்கிற சித்தாந்தத்தில் நட்பு வளரும். இப்போது தாதாக்கள் நடிகர்களுக்குச்

சாதகமாக நடந்து கொள்வார்கள். அடுத்தமுறை புரொட்யூசருக்கு ஃபோன் போகும். 'அவருக்கு உன் படத்துல நல்ல ரோல் கொடு. சம்பளத்துல எல்லாம் வெயிட்டா கவனி.'

தாவூத் துபாயிலிருந்து கொண்டே ஹிந்தி சினிமாவைத் தம் கைக்குள் வைத்திருந்தான். பெரும்பாலான ஹிந்திப் படங்களின் உரிமைகள் இவன் வசம்தான். பாலிவுட்டோடு கைகோத்த சில வருடங்களிலேயே தம்மை மிஞ்சி எதுவுமே இல்லை என்பதை நன்கு புரிந்து கொண்டான் தாவூத். மும்பை நடிகர் நடிகைகளை துபாய்க்கு வரவழைத்து நடனமாட வைக்க முடியுமா என்று மேக்னம் வீடியோஸின் அதிபர்கள் ஹனீஃப் மற்றும் சமீராவிடம் கேட்டான். 'ஆகட்டும் ஜி' என்று கச்சிதமாகக் காரியத்தை முடித்துக் காண்பித்தார்கள் அவ்விருவரும்.

தொண்ணூறுகளில் டிவியில் சார்ஜா கிரிக்கெட் மேட்ச்சின் போது நிறைய பாலிவுட் நட்சத்திரங்களை வி.ஐ.பி. பாக்ஸில் பார்த்தது நினைவுக்கு வருகிறதா? அன்று பார்த்தவர்கள் எவருமே கிரிக்கெட் மேட்ச் பார்ப்பதற்காக மட்டுமே கடலைக் கடக்கவில்லை. துபாயில் தாவூத் ஏற்பாடு பண்ணிய ஒரு ஸ்டார் நைட்டுக்கு வந்திருப்பார்கள். தாவூத்தோடு டீ பார்ட்டியில் கலந்துகொண்டு அவனுடைய கூட்டாளிகளோடு கைகுலுக்கி இருப்பார்கள்.

கோவிந்தா தாவூத்தோடு சேர்ந்து பேசிக் கொண்டிருந்த ஒரு பழைய கிளிப்பிங் சமீபத்தில் டிவியில் ஒளிபரப்பாகி பெரும் பரபரப்பு ஏற்பட்டது அல்லவா? அது போன்று தொண்ணூறுகளின் இறுதியில் தாவூதை நேரில் சந்திக்காத பாலிவுட் நட்சத்திரங்களே இல்லை என்று சொல்லலாம். ஆனால் 1990-களுக்குப் பிறகு நடந்த பல சம்பவங்கள் பாலிவுட்டுக்குத் தலைகுனிவையே ஏற்படுத்தின. சர்வதேச அளவில் இந்தியாவின் மானத்தை வாங்கின.

1993 குண்டுவெடிப்புக்குப் பிறகு தாவூத் என்கிற நிழல் மனிதரைக் கண்டு ஒதுங்க ஆரம்பித்தது பாலிவுட். அது மேலும் பல இடியாப்பச் சிக்கல்களை உருவாக்கியது.

ராம்கோபால் வர்மா, மணிரத்னம் ஆகியோர் எடுத்த நாயகன், சத்யா, கம்பெனி போன்ற படங்களெல்லாம் கற்பனையில் உதித்தவையாக மட்டுமே இருக்க முடியாது. நிஜ வாழ்க்கையின் கண்ணாடிகள் அவை. சினிமாக் காட்சிகள் போலவே நிஜத்திலும் பல சம்பவங்கள் நடக்க ஆரம்பித்தன. அவை சினிமாவை விட படுபயங்கரமானவை.

14. கல்நாயக் ஆன சஞ்சய் தத்

மேக்னம் வீடியோஸின் அதிபரும் தயாரிப்பாளருமான ஹனீஃப் கடாவாலாவின் வீட்டுக்கு வெளியே பூட்ஸ் சத்தங்கள். கதவு தடதடவெனத் தட்டப்படுகிறது. பயந்து கொண்டு கதவைத் திறக்கிறார் ஹனீஃப். ஒரே பாய்ச்சலில் ஹனீஃபின் சட்டையைப் பிடிக்கிறது போலீஸ்.

'நட ஸ்டேஷனுக்கு!'

'சாப், நான் என்ன தப்பு செஞ்சேன்? அரெஸ்ட் வாரண்ட் இருக்கா?' தள்ளுமுள்ளு இன்னும் வேகமாகிறது.

'பம்பாய் குண்டுவெடிப்புல உங்களுக்குப் பங்கு இருக்கு. கேள்வி எதுவும் கேட்காம மரியாதையா பின்னாடி வாங்க' - இன்ஸ்பெக்டர் கர்ஜனைக் குரலில் பேசுகிறார்.

ஹனீஃபை மாருதிக் காரில் அள்ளிப் போட்டுக் கொண்டு விரைகின்றனர். காரில் ஹனீஃப் விடாமல் அனத்திக் கொண்டேயிருக்கிறார்.

'எனக்கும் தாவூதுக்கும் எந்தத் தொடர்பும் இல்லை. ப்ளீஸ் நம்புங்க.'

'உஸ்ஸ்ஸ்ஸ்...! நீங்க உத்தமரா இருந்தா கட்டாயம் இன்னைக்கே வீட்டுக்கு அனுப்பிடறோம்.'

சலித்துக் கொள்கிறார் ஹனீஃப். 'ஆமா. என்னை மாதிரியான சின்ன மீனைத்தான் உங்களால பிடிக்க முடியும். பெரிய மீனையெல்லாம் கண்டும் காணாமலும் விட்டுடுவீங்க.'

'பெரிய மீனா? யாரைச் சொல்றீங்க?'

'ஆமா. உங்களுக்குத் தெரியாதாக்கும். அதான் சஞ்சயைச் சொல்றேன்.'

‘சஞ்சய்?’

‘ஆமா. சஞ்சய் தத். பாலிவுட் ஹீரோ!’

கார் கிறீச்சிட்டு நின்றது. காரை ஓரமாக நிறுத்தி அவரைத் துருவித் துருவி விசாரணை செய்கின்றனர்.

அதே நேரம். கட்டட விற்பனையாளரும் பம்பாய் வெடிகுண்டு வழக்கில் குற்றம் சாட்டப்பட்டவருமான இப்ராஹிம் சவுகானை கமிஷனர் தம் அலுவலகத்தில் புரட்டி எடுத்துக் கொண்டிருந்தார். மேக்னம் வீடியோஸ் அதிபர்களின் நட்பினால்தான் தமக்கு தாவூத் பழக்கமானார் என்று மிரட்டல்களுக்கிடையே சொல்லிக் கொண்டு வந்தான் இப்ராகீம்.

‘அவங்க ரெண்டு பேரும் சேர்ந்துதான்..’

‘அது தெரியும். அப்புறம் என்ன ஆச்சு?’

‘சஞ்சுபாய் வீட்டுல கிடாரும் டென்னிஸ் பாலையும் இறக்கச் சொன்னாங்க. அப்படியே செஞ்சோம்.’

‘அதென்ன கிடார்? டென்னிஸ் பால்?’

‘கிடாருன்னா ஏகே 56 ரைபிள். டென்னிஸ் பால்ன்னா கையெறிக் குண்டைச் சொல்லுவோம்.’

அவனை உக்கிரமாகப் பார்த்தார் மரியா. ‘சரி. அது யாரு சஞ்சுபாய்?’

இப்ராகீம் சொன்ன பதில் கமிஷனரைத் தன் இருக்கையிலிருந்து எழச் செய்தது.

ரோட்டோரமாக ஹனீஃபை விசாரித்து முடித்து, வேக வேகமாக கமிஷனர் அலுவலகத்துக்குக் கொண்டு வந்தனர். மரியா முன்வந்து விரைப்பாக சல்யூட் அடித்தார் இன்ஸ்பெக்டர்.

‘சாப். இவரைத் தீவிரமா விசாரிச்சதுல...’

தடுத்தார் மரியா. ‘தெரியும். உடனே சஞ்சய் தத்தை கைது செய்ற வேலையில இறங்குங்க.’

இதுதான் நிழல் உலகத்துக்கும் கனவு உலகத்துக்குமான கள்ளத் தொடர்பை ஊருக்கு முதலில் அம்பலப்படுத்தியது. சஞ்சய் தத் மாட்டிய பிறகே குண்டுவெடிப்பு வழக்கில் பாலிவுட்டையும் ஓர் அங்க மாக்கியது போலீஸ். சஞ்சய் தத் விவகாரத்தைத் தோண்டத் தோண்ட கூடவே பாலிவுட்டின் முகத்திரையும் கிழிந்து கொண்டே போனது.

1991-ம் வருடம் டிசம்பர் மாதம் - பெரோஸ் கானின் 'யால்கர்' படக்குழு துபாய் சென்றது. படத்தின் நாயகன் - சஞ்சய் தத். தம்முடைய ஊரில் நடக்கும் படப்பிடிப்புக்கு வந்த யால்கர் குழுவை விருந்துக்கு அழைத்தான் தாவூத். அங்குதான் தாவூத், அவனது சகோதரன் அனீஸ் மற்றும் சஞ்சய் தத் மூவருக்கும் இடையேயான முதல் சந்திப்பு நடைபெற்றது.

அன்று தாவூதின் உலகத்தைப் புரிந்து கொண்டார் சஞ்சய் தத். தம்முடைய கூட்டாளிகளான ஷரத் ஷெட்டி, குய்யாம், சோட்டா ஷகீல் ஆகியோரை அறிமுகம் செய்து வைத்தான் தாவூத். இதில் அனீஸ் மட்டும் சஞ்சயோடு நெருக்கமாகிவிட்டான். அடிக்கடி செட்டுக்குச் சென்று சஞ்சயுடன் பழக ஆரம்பித்தான். இருவரும் முஸ்லிம்களின் முன்னேற்றம், இன்றைய நிலை பற்றி விலாவாரியாகப் பேசிக் கொள்வார்கள். சஞ்சய்க்கு இந்த நட்பு மிகவும் பிடித்துப் போனது. தமக்கு ஏதாவது ஆபத்தென்றால் நிச்சயம் அனீஸ், தாவூத் போன்றோர் காப்பாற்றுவார்கள் என்று நம்பினார்.

பாபர் மசூதி இடிக்கப்பட்டபோது சஞ்சய் தத் நடித்துக் கொண்டிருந்த 'சனம்' படப்பிடிப்பு செட்டுகள் தீ வைத்துக் கொளுத்தப்பட்டன. தம் கண்முன்னே முஸ்லிம் சமுதாயத்தினர் தாக்கப்படுவதைக் கண்ட சஞ்சய் தத் நிஜ ஹீரோவாக மாறத் துடித்தார். பாதிக்கப்பட்ட அனைவரையும் பாலி ஹில் பகுதியிலுள்ள தன்னுடைய பங்களாவில் தங்க வைத்தார். ஆனால் கலவரக்காரர்கள் அடங்க மறுத்தனர். அப்போது எம்.பி.யாக இருந்த சுனில் தத்தை சுட்டு வீழ்த்தி அத்தோடு சஞ்சய் தத்தின் தங்கையையும் கற்பழித்து அரபிக் கடலில் தூக்கி எறியப் போவதாகத் தொலைபேசி வழியே மிரட்டல் விடுத்தனர். நடுங்கிப் போனார் தத்.

தந்தை, தங்கை இருவரையும் இவரது வாழ்க்கையிலிருந்து அப்புறப் படுத்திவிட்டால் சஞ்சய் தத்துக்கு உலகம் சூன்யம்தான். 'இனியும் என்னால் சும்மா வேடிக்கை பார்க்க முடியாது. என் குடும்பத்தின்மீது எவனாவது கை வைத்தால் அவனைச் சுட்டுப் பொசுக்கிவிட வேண்டியதுதான்' என்று சபதமெடுத்தார் தத்.

துபாய்க்கு அன்றிரவே ஃபோன் செய்தார்.

அனீஸிடம் சஞ்சய் தத் வைத்த கோரிக்கை இதுதான்.

'எனக்கு ஏ.கே. 56 ரைபிள் துப்பாக்கிகளும் கையெறி குண்டுகளும் வேண்டும், உடனடியாக.'

அடுத்த நாள் காலையிலேயே மேக்னம் வீடியோ அதிபர்களான ஹனீஃப் மற்றும் சமீரா இருவரையும் நேரில் வந்து சந்தித்தான் அபு சலீம். (தாவூதின் மும்பை குண்டுவெடிப்பு டீமில் இவனும் ஒரு முக்கியஸ்தன்.)

'சஞ்சய் தத் என்ன கேட்கிறாறோ அதைக் கொடுக்கும்படி துபாயிலிருந்து அவசரக் கட்டளை.'

சமீரா பணிய மறுத்து விட்டார். 'இது கட்டாயம் வம்பில் மாட்டிவிடும். சினிமாக்காரர்களை நம்ப வேண்டாம்.'

அடுத்த சில நிமிடங்களில் சமீராவின் செல்போனுக்கு ஒரு ஐ.எஸ்.டி. கால் வந்தது. மறுமுனையில் அனீஸ். சமீராவால் அதற்கு மீறி ஒன்றும் செய்ய முடியவில்லை. சலீம் மற்றும் மேக்னம் அதிபர்கள் என மூவரும் அடுத்து சஞ்சய் தத் வீட்டுக்குச் சென்றனர். அங்கு இவர்களைக் கண்டவுடன் தத் கேட்ட கேள்வி - 'எப்போ பொருள் கைக்கு வரும்?'

அபு சலீம் மனதுக்குள் சிரித்துக் கொண்டான்.

அடுத்த நாள் இரண்டு மாருதி வேன்களும் ஒரு காரும் சஞ்சய் தத் வீட்டுக்குப் பறந்தது. இருபத்தி நான்கு மணி நேரமும் சஞ்சய் வீட்டுக்குக் காவல் காக்கும் காவலர்கள் அப்போது வலுக்கட்டாயமாக சாப்பிட வெளியே அனுப்பப்பட்டனர். தத் கேட்ட 'பொருள்'கள் உள்ளே பாதுகாப்பாகக் கொண்டு செல்லப்பட்டன. ஒன்பது ஏ.கே. 56 ரைபிள்களும் எண்பது கையெறி குண்டுகளும் கொண்டு போயிருந்தான் சலீம். மூன்று ஏ.கே.வும் இருபது கையெறிகளும் வாங்கிக் கொண்டார் சஞ்சய் தத். தனது வீட்டிலுள்ள மறைவிடத்தில் அவற்றை ஒளித்து வைத்தார்.

நன்றி சொல்வதற்காக அனீஸுக்கு ஃபோன் செய்தார் சஞ்சய் தத். அனீஸின் பேச்சில் ஏதோவொரு எதிர்பார்ப்பு தொக்கி நின்றது. செய்த உதவிக்கு கைமாறு எதிர்பார்க்கிறார்கள் என்பதை சீக்கிரம் புரிந்து கொண்டார் சஞ்சய் தத். அனீஸ் அவரிடம் விடுத்த வேண்டுகோள் - 'எங்களுடைய ஆள்கள் ஏ.கே. 56 ரைபிள்களையும் குண்டுகளையும் பாகிஸ்தானிலிருந்து கொண்டு வருவார்கள். அதைப் பிரித்துக் கையாள பம்பாயில் தகுந்த இடம் இல்லை. உங்களுடைய கார் ஷெட்டில் வைத்து சிறிது நேரம் வேலை பார்ப்பார்கள். வேலை முடிந்ததும் உடனடியாகக் கிளம்பி விடுவார்கள்' என்றார். மறுப்பேதும் சொல்ல வில்லை சஞ்சய் தத்.

மார்ச் 12, 1993 அன்று பம்பாயில் குண்டு வெடிக்கிறது. நூற்றுக் கணக்கில் உயிர்ச்சேதம். இப்ராஹிம் சவுகான் போலீஸின் வலைக்குள் மாட்டுகிறார். பாலிவுட்டைக் காட்டிக் கொடுக்கிறார். அடுத்து மேக்னம் ஆடியோ கம்பெனி அதிபர்களுக்கு விலங்கு மாட்டப் படுகிறது. கடைசியாக சஞ்சய் தத்.

சஞ்சயின் நண்பர்களை ரகசியமாக விசாரித்தபோது இருவர் முன்வந்து உண்மையை ஒப்புக் கொண்டனர். 'மொரிஷியஸில் இருந்து ஒருநாள் ஃபோன் பண்ணினார் தத். தன்னிடமுள்ள எல்லா ஏ.கே. 56 ஆயுதங்களையும் அழிக்கச் சொன்னார். ஓர் இரும்பு ஆலைக்குச் சென்று

ரைபிளை உருக்கி அழித்துவிட்டோம்' என்று வாக்குமூலம் கொடுத்தனர். அவர்கள் சொன்ன இரும்பு ஆலைக்குச் சென்று தேடியபோது ரைபிளை உருக்கியதற்கான அடையாளங்கள் சிக்கின.

அவ்வளவுதான். சஞ்சய் தத்தை வளைத்துப் பிடிக்க ஸ்கெட்ச் போட ஆரம்பித்தார் கமிஷனர்.

குண்டு வெடிப்பு நிகழ்ந்ததிலிருந்து தினமும் மாலை நான்கு மணிக்கு நிருபர்களைச் சந்திப்பார் கமிஷனர். கிடைக்கும் தகவல்களைச் சுடச்சுடச் சொல்லிவிடுவார். அன்றைய ப்ரஸ் மீட்டில் திரை உலகினருக்கும் இவ்வழக்கில் சம்பந்தம் இருப்பதாக லேசுபாசாகக் கோடிடுகிறார். 'சமீர்-அனீஃப் தானே' என்று கேட்டுவிடுகிறார் ஒரு நிருபர். கமிஷனர் தலையாட்டிச் சம்மதம் தெரிவிக்கிறார். உடனே இன்னொரு புத்திசாலி நிருபர் எழுந்து, 'சஞ்சய் தத்துக்கும் இதில் பங்குண்டா?' என்று கேட்டுவிட கமிஷனருக்கு தர்மசங்கடமாகிவிடுகிறது. உடனே, 'சஞ்சய் தத் அப்பாவியாகக்கூட இருக்கலாம். அது விசாரணையின் முடிவில்தான் தெரியவரும்' என்றார். அவ்வளவுதான். நாடு முழுக்க இச்செய்தி பற்றிக்கொண்டது. அப்போது 'ஆட்டிஷ்' ஹிந்திப் படப்பிடிப்புக்காக மொரிஷியஸில் இருந்தார் சஞ்சய்.

அப்போது காங்கிரஸ் ஆட்சி. நரசிம்ம ராவ் பிரதமர். 'ஆட்சியாளர்கள் சஞ்சய் தத்தைக் காப்பாற்ற முயற்சிக்கிறார்கள். கமிஷனர் அவர் மீது பச்சாதாபம் கொள்கிறார். உண்மை பூட்டப்படுகிறது' என்று காற்றில் கலக்கின்றன புரளிகள். ஆனால் சஞ்சய் தத்தைக் கைது செய்ய எல்லா விதமான ஏற்பாடுகளையும் செய்து முடித்திருந்தார் கமிஷனர் சம்ரா. அதற்குள் சஞ்சய் யூ.என்.ஐ. செய்தி நிறுவனத்திடம் 'தாம் எந்த விதத்திலும் இந்த வழக்கில் சம்பந்தப்படவில்லை' என்று பேட்டியளித்துவிட்டு மும்பை விமானத்தைப் பிடித்தார்.

ஏப்ரல் 19, மும்பை சஹாரா விமான நிலையத்துக்கு வெளியே தமது நீண்ட கூந்தலை வருடிக் கொண்டே வந்தார் சஞ்சய் தத். ஏதோ கலவர பூமியாகக் காட்சியளித்தது சஹாரா. இருநூறுக்கும் மேற்பட்ட காக்கிச் சட்டைகள் வில்லனாக மாறிய ஹீரோவுக்காக கையில் துப்பாக்கிகளோடு காத்துக் கொண்டிருந்தனர். கேமராக்கள், நடப்பதை நிமிடத்துக்கு நிமிடம் படம் பிடித்தன. அடுத்து என்ன நடக்கும்? இந்தக் கைதால் என்னென்ன உண்மைகள் வெளிவரும்? ஏர்போர்ட்டில் சம்பவத்தைப் பார்த்துக் கொண்டிருந்தவர்களுக்கு நெஞ்சு அடித்துக் கொண்டது.

நேராக ஒரு ஆபீஸர் போய் சஞ்சயிடம் நிலைமையை விளக்கினார். அடுத்த நிமிடத்திலிருந்து போலீஸ் சொல்லும் சொல்லுக்குக் கட்டுப்பட ஆரம்பித்தார் சஞ்சய் தத். பாந்திரா க்ரைம் பிராஞ்சுக்கு அழைத்துச் செல்லப்பட்டார்.

இணை போலீஸ் கமிஷனர் மற்றும் கமிஷனர் முன்பு சஞ்சய் சொன்னது, தமக்கும் அனீஸுக்கும் எந்தவிதச் சம்பந்தமுமில்லை என்பதுதான். சில நிமிடங்களில் மிஸ்ரா இரு நபர்களைக் கொண்டு வந்தார். ஹனீஃப் மற்றும் சமீர். உடனே அந்த ஆறடி மனிதர் அழ ஆரம்பித்துவிட்டார்.

'என் தந்தையையும் தங்கையையும் சின்னாபின்னப்படுத்திவிடுவதாக மிரட்டியதால்தான் பாதுகாப்பு கருதி ஒரேயொரு ஏகே 56 ரைபிளையும் குண்டுகளையும் மட்டுமே வாங்கினேன். கலவரங்கள் முடிந்தபிறகு ஏ.கே. 56-ஐத் திருப்பி எடுத்துக் கொள்ளும்படி சொல்லியும் யாரும் கேட்கவில்லை. இதை வலியுறுத்தி ஹனீஃப்-சமீர் என்னை வைத்து எடுத்துக் கொண்டிருந்த 'சனம்' படத்துக்கு கால்ஷீட் கொடுக்காமல் இருந்தேன். போலீஸுக்கும் சொல்லிவிடலாம் என்றிருந்தேன். ஆனால் நான் என்ன செய்தாலும் உலகம் பார்த்துவிடும். என் தந்தைக்கும் கெட்ட பெயர் உண்டாகும். அதனால் அந்த யோசனையை விட்டொழித்தேன். நீங்கள் ஹனீஃபை பிடித்தவுடன் என் வீட்டிலிருந்த ஆயுதங்களை அழிக்கும்படி என் நண்பர்களிடம் சொன்னேன். ஆனால் அவர்கள் தப்பும் தவறுமாகச் செய்து என்னை மாட்டிவிட்டார்கள்' என்றார் நா தழுதழுத்தபடி. சஞ்சய் சொன்னதைக் கேட்டு எல்லோரும் பரிதாபப்பட்டார்கள். ஆனால் அவர் உண்மையைத்தான் சொல்கிறாரா அல்லது நடிக்கிறாரா என்கிற சந்தேகமும் இருக்கவே செய்தது.

விசாரணை அறை சற்று நேரம் மௌனம் அனுஷ்டித்தது. யாரும் பேசவில்லை. சஞ்சய் தொடர்ந்து அழுது கொண்டிருந்தார்.

ஆக, சஞ்சய் தத் மீது சுமத்தப்பட்ட எல்லாக் குற்றச்சாட்டுகளும் உண்மை!

மெல்லிய அதிர்ச்சியுடன் அடுத்து நடக்கும் ஆட்டத்துக்குத் தயாரானது மும்பை போலீஸ்.

விசாரணை முடிந்த பிறகு சஞ்சய்க்கு சாயாவும் ரொட்டியும் தரப்பட்டது. அவற்றை ஒதுக்கிவிட்டார். தலையில் கை வைத்து, எல்லாம் முடிந்து போச்சு என்கிற மாதிரி உட்கார்ந்திருந்தார்.

கமிஷனர் ஆகவேண்டிய பணிகளை முடுக்கிவிட்டார். சஞ்சயை அழைத்துச் செல்ல வாகனங்கள் வந்தன. முன்னும் பின்னும் கார்கள் பாதுகாப்பாகத் தொடர தடா சிறப்பு நீதிமன்றதுக்கு அழைத்துச் செல்லப்பட்டார் சஞ்சய். நீதிபதி அவரைப் பதினைந்து நாள்கள் காவலில் வைக்க உத்தரவிட்டார். உண்மையான சிறையில் அடைக்கப் பட்டார் சஞ்சய் தத்.

பாலிவுட்டுக்கு இந்தச் சறுக்கல் புதிதல்ல. ஏற்கெனவே 1960-களில் திலீப் குமார் பாகிஸ்தானின் உளவாளி என்று குற்றம் சாட்டப்பட்டார்.

ஊர்பேர் தெரியாத இளைஞன் ஒருவன் தாமும் திலீப் குமாரும் பாகிஸ்தான் உளவாளிகள் என்று சொல்லி வைக்க, இந்த வீண் குற்றச் சாட்டிலிருந்து மீள்வதற்குள் திலீப்குமார் படாதபாடுபட்டு விட்டார். 1985-ல் போஃபர்ஸ் ஊழல் வழக்கில் அமிதாப் பாடு திண்டாட்டமானது. ராஜீவ் காந்திக்குப் பிறகு வந்த வி.பி.சிங் ஆட்சிக் காலத்தில் நிலைமை இன்னும் மோசமானது. எல்லா அரசுத் துறைகளிலிருந்தும் அவருக்குச் சோதனைகள் எழுந்தது. இந்தக் கருப்புச் சம்பவங்களெல்லாம் தனிமனிதர்களைச் சார்ந்தது. சஞ்சய் தத் பிரச்னையோ ஒரு துறையையே உள்ளடக்கியது.

'நாட்டுக்குக் கேடு உண்டாக்குகிறார். அந்நிய சக்திகளோடு கைகோர்த்து நாட்டைத் துண்டாக்குகிறார்' என்று நாடெங்கிலும் போராட்டம் தொடங்கியது. பாரதிய ஜனதா கட்சியின் இளைஞர் அணி அப்போது சஞ்சய் தத் நடித்து வெளிவந்த 'ஷாஷ்த்ரியா' படத்தை மும்பையில் திரையிட விடாமல் ஆர்ப்பாட்டம் நடத்தியது. உருவ பொம்மைகள் எரிக்கப்பட்டன. செய்தித்தாள்களின் முதல் பக்கத்தில் சஞ்சய் தத் பெயர் கொட்டை எழுத்துகளில் அச்சடிக்கப்பட்டிருந்தது.

சஞ்சய் தத் மீது தூசி படர்ந்த சூழலில் ரிலீஸானது சஞ்சய் தத் நடித்து சுபாஷ் கை தயாரிப்பில் வெளியான கல்நாயக் (வில்லன் என்று அர்த்தம்!).

பாலிவுட் சரித்திரத்தில் எந்தவொரு படத்துக்காவது இப்படியொரு பரபரப்பும் சர்ச்சையும் ஏற்பட்டிருக்குமா என்பது சந்தேகமே. 'சோளி கே பீச்சே கியா ஹை' என்று நெஞ்சுக்குள் கைவைத்து மாதுரி தீட்சித் பாடிய பாடல் நாட்டையே இரண்டாக்கியது. இந்தப் பாடலைத் தடை செய்ய வேண்டும் என்று பல சமூக அமைப்புகள் போர்க்கொடி தூக்கின. எரிகிற நெருப்பு போதாது என்று ஏற்கெனவே நாடு முழுக்க பரபரப்பாக விவாதிக்கப்படும் சஞ்சய் தத்தை மையமாக வைத்து 'ஆமாம் நான் வில்லன்தான்' என்று அவர் கூறுவதுபோல் போஸ்டர்கள் அச்சடிக்கப் பட்டன. மக்கள் திரையரங்குகளில் குவிந்தனர். முதல்முறையாக சஞ்சய் தத் நடித்த படமொன்று சூப்பர் டூப்பர் ஹிட் ஆனது.

கல்நாயக் படத்தின் க்ளைமாக்ஸில் சஞ்சய் தத் இறப்பது போலக் காட்சியை அமைத்திருந்தார் சுபாஷ் காய். ஆனால் காலமாற்றத்தில் சஞ்சய் தத் மீதோ மக்களுக்கு அனுதாப அலை. ஒரிஜினல் ஸ்கிரிப்டை தூர எறிந்தார் சுபாஷ் காய். சஞ்சய் மனம் திருந்தி புதுவாழ்க்கைக்குத் திரும்புவது போல் மாற்றினார். அது அன்றையச் சூழலுக்கு மிகவும் பொருந்திப் போனது.

படம் ஹிட்டானதில் சஞ்சய் தத்தின் மார்க்கெட் எகிறியது. இந்தச் சந்தர்ப்பத்தைப் பயன்படுத்தி காசாக்க நினைத்தது பாலிவுட். சஞ்சய் தத்

மேனேஜரிடம் கால்ஷீட் கேட்டு நெருக்கடிக் கொடுத்தது. ஆனால் அந்த ஹீரோவோ வில்லனாக சிறைக்குள் அடைந்து கிடந்தார். மேலும் ஒரு பேரிடியாக அப்போது சஞ்சயுடன் நெருக்கமாக இருந்த மாதுரி தீட்சித் தமக்கும் தத்துக்கும் எந்தத் தொடர்பும் கிடையாது. நாங்கள் நண்பர்கள் மட்டுமே என்று பேட்டியளித்தார்.

இதனிடையே பவார் அரசின் நடவடிக்கைகளில் திருப்தி அடையாத சிவசேனை சட்டசபையில் போர்க்கொடி தூக்கியது. வழக்கை சி.பி.ஐ.க்கு மாற்றவேண்டும் என்று அடம் பிடித்தது. ஆனால் கமிஷனர் இதற்கு கடும் எதிர்ப்பு தெரிவித்தார். 'நானும் சி.பி.ஐ.யில் வேலை பார்த்திருக்கிறேன். பெரிய வித்தியாசம் ஏதும் இல்லை' என்றார். பிரச்னை நாளுக்கு நாள் விஸ்வரூபம் எடுக்கவே மத்திய அரசு ஒரு கமிட்டி அமைத்து வழக்கை சி.பி.ஐ.க்கு மாற்றியது.

யாரால் இவ்வளவு போராட்டங்களையும் சஞ்சய் தத் சந்தித்தாரோ அவரே உதவிக்கு முன்வந்தார். எதுவுமே தம் மகனுக்குச் சாதகமாக இல்லாததைக் கண்ட சுனில் தத் இறுதியில் பால் தாக்கரேவிடமே சரண் அடைந்தார். 'நான் ஒரு காங்கிரஸ்காரனாக வரவில்லை. ஒரு பிள்ளையின் தகப்பனாக வந்துள்ளேன்' என்று சென்டிமெண்ட் டயலாக் அடித்து தாக்கரேவின் ஆதரவைப் பெற்றார் சுனில் தத். உடனே தம் கட்சிக்காரர்களுக்கு ஒரு கட்டளையிட்டார் தாக்கரே.

'அரசியல்வாதிகளின் சதியால் தம்பி சஞ்சய் தத் தற்போது பல இன்னல்களைச் சந்தித்து வருகிறார். இது வன்மையாகக் கண்டிக் கத்தக்கது. இனிமேல் சஞ்சய் தத்துக்கு ஒரு விடிவுகாலத்தை ஏற்படுத்தித் தருவது நமது கடமை. முன்பு செய்தது போல் இனி யாரும் சஞ்சய் தத்துக்கு எதிரான காரியங்களில் ஈடுபடக் கூடாது.'

தாக்கரேவின் இந்த அறிவிப்பு மகாராஷ்டிரா முழுக்க பாதிப்பை உண்டு பண்ணியது. சஞ்சய் தத் மீதான அனுதாப அலையை மேலும் பெருக்கியது. அந்தச் சமயம் பார்த்து (1995) மகாராஷ்டிரா சட்ட சபைக்குத் தேர்தல் வந்தது. அதிர்ஷ்டவசமாக தாக்கரேவின் சிவசேனா-பி.ஜே.பி ஆட்சியைப் பிடித்தது. உடனே சஞ்சய் தத்துக்கு பெயில் வழங்க சி.பி.ஐ.க்குச் சிபாரிசு செய்தது அரசால் ஏற்படுத்தப்பட்ட தனி கமிட்டி. ஆனால் தடா கோர்ட் மறுத்துவிட்டது. இடைப்பட்டக் காலத்தில் எந்தவித மாற்றங்களும் நடக்காதபோது ஏன் ஜாமீன் கொடுக்க வேண்டும் என்று கேள்வி எழுப்பியது. வாழ்க்கையே வெறுத்துப் போய் சஞ்சய் தத் தொடர்ந்து சிறைக் கம்பிகளுக்கிடையே காலத்தைக் கழித்து வந்தார்.

சுனில் தத் பொறுமையிழக்காமல் உச்ச நீதிமன்றத்தில் வழக்குப் போட்டார். இந்தியாவின் சிறந்த வழக்கறிஞர்களான கபில் சிபில்,

லலித் பஷின் இருவரும் வாதாடினர். இறுதியில் உச்ச நீதிமன்ற நீதிபதிகள் தடா கோர்ட் விதித்த தீர்ப்பு செல்லாது என்று ஒருவழியாக 95, அக்டோபர் 18 அன்று சஞ்சய் தத்துக்கு பெயில் வழங்க அனுமதித்தது.

இனி ஒரு போதும் மாஃபியாக்களிடம் தொடர்பு வைத்துக் கொள்ள மாட்டேன் என்று சட்டத்தின் முன்பு சத்தியப் பிரமாணம் எடுத்துக் கொண்ட சஞ்சய் தத் 2000-ம் வருடம் சோட்டா ஷகீலுடன் தொலை பேசியில் உரையாடியது மீண்டும் சர்ச்சையைக் கிளப்பியது.

மிஷன் காஷ்மீர் என்கிற படத்தில் ஹிருத்திக் ரோஷனும் சஞ்சய் தத்தும் இணைந்து நடித்துக் கொண்டிருந்தனர். அப்போது கஹோ நா ப்யார் ஹை வெளிவந்து ஹிருத்திக் புகழில் மிதந்து கொண்டிருந்த நேரம். மிஷன் காஷ்மீர் படத்தில் ஹிருத்திக்குக்கு அதிக முக்கியத்துவம் கொடுக்கப்பட்டிருந்தது. இது சஞ்சய் தத்தை உறுத்தவே சோட்டா ஷகிலுக்கு ஃபோன் செய்து 'ஹிருத்திக் ரோஷனுக்கு ஏதாவது முடிவு கட்டவேண்டும்' என்று சஞ்சய் கூறிய அந்த டெலிஃபோன் உரையாடலை போலீஸ் பதிவு செய்து விட்டது.

இதை இன்று வரைக்கும் சஞ்சய் தத் மறுத்து வருகிறார். போலீஸார் சுமத்தும் இந்தக் குற்றச்சாட்டு போலியானது, கேசட்டில் பதிவானது தன் குரல் அல்ல என்று கூறியதோடு மட்டுமில்லாமல் தாம் ஒருபோதும் ஆயுதங்களை தாவூத் இப்ராஹிமிடமிருந்து வாங்கவில்லை என்றும் தடாலடியாக பல்டி அடித்தார்.

தாவூதின் கையாள்களில் ஒருவரான அபு சலீம் கைதான பிறகு வழக்கு புதிய பாதையை நோக்கிப் போக ஆரம்பித்தது. அப்போதுகூட, தான் எந்த வகையிலும் குற்றவாளி இல்லை என்பதைத்தான் திரும்பத் திரும்ப சொல்லி வந்தார் சஞ்சய்.

கடைசியில் ஒரு வழியாக சஞ்சய் தத் மீதான வழக்கு விசாரணை முடிவுக்கு வந்தது. நவம்பர் 3, 2006-ம் தேதி அன்று தீர்ப்பையும் சொன்னது தடா நீதிமன்றம்.

'மும்பை குண்டுவெடிப்புக்கும் சஞ்சய் தத்துக்கும் நேரடியான தொடர்பு எதுவும் இல்லை. அவரைத் தீவிரவாதி என்று சொல்ல முடியாது' - நீதிமன்றம் இப்படிச் சொன்ன போது அழாத குறையாக, அமைதியாகக் கேட்டுக் கொண்டிருந்தார் சஞ்சய் தத். அப்பாடா என்று பெருமூச்சு விட்டார். பதிமூன்று ஆண்டுகளுக்குப் பிறகு அவர் முகத்தில் ஆனந்தமான புன்னகை.

ஆனாலும், அனுமதி இல்லாமல் துப்பாக்கி வைத்திருந்தது, அதை உருக்கி அழிக்க முயற்சித்தது என்கிற மாதிரியான சின்னச் சின்னக்

குற்றச்சாட்டுகள் தத் மீது இருக்கவே செய்கிறது. அந்தக் குற்றங் களுக்காக இரண்டரை முதல் மூன்று ஆண்டுகள் வரை சிறைத் தண்டனை அவருக்கு கிடைக்கலாம். தான் ஒரு தீவிரவாதி இல்லை என்கிற தீர்ப்பே சஞ்சய்க்கு இப்போது போதும். அதற்கு மேல் எந்த தண்டனை கிடைத்தாலும் அதைத் தாங்கிக் கொண்டு கடந்து வந்துவிடுவார் மனிதர்.

இந்தத் தீர்ப்பைக் கேட்டு சந்தோஷப்பட்டது சஞ்சய் மட்டுமல்ல, மொத்த மும்பைத் திரைப்பட உலகமும்தான். தன் மீது விழுந்த கறைகளில் ஒன்று துடைத்தெறியப் பட்டிருக்கிறது என்கிற மகிழ்ச்சி கலையுலகத்தினருக்கு.

ஆனால், அரபிக் கடலின் அத்தனை தண்ணீரைக் கொண்டு கழுவினாலும் கடுகளவுகூட போக்க முடியாத கறை மும்பைத் திரைப்பட உலகம் மீது இன்னும் நிறையவே இருக்கிறது.

அப்படிப்பட்ட ஒரு கறை வைரத்தில் படிந்த கறை.

15. சிறைக்குள் வைரம்!

வைரம் கண்டெடுக்கப்பட்டதும் ஆபரணமாக்கப் பட்டதும் இந்தியாவில்தான். ஒன்பதாம் நூற்றாண் டிலேயே வைரத்தைக் கண்டுகொண்டனர் நம் முன்னோர். அர்த்தசாஸ்திரத்தில் வைரம் பற்றிய குறிப்புகள் உண்டு. இப்படி இந்தியக் கண்டுபிடிப்பான வைரத்தை அறுத்து ஆபரணங்களாக்கி உலகம் முழுக்க விற்று சர்வதேச வியாபாரியாகத் திகழ்ந்தார் பரத் ஷா. மும்பைக்காரர். இவரது கம்பெனி பெயர் பி.விஜய்குமார் அண்ட் கோ.

மனிதருக்கு தாய்லாந்து, பெல்ஜியம் போன்ற நாடுகளிலும் இந்தியாவில் பம்பாய், சூரத், பலன்பூர் நகரங்களிலும் தனியாக பாலீஷிங் யூனிட் உண்டு. ஆயிரக்கணக்கில் வேலையாள்கள். இந்தியாவில் மட்டுமே இவருக்கு ஐந்து பில்லியன் வருமானம் கிடைக்கும். இவர் அணியும் ஒவ்வொரு சட்டையும் குறைந்தது பத்தாயிரம் ரூபாய் விலை இருக்கும். உலகம் முழுக்கவுள்ள வைர வியாபாரி களிடம் இவருடைய விசிட்டிங் கார்டு இருக்கும்.

மனிதர் வைரத்திலேயே படுத்துப் புரண்டிருக்கலாம். ஆனால் விதி யாரைத்தான் விட்டது?

எல்லாம் வல்ல பரத் ஷா சினிமாவுக்குள் நுழைய முயற்சித்ததுதான் அவரை பாதாளத்துக்கு இழுத்துச் சென்றது.

சினிமா திரைக்கதையையும் மிஞ்சும் கதை இது!

வைரம் பாய்ந்த உடம்பானாலும் இவரது ரத்தத்தில் ஓடுவது சினிமாதான். குலத்தொழில் போல ஐம்பது வருடங்களாக இவரது அண்ணன் சினிமாவுக்கு ஃபைனான்ஸ் செய்து வந்தார். பரத் ஷாவும் பாலிவுட்டுக்குள் காலடி எடுத்து வைத்தார். 'பூல் அவர் பத்தார்' என்கிற படத்துக்கு நிதி உதவி

வழங்கினார். தேஸாப், சாந்தினி என்று இவருடைய பணத்தில் தயாரிக்கப் பட்ட படங்கள் வசூலை வாரிக் குவிக்க பரத் ஷாவின் பெயர் பாலிவுட்டில் பரவ ஆரம்பித்தது. கை ராசியுள்ள ஃபைனான்சியர், இவர் நிதியளித்தால் படமும் ஓடும் தங்கு தடையின்றி பணமும் கிடைக்கும் என்று ஃபீல்டில் எல்லோரும் பேசிக் கொண்டனர்.

வைர பிஸினஸில் செலவிடும் தொகையில் பத்து சதவிகிதம்தான் சினிமாவில் முதலீடு செய்வார் பரத் ஷா. எப்படிப் பார்த்தாலும் இவருக்கு சினிமா நஷ்டத்தை ஏற்படுத்தாத ஒரு பிஸினஸ். எப்படி? பரத் ஷா ஃபைனான்ஸ் பண்ணுகிறார் என்றால் தைரியமாக ஷாரூக்கான், அமீர்கானைக்கூட புக் பண்ணி படத்தை ஆரம்பித்துவிடலாம். பண மூட்டை காரில் பத்திரமாக புரொடக்ஷன் ஆபிசுக்கு வந்துவிடும். சரி, கொடுத்த பணத்தை வட்டியோடு திரும்ப மீட்டுவதுதான் பரத் ஷாவின் வேலையா? பிஸினஸ் மன்னனாச்சே? தம்மால் ஒரு படத்துக்கு இவ்வளவு சௌகரியங்கள் கிடைக்கும்போது பதிலுக்குத் தக்க பிரதி உபகாரத்தை எதிர்பார்ப்பது நியாயம்தானே!

பெட்டி கொடுக்கும்போது கட் அண்ட் ரைட்டாகச் சொல்லிவிடுவார். தமக்கு படத்தின் வெளிநாட்டு உரிமை, மியூசிக் ரைட்ஸ், சேட்டிலைட் ரைட்ஸ் எல்லாம் வேண்டும் என்று. (கவனியுங்கள். இது அப்படியே தாவூதின் ஸ்டைல்!) இதனால் ஒரு படம் ஓடவில்லையென்றாலும் அதன் தயாரிப்பாளர் வேண்டுமானால் தலையில் துண்டு போட்டுக் கொள்ளலாம். ஆனால் இறுதியில் பரத் ஷாவுக்கு லாபமே மிஞ்சும். இதற்குச் சிறந்த உதாரணம் ராம்கோபால் வர்மாவின் 'சத்யா'. அந்தப் படத்துக்கு ஆன செலவைவிட தொலைக்காட்சி உரிமமாகக் கிடைத்த தொகைதான் அதிகம். ரைட்ஸ் விஷயமாக பரத் ஷா முரண்டு பிடிப்ப தால் இவர் மீது எப்போதும் எல்லோருக்கும் ஒரு சந்தேகக் கண் உண்டு. 'இவர் தாவூதின் கூட்டாளியோ?'

நசீம் ஹஷன் ரிஷ்வி - பாலிவுட்டின் சிறு தயாரிப்பாளர். க்ளாப் பாயாக தன் வாழ்க்கையைத் தொடங்கி மெல்ல மெல்ல பி-சி சென்டரில் மட்டுமே ஓடக்கூடிய ரசனையற்ற படங்களைச் சிறுகச் சிறுகத் தயாரித்து வந்தார். இவருக்கும் மெகா ஸ்டார்களை வைத்துப் படம் எடுக்க ஆசை துளிர்த்தது. பாலிவுட்டில் திக்கற்றவர்களுக்கு பரத் ஷாதானே துணை! ஷா பணம் அள்ளிக் கொடுக்க சல்மான் கான், ராணி முகர்ஜி, ப்ரீத்தி ஜிந்தா என்கிற பெரிய கூட்டணியோடு 'சோரி சோரி சுப்கே சுப்கே' படத்தை ஆரம்பித்தார் நசீம்.

இந்த இடத்தில் ஒரு முக்கியமான இடைச்செருகல் - எப்படி பரத் ஷாவுக்கும் தாவூதுக்கும் தொடர்புகள் உள்ளதோ அதே போல நசீம் மீதும் பலருக்கு சந்தேகப் பார்வை இருந்தது. இவர் தாவூதின்

பணத்தைக் கொண்டுதான் இவ்வளவு பெரிய படத்தை ஆரம்பிக்கிறார் என்று சோரி சோரி பற்றி திரையுலகில் கிசுகிசுத்துக் கொண்டனர். சோட்டா ஷகீலுக்கும் நசீமுக்குமான தொடர்புகள் ஊரறிந்த ரகசிய மாகவே பேசப்பட்டது.

'சோரி சோரி' படம் எடுத்துக் கொண்டிருக்கும் போதே மும்பை காவல் துறையில் மாற்றங்கள் கொண்டு வரப்பட்டன. தடாவுக்கு மாற்றாக Maharashtra Control Of Crime Act (எம்.சி.ஓ.சி.) என்கிற சட்டம் அமலுக்கு வந்தது. கட்டப்பட்டிருந்த காவல்துறையின் கைகள் அவிழ்க்கப் பட்டன. அஸிஸ்டண்ட் கமிஷனர் ஆஃப் போலீஸாக தனுஷ்கோடி சிவானந்த் நியமிக்கப்பட்டார். சினிமாவில் வரும் போலீஸ் அதிகாரி போல ரௌடியிஸத்தை ஒழிக்க துரித நடவடிக்கைகளை மேற் கொண்டார். அதில் ஒன்றுதான் எம்.சி.ஓ.சி. சட்டம். பஹ்லாஜ் நிஹ்லானி, விது வினோத் போன்ற திரை உலகப் பிரமுகர்களுக்கு சோட்டா ஷகீலின் ஆள்கள் விடுத்த மிரட்டலை தவிடுபொடியாக்கினார். யார் யாரெல்லாம் தாவூத் இப்ராஹிமிடம் தொடர்பு வைத்துள்ளனர் என்கிற லிஸ்டைத் தயார் பண்ணினார்.

மும்பையில் கொலை வழக்குகள் மூன்று இலக்க எண்களில் இருந்து இரண்டு இலக்கு எண்களுக்குக் குறைந்து போனது. 98-ம் ஆண்டு 98 அப்பாவி மக்கள் தாதாக்களின் துப்பாக்கிக்குக் காவு கொடுக்கப் பட்டனர். 2000-ம் வருடம் இது இருபத்தி மூன்றாகக் குறைந்து போனது. ப்ரஸ் மீட்டில் புள்ளிவிவரங்களைக் காட்டி சிலிர்த்துக் கொண்டார் ஏ.சி.பி. உள்துறை அமைச்சரிடம் சொல்லி பிரபலங்களின் தொலை பேசியை ஒட்டுக் கேட்க அனுமதி வாங்கினார். இந்தப் பொறியில்தான் வைர வியாபாரியும் ஃபைனான்ஸியருமான பரத் ஷாவும் திடீர் பிரம்மாண்ட தயாரிப்பாளருமான நசீமும் வசமாகச் சிக்கினர்.

அக்டோபர் 27, 2000 முதல் நவம்பர் 30-ம் தேதி வரை, சோட்டா ஷகீலுக்கும் நசீமுக்குமிடையே நடந்த தொலைபேசி உரையாடல் ரகசியமாகக் காவல் துறையால் பதிவு செய்யப்பட்டது. பாவம் அவர்கள். வரப் போகும் ஆபத்து தெரியாமல் பாலிவுட்டில் புதிதாக முளைத்துள்ள ஹிருத்திக் ரோஷன், குல்ஷன் குமார், ஷாரூக்கான் ஆகியோரை தீர்த்துக் கட்ட, கதை டிஸ்கஷன் செய்வது போல தீவிரமாக கலந்து பேசியிருக்கின்றனர். (இதற்குச் சிலமாதங்களுக்கு முன்புதான் குல்ஷன் குமார், ஹிருத்திக் நடித்த 'கஹோ நா ப்யார் ஹை' படத்தின் வெளிநாட்டு உரிமத்தைக் கொடுக்காத கோபத்தில் சோட்டா ஷகீல் ஆள்களால் தாக்கப்பட்டார்.) சோரி சோரி படம் ரிலீஸாகவிருந்த சமயம் அது. அஜய் தேவ்கனின் படமும் அதற்குப் போட்டியாக ரிலீஸ் ஆவதால் எப்படி யெல்லாம் தேவ்கனை மிரட்டலாம் என்று விவாதித்துக் கொண்டனர். நடுநடுவே பாலிவுட்டின் எல்லா முக்கியப் பெயர்களும் அவர்களுடைய

உரையாடலில் சர்வசாதாரணமாக வந்து போனது. ஆட்டைக் கடித்து, மாட்டைக் கடித்து கடைசியில் மும்பை கமிஷனர் எம்.என்.சிங்கையும் வேறு ஊருக்குத் தூக்கிப் போடுவதற்கான சாத்தியக்கூறுகளையும் பேசிக் கொண்டிருக்க... ஹா! ஹா! என்று அலர்ட் ஆனது காவல்துறை.

டிசம்பர் 12, 2000. புதன்கிழமை. அந்தேரியிலுள்ள நசீமின் அலுவலகத்தில் வைத்து அவரைக் கைது செய்தது காவல்துறை. எம்.சி.ஓ.சி. ஷரத்துப்படி அவரை நான்கு பிரிவுகளில் குற்றம் சுமத்தியது. அவ்வளவுதான். சஞ்சய் தத், குல்ஷன் குமார் தொடர்பான சம்பவங்களுக்குப் பிறகு மூன்றாம் முறையாக பாலிவுட்டில் பரபரப்பு ஏற்பட்டது. இப்போது அனைவரும் பரத் ஷாவைத் திரும்பிப் பார்த்தனர். 'அடுத்த விலங்கு இவருக்குத்தானா?'

'நிழல் உலகத்தோடு சினிமாக்காரர்கள் எப்படித் தொடர்பு வைத்துக் கொள்ள முடியும்? மாஃபியா கும்பல்கள் ஏன் சினிமாக்காரர்களுக்குப் பணம் கொடுக்க வேண்டும்? அவர்கள் அப்பாவியைத்தான் தாக்குவார்கள். அவர்களுக்குத்தான் தொல்லைகள் கொடுப்பார்கள். மற்றபடி அவர்கள் மடியிலிருந்து யாரும் ஒரு தம்படி பைசாவைக்கூட உருவிவிட முடியாது. அதே சமயம் நசீமுக்கு யார் யாருடன் எப்படிப் பட்ட கனெக்ஷன் உண்டு என்பதெல்லாம் எனக்கு எப்படித் தெரியும்?'

அடுத்த நாளே நசீமின் கைது பற்றி இவ்வாறு பதறினார் பரத் ஷா.

ஆனால் க்ரைம் ப்ராஞ்சிலிருந்து பரத் ஷாவுக்கு அழைப்பு வந்தது. புரிந்துவிட்டது. அடுத்து நம்மை வளைப்பதற்குள் எப்படியாவது தப்பிவிட வேண்டும் என்று தமக்குத் தெரிந்த அரசியல் புள்ளிகளிடம் பேசிப் பார்த்தார். அப்போது மஹாராஷ்டிராவில் காங்கிரஸின் ஆட்சி நடந்து கொண்டிருந்தது. ஏற்கெனவே சஞ்சய் தத்துக்கு காங்கிரஸ் ஆட்சியில்தான் பல நெருக்கடிகள் உண்டானது. இந்த முறை யாரும் ஷாவுக்கு உதவி செய்வதாக இல்லை. 'பேசாமல் வெளிநாட்டுக்கு ஓடிப் போய்விடுங்கள். உங்களுக்கு இல்லாத தேசமா' என்று பலரும் குறுக்கு வழியில் ஐடியா கொடுத்தனர். எதுவும் கை கொடுக்கவில்லை.

சஞ்சய் தத் வழக்கில்கூட மாஃபியாக்களுக்கும் பாலிவுட்டுக்குமான தொடர்பு அந்தளவுக்கு வெட்டவெளிச்சமாகவில்லை. ஆனால் இந்த வழக்கில் பல ஆதாரங்கள் சிக்கின. போலீஸ் நசீம் மற்றும் பரத் ஷா இருவருக்கும் தொடர்புடைய (சல்மான், ஷாரூக்கான், ப்ரீத்தி ஜிந்தா, ராணி முகர்ஜி) அத்தனை பேரையும் ஸ்டேஷனுக்கு அழைத்தது.

சோட்டா ஷகீலுடன் உரையாடியதை ஆதாரமாக வைத்து நசீம் கைதான ஒரே மாதத்துக்குள் (ஜனவரி 8, 2001) பரத் ஷாவையும் கூண்டுக்குள் தள்ளியது சிட்டி க்ரைம் ப்ராஞ்ச். பாலிவுட் விக்கித்து நின்றது. 'பரத் ஷாவுக்கே இந்த நிலைமையா?'

பாலிவுட்டுக்கும் மாஃபியாக்களுக்குமிடையே உள்ள தொடர்பை அலசி ஆராய்ந்தது போலீஸ். சோரி சோரி படத்தில் நடித்த சல்மான் கான், ப்ரீத்தி ஜிந்தா, ராணி முகர்ஜி மூவரையும் விசாரித்தனர். அடுத்த நாளே மகேஷ் பட் அறிக்கையொன்றைக் கொடுத்தார். 'முக்தா ஆர்ட்ஸின் போர்டு உறுப்பினராக ஷா இருந்தாலும் கம்பெனிக்கும் அவருக்கும் எந்தச் சம்பந்தமுமில்லை' என்று அலறியடித்தார். தமிழ்நாட்டு அரசியல்வாதிகள் போல ஷாவுக்கு நெஞ்சு வலி வந்து ஜேஜே மருத்துவமனையிலுள்ள ஐ.சி.யூ.வில் சேர்க்கப்பட்டார். களேபரமாகக் காட்சியளித்தது பாலிவுட்.

பரத் ஷா அப்போது ஒரு காவியப் படமொன்றை எடுத்துக் கொண்டு இருந்தார். ஷாரூக்கான், ஐஸ்வர்யா ராய், மாதுரி தீட்சித் நடித்த தேவதாஸ். மேலும் லஜ்ஜா, ராஜூ சச்சா படங்கள். பி4யூ சேனலில் ஒரு பார்ட்னராகச் சேர்ந்திருந்தார். அவரை நம்பி தாய்லாந்திலும் மும்பையிலும் டயமண்ட் பினிஷிங் பேக்டரிகள் வேறு.

அப்படி என்னதான் சோட்டா ஷகீலுடன் பேசினார் பரத் ஷா?

பம்பாயிலுள்ள தொழிலதிபர் மோரானியை மிரட்டி எழுபத்தைந்து லட்சம் பறித்தல் - துபாயைச் சேர்ந்த பாடிஜாவி செய்த பங்குச்சந்தை மோசடியைக் காசாக்குவது - பாலிவுட் ஸ்டார்களை மிரட்டிப் பணம் பறிப்பது, குறிப்பிட்ட படத்தை ஒப்புக் கொள்ள வைப்பது... இப்படிப் பல திட்டங்கள்.

மகாராஷ்டிராவின் துணை முதல்வர் சக்கன் பவுஜ்பால் இந்தக் கைது பற்றிக் கூறும்போது 'பரத் ஷாவுக்கு சினிமாத் துறைக்கு ஃபைனான்ஸ் பண்ணுவதோடு வேறு சில வேலைகளும் உள்ளது. மாஃபியாக்களுக் குண்டான தொடர்பு பணத்தைத் தாண்டியும் உள்ளது' என்றார். ஆளாலுக்கு தம்மை வைத்து அரசியல் பண்ணுகிறார்கள் என்று எண்ணினார் ஷா.

பாலிவுட்டில் தயாராகும் முப்பது சதவிகித படங்களுக்கு ஷாதான் ஃபைனான்ஸியர். இவரையே நாலு சுவருக்குள் அடைத்துவிட்டால் பாலிவுட் என்ன செய்யும்? பெரிதாக இந்தக் கைதுக்கு யாரும் எதிர்ப்பு தெரிவிக்கவில்லை. ஷாவின் சகோதரர் பிபின் ஷா பத்திரிகைகளுக்குப் பேட்டி கொடுத்தார்.

'ஏதோ ஹிந்திப் படத்துக்கான ஸ்கிரிப்ட் போல என் தம்பி சோட்டா ஷகீலுடன் பேசியதாகக் கதை கட்டுகிறது போலீஸ். என் தம்பிக்குப் பன்னிரண்டு கோடி என்பது தூசு மாதிரி. அவன் ஏன் அந்தப் பணத்தை தாதாக்களிடமிருந்து வாங்க வேண்டும்?'

கோர்ட்டில் ஷாவின் வக்கீல், 'ஷாவுக்கும் சோட்டா ஷகீலுக்கும் இடையே தொடர்பு உண்டு' என்பதை ஒப்புக் கொண்டார். 'அவர்

நசீமுக்கும் சோட்டாவுக்குமிடையே ஒரு பாலமாக மட்டுமே இருந்தார்' என்று ஒரு மாதிரியாகத் தொடர்பை ஒப்புக் கொண்டார். ஆனால் அக்டோபர் 22-ம் தேதி நசீமின் வீட்டில் வைத்து ஒட்டுக் கேட்கப்பட்ட உரையாடல் தெளிவாக பரத் ஷாவினுடைய குற்றத்தை நிரூபிப்பதால் ஜாமீன் வழங்க மறுத்தது சிறப்பு நீதிமன்றம்.

நசீம் கைதானவுடனேயே சோரி சோரி படத்தின் ப்லிம் சுருள்களை நீதிமன்றம் கையகப்படுத்திக் கொண்டது. மார்ச் 9-ம் தேதி கோர்ட்டின் ஆர்டர்களுக்குப் பிறகு படம் ரிலீஸானது. ஏற்கெனவே போலீஸின் தயவால் படத்துக்கு ஏராளமான பப்ளிசிட்டி கிடைத்ததால் பன்னிரண்டு கோடி செலவழித்து உருவாக்கப்பட்ட சோரி சோரி, சுலபமாகப் பதினைந்து கோடிக்கு விற்றுத் தீர்ந்தது.

உச்ச நீதிமன்றம் வரைக்கும் சென்று போராடிப் பார்த்தார் ஷா. ஆனால் டேப் ஆதாரங்கள் வலுவாக இருந்ததால் பெயில் கிடைப்பது குதிரைக் கொம்பாக இருந்தது. இதனிடையே விசாரணையின் போது தேவதாஸ் படத்தில் கிடைக்கும் லாபத்தில் ஐம்பது சதவிகிதத்தை அபு சலீம் உரிமை கொண்டாடவிருந்ததாக ஷா தெரிவித்தார். இதைத் தொடர்ந்து தேவதாஸ் படத்துக்குச் செலவழிக்கப்பட்ட ஐம்பது கோடியை தோண்டித் துருவியது போலீஸ்.

தானே சிறையில் அடைக்கப்பட்டார் ஷா. இரண்டாயிரத்து ஐநூறு கைதிகளில் ஒருவராக.

கைதாகி பதினெட்டு மாதங்கள் கழித்து சிறப்பு நீதிமன்றத்தில் ஷா, நசீம், அவரது உதவியாளர் அப்துல் ரஹிம் மற்றும் துபாய் வைர வியாபாரி முகமது சம்சுதீன் ஆகிய நான்கு பேர் மீதும் குற்றப்பத்திரிகை தாக்கல் செய்யப்பட்டது. இபிகோ 115-ன் கீழும் குற்றம் சாட்டப்பட்டது. அதாவது குற்றம் நிரூபணமானால் ஆயுள் தண்டனையோ அல்லது தூக்குத் தண்டனையோகூட கிடைக்கலாம்.

இதனிடையில், தடாலடியாக சோரி சோரி படத்தின் கதாநாயகி ப்ரீத்தி ஜிந்தா நீதிமன்றத்தில் கொடுத்த வாக்குமூலத்தில் தமக்கு சோட்டா ஷகீலிடமிருந்து அடிக்கடி மிரட்டல் தொலைபேசி அழைப்பு வரும் என்று கூறினார்.

மும்பை போலீஸ் ஹீரோ சிவானந்த் ஒரு பேட்டியில், 'ஷா மீது நடவடிக்கை எடுக்க வேண்டுமென்பது எங்களுடைய விருப்பமல்ல. ஆனால் குற்றம் செய்திருக்கும்போது எங்களால் சும்மா இருக்க முடியாது. சோட்டா ஷகீலுடன் நசீம் பேசியதைப் பதிவு செய்தபோது தான் எதிர்பாராதவிதமாக ஷாவும் மாட்டிக் கொண்டார். பின்னர் அவரும் சோட்டாவிடம் பேசியது பதிவு செய்யப்பட்டது. லேப்

டெஸ்டுகள் ஷாவின் குரலை உறுதி செய்தன. அவரது உறவினர்களும் ஆமோதித்தனர். மற்றபடி டி.வி.யிலும் இணையத்தளங்களிலும் வந்த தொலைபேசி உரையாடல்கள் அனைத்தும் கட்டுக்கதை' என்றார்.

இந்தச் சமயத்தில் சில கேள்விகள் எழலாம்.

1. எப்படி பரத் ஷா போன்ற சமூகத்தில் உயர் அந்தஸ்து கொண்ட ஒருவருடைய டேப் ஒட்டுக் கேட்கப்படலாம்?

அதற்குத்தான் மகாராஷ்டிரா போலீஸ் வசதியாக எம்.சி.ஓ.சி. சட்டத்தை இயற்றியிருக்கிறது. அதுவுமில்லாமல் ஷா வழக்கில் முன்பே உள்துறை கூடுதல் இணைச் செயலரிடம் சிறப்பு அனுமதி வாங்கப்பட்டுள்ளது. ரிஷ்வியின் அலுவலக எண்ணுக்கான கூடுதல் இணைப்பை போலீஸ் பெற்றது. கூடுதலாக பரத் ஷாவினுடைய மொபைல் எண்ணின் இன்னொரு இணைப்பும். சட்டத்துக்கு எதிராகச் செயல்படுபவர்களை இதுபோன்ற ஒரு பொறியில் மாட்ட வைப்பது வழக்கம். மாஃபியா கும்பலுக்கு எப்படிப் பணம் போகிறது, யார் யார் உதவுகிறார்கள் என்பதை மும்பை போலீஸ் கண்டறிய இத்திட்டம் நன்றாகவே உதவியிருக்கிறது.

2. பரத் ஷா அரசியல் செல்வாக்கு உள்ள ஆள் ஆச்சே?

கிடையவே கிடையாது. போலீஸ் கையில் மாட்டியபிறகு மகேஷ் பட் தவிர வேறு யாரும் ஷாவின் உதவிக்கு வரவில்லை. சோரி சோரியின் வெளியீடு உரிமங்கள் ஷா வசம் இருந்தது. ஆனால், அவர் கைதானதால் படம் ரிலீஸாவது தடைபட்டது. அப்போது மஹேஷ் பட் நீதிமன்றத்தை அணுகினார். ஆனால் வேறொருவரின் மேற்பார்வையில் படத்தை ரிலீஸ் செய்தது நீதிமன்றம்.

3. பணம் விளையாடியிருக்குமே?

கண்டிப்பாக. இவ்வழக்கில் ஆஜராகும் ஏ.சி.பி. சிவானந்தத்துக்கு அரசு ஒருநாள் சம்பளமாக வழங்குவது ஐநூறுதான். ஆனால் பரத் ஷா வழக்கறிஞர் ஒரு சிட்டிங்குக்கு இரண்டு லட்சம் பெறுகிறார். அவருக்கு இருபத்தைந்து உதவியாளர்கள். சமமற்ற போராட்டம்தான் இது. ஆனால் முடிந்தவரை பரத் ஷாவுக்கும் மாஃபியா கும்பலுக்குமிடையேயான தொடர்பை வெளிச்சத்துக்கு கொண்டுவரப் போராடுகிறது காவல்துறை.

சிறப்பு நீதிமன்றம் மற்றும் உயர் நீதிமன்றம் இரண்டாலும் எட்டு முறை தள்ளுபடி செய்யப்பட்ட ஷாவின் பெயில் கோரிக்கை இறுதியாக ஏப்ரல் 3, 2002 அன்று உச்ச நீதிமன்றத்தால் ஏற்றுக் கொள்ளப்பட்டது. ஆனால் நசீமுக்கு மட்டும் கடைசி வரை பெயில் அனுமதிக்கப்படவே இல்லை.

இறுதியில் இரண்டரை வருடங்கள் கழித்து செப்டம்பர் 31-ம், 2003 தேதி அன்று சிறப்பு நீதிமன்றம் பரத் ஷாவுக்கு ஒரு வருடம் சிறைத் தண்டனை

அளித்தது. அவர் மீதான குற்றம் - சோரி சோரி சுப்கே சுப்கே தயாரிப்பாளர் நசீம் ரிஷ்விக்கும் மாஃபியாக்களுக்குமுள்ள தொடர்பை போலீஸுக்கு சொல்ல மறுத்து, நாட்டின் இறையாண்மைக்குக் குந்தகம் விளைவித்தார் என்பதுதான்.

ஆனால், ஏற்கெனவே பதினான்கு மாதங்கள் சிறைவாசம் அனுபவித்து விட்டதால் அடுத்த விநாடியே வீட்டுக்குச் செல்லலாம் என்றும் ஒரு தீர்ப்பை வழங்கியது. தீர்ப்பினைக் கேட்டு ஷாவின் குடும்பம் கோர்ட்டிலேயே தீபாவளி கொண்டாடித் தீர்த்தது.

நசீமுக்கும் அவரது உதவியாளருக்கும் ஆறு வருடங்கள் கடுங்காவல் தண்டனை. ஐந்து லட்சம் அபராதம். நீதிமன்றத்தின் தீர்ப்பு பரத் ஷா ஆதரவாளர்களுக்கு இனிப்பு தருவதாக இருந்தாலும் நசீம் ரிஷ்வியின் குடும்பம் துயரத்தில் ஆழ்ந்தது. கோர்ட் வளாகத்தில் தம் கணவனுக்கும் நீதி கிடைக்கும் என்று காத்துக் கொண்டிருந்த நசீமின் மனைவி தீர்ப்பு கேட்டு அங்கேயே கதறி அழுதார். அவரை நோக்கி வந்த பத்திரிகையாளர்களிடம் இவ்வாறு பேசினார்:

'என் கணவருக்கு அநீதி நடந்துள்ளது. குடும்பத்தில் அவர் மட்டுமே சம்பாதிக்கக் கூடியவர். இனி என் பதினான்கு வயது மகள், பதினேழு வயது மகன் - இருவரையும் எப்படிக் காப்பேன்? யார் எங்களுக்குப் படியளப்பார்கள்? ஏற்கெனவே அவருடைய வயதான தாயாரும் தங்கையும் அவருடைய பணத்தை நம்பித்தான் வயிற்றை நிரப்பி வந்தார்கள். பள்ளி, கல்லூரிகளில் படிக்கும் என் குழந்தைகளை எல்லோரும் கேலி செய்கிறார்கள். அதனால் தபாலில்தான் படிக்கிறார்கள். அவர் கைதானதிலிருந்து எங்களுக்கு உதவ ஒரு நல்ல மனமும் முன்வரவில்லை. இனி எங்களுடைய எதிர்காலம் இருட்டில் தான்.'

ஒரே குற்றம். ஒரே நாளில் இருவேறு தீர்ப்புகள். இருவேறு கண்ணீர்கள்.

16. 'அபு சலீம் ஒரு சைக்கோ!'

மும்பை நிழலுலகத்தைத் தன் இஷ்டப்படி ஆட்டுவிக்க நினைத்த இன்னொரு தாதா அபு சலீம். இவன் தாவூதின் சிஷ்யன் என்பது அடிப்படைத் தகவல். குரு கோடு போட்டால் இவன் ரோடு போட்டு விட்டுத்தான் மறுவேலை பார்ப்பான். தாவூத் பாணியிலேயே ஒரு முக்கியமான வி.ஐ.பி.யை அபு கொல்லப் போக, வசமாக மாட்டிக் கொண்டான். அந்த மாதிரியான ஒரு கொலையை ஹிந்தி சினிமாவில்கூட யாரும் கற்பனை செய்ய முடியாது!

இந்தியா முழுவதும் புகழ்பெற்ற டி-சீரீஸ் ஆடியோ நிறுவனத்தின் அதிபர் குல்ஷன் குமார் பட்டப்பகலில் கொலை செய்யப்பட்டது பாலிவுட்டையே ஸ்தம்பிக்க வைத்தது.

யார் இந்த குல்ஷன் குமார்? இந்தி சினிமா வட்டாரத்தில் கேட்டால் அவரை 'தெய்வம்' என்பார்கள். இறந்து விட்டதால் கிடைத்த பெயர் கிடையாது. குற்றுயிரும் குலையிருமாக இருந்த ஹிந்தி ஆடியோ துறையைத் தூக்கி நிறுத்தியவர். பிஸினஸ் குரு என்கிற பெயரை இறுதி வரைக்கும் நிலை நாட்டியவர். இவர் ஒரு படத்தின் பாடல் களின் ஆடியோ உரிமத்தை வாங்காவிட்டால் குடியே முழுகிப் போனதாகத் தலையில் கை வைத்துக் கொள் வார்கள் தயாரிப்பாளர்களும் இசையமைப்பாளர்களும். இந்தச் சிந்தனைதான் குல்ஷனின் சாவுக்கும் வழி வகுத்தது.

குல்ஷன் குமார் பஞ்சாபிக்காரர். தெருவில் பழம் விற்ப வரின் மகன். எண்பதுகளில் போலி கேசட்டுகள் விற்றுப் பார்த்தார் குல்ஷன். மக்கள் தரத்தை விட, குறைந்த விலையில் பாடல் கேட்பதையே விரும்புகிறார்கள் என்கிற சூட்சுமத்தை அறிந்து கொண்டார். டி-சீரீஸ்

கம்பெனியை ஆரம்பித்தார். இருபது ரூபாய், இருபத்தைந்து ரூபாய்க் கெல்லாம் வழவழப்பான உரையில் போட்டு கேசட் விற்றார். 'டி-சீரீஸ் இருக்கா?' என்று கேட்டே மக்கள் கேசட்டுகளை வாங்கிப் போனார்கள். பத்து வருடங்களில் மூன்று பில்லியன் சம்பாதிக்கும் அளவுக்கு உயர்ந் தார். 92-93-ம் வருடம் இந்தியாவிலேயே அதிக வருமானவரி கட்டியவர் இவர்தான் என்றால் பிஸினஸ் எந்தளவுக்குச் சக்கைப்போடு போட்டிருக்கும் என்று யூகித்துக் கொள்ளுங்கள்.

ஆனால் இவருடைய போட்டியாளர்களுக்கு இவரிடம் பிடிக்காத ஒரு விஷயம் - பாடல்கள் அபகரிப்பு. ரெக்கார்டுகள் எல்லாம் பக்காவாகத் தயார் செய்து கொண்டு மற்றவர்கள் முறையாக ஒலிப்பதிவு உரிமை பெற்றுவிடுவார்கள். இவர், கேசட் வெளியிட்ட மறுதினம் அதை டூப்ளிகேட் ஆக்கி டி-சீரீஸ் லோகோ ஒட்டி சமர்த்தாக சொந்தச் சரக்கு போல மார்க்கெட்டில் இறக்கிவிடுவார். இது பற்றி இதரக் கம்பெனிக் காரர்கள் அப்போதைய ராஜீவ் காந்தி அமைச்சரவையில் நிதி அமைச்சராக இருந்த வி.பி.சிங்கிடம் முறையிட்டபோது, 'என்னிடம் வராதீர்கள். அவர் பிஸினஸ் மேதை. இவரால் அரசுக்கு வருமானம் கிடைக்கிறது. எப்படி குறைந்த விலையில் மக்களுக்குச் சேவை செய்ய முடியும் என்பதை அவரிடம் கற்றுக் கொள்ளுங்கள்' என்று கூறி வந்தவர்களைத் திருப்பி அனுப்பிவிட்டார். அப்படிப்பட்ட மனிதர் ஏன் சிவன் கோயிலில் குண்டடிபட்டுச் சாக வேண்டும்?

எல்லாம் காழ்ப்புணர்ச்சிதான். அதுதான் குல்ஷனை ஓடஓட விரட்டிச் சாகடித்தது.

ஆகஸ்ட் 12, 1997 அன்று சிவபக்தரான குல்ஷன் குமார் வடமேற்கு பம்பாயிலுள்ள அந்தேரி சிவன் ஆலயத்துக்கு காரில் வந்தார். காரை விட்டு இறங்கினார். சினிமாவில் மட்டுமே கேட்டுப் பழகிய துப்பாக்கிச் சத்தத்தை சிவ பக்தர்கள் அன்று கேட்டனர். சில விநாடிகளில் குல்ஷன் குமார் உடம்பு முழுக்க ரத்தக் கறை. ஹிந்தி சினிமாவின் பிஸினஸ் மேக்னட் அப்போது குண்டுகளுக்கு இரையாகிக் கொண்டிருந்தார். உயிர் இன்னமும் ஊசலாடிக் கொண்டிருந்தது.

கால்போன போக்கில் ஓடினார். 'டுமீல் டுமீல்'. இரண்டாவது முறை சுட்டபின்னும் உயிர் மிச்சமிருந்தது. தட்டுத் தடுமாறி ஒரு குடிசைக்குள் புகுந்தார். அங்கிருந்த பெண்ணை கதவைச் சாத்த அவசரப்படுத்தினார். யாரோ ஒருவர் தன் வீட்டுக்குள் ரத்தவெள்ளத்தோடு நுழைந்து என்னமோ சொல்கிறாரே என்று அந்தப் பெண் புரிந்து கொண்டு சுதாகரிப்பதற்குள் தபதபவென கொலையாளிகள் குடிசை வீட்டுக்குள் நுழைந்து துப்பாக்கியிலிருந்த அத்தனை குண்டுகளையும் குல்ஷன் மீது செலவழித்தனர். சுக்குநூறாய் சிதறிப் போனார் குல்ஷன். துப்பாக்கி களைத் தூக்கிக் கொண்டு கொலையாளிகள் மூவரும் பறந்து போயினர்.

உடனே போலீஸ் துரித வேகத்தில் செயலில் இறங்கியது. கிரைம் பிராஞ்ச் கமிஷனர் சுபாஷ் மல்கோத்ரா தலைமையில் தனிப்படை அமைக்கப்பட்டது. அவர்களும் காலம் காலமாகப் பார்க்கிறார்கள். நிச்சயம் இது மாஃபியாக்களின் வேலைதான். ஆனால் அவர்களுக்கு குல்ஷன்மீது பகை ஒன்றும் இருந்திருக்க முடியாது. யாரோ குல்ஷனுக்கு வேண்டாத ஒரு சக்திதான் கொல்வதற்கு ஆள்களை அனுப்பியிருக்கவேண்டும்.

எல்லோருக்கும் அதிர்ச்சிதான். ஆனால் போலீஸ் முதல் சந்தேகத்தை பிரபல இரட்டை இசையமைப்பாளர்களான நதீம்- ஸ்ரவன்மீது செலுத்தியது. அதிலும் முக்கியமாக நதீம் என்று சுருக்கமாக அழைக்கப் படும் நதீம் சைஃபி!

நதீம்-ஸ்ரவன் இருவரையும் உச்சிக்குக் கொண்டு சென்ற படம் 90-ல் வெளிவந்த ஆஷிக். இப்படத்தைத் தயாரித்து இரட்டையர்களின் வாழ்க்கைக்குப் புதுப்பாதை அமைத்தது வேறு யாரும் இல்லை. சாட்சாத் குல்ஷன்குமார்தான். இந்தி சினிமாவின் எழுபது சதவிகிதப் படங்களின் ஆடியோ உரிமைகள் குல்ஷன்குமார் வசம்தான் இருக்கும். இதில்தான் குல்ஷனுக்கும் நதீமுக்கும் வேறுபாடுகள் முளைத்தன. எங்களை மட்டும் ஏன் தள்ளி வைக்கிறீர்கள். நீங்கள் எங்களுடைய பாடல்களை ஒதுக்குவதால் எங்களுக்குத் தொழிலில் தொய்வு ஏற்படுகிறது' என்று ஒருசமயம் குல்ஷனிடம் சண்டை போட்டார் நதீம். 97-ம் வருடம் ஒருமுறை இரட்டையர்களை வைத்து 'ஹை அஜ்னபி' என்கிற ஆல்பத்தைத் தயாரித்தார் குல்ஷன். அப்போதும் நதீம் சண்டைப் போட்டார். 'எங்களுக்குச் சரியான விளம்பரங்கள் கொடுக்கவில்லை. ஏன் எங்கள்மீது அக்கறைக் காட்டுவதில்லை' என்று.

இந்தச் சண்டைதான் குல்ஷனைத் தீர்த்துக் கட்டியது என்றது போலீஸ். ஜூன் 12-ம்தேதி துபாயில் புதிதாகத் திறக்கப்பட்ட ராயல் எம்பயர் ஹோட்டலில் இசை நிகழ்ச்சி நடத்தினர் நதீம்-ஸ்ரவன். ஷாரூக்கான், சல்மான்கான், ஜாக்கி ஷெராஃப், போனிகபூர், பூஜா பட் என பல பாலிவுட்டின் பெரிய தலைகள் அந்நிகழ்ச்சியில் கலந்து கொண்டனர். (இவர்கள் மாஃபியாக்களின் மிரட்டலுக்கு பணிந்து வந்தனர். நதீம்-ஸ்ரவனும் இலவசமாகவே இசை நிகழ்ச்சி நடத்திக் கொடுத்தனர்.) அந்த நிகழ்ச்சிக்கு தாவூத் இப்ராகீம், அபு சலீம், அனீஸ் என மாஃபியா கும்பல்களும் வந்திருந்தன. சில நாள்கள் அங்கேயே தங்கியிருந்து அபு சலீமுடன் உட்கார்ந்து திட்டம் தீட்டியிருக்கிறார் நதீம்.

எதற்காக? குல்ஷன் குமாரை அடியோடு ஒழிப்பதற்காக! அதோடு குல்ஷனின் அண்ணன் கொடுத்த வாக்குமூலத்தில், இறப்பதற்கு ஒருவாரம் முன்பே தாவூத், அபு சலீமிடமிருந்து விடாது தொலைபேசி

வழியாக மிரட்டல்கள். 'ஏன் நதீம் இசையமைக்கும் படத்தை நிராகரிக்கிறீர்கள்' என்று. ஆனால் குல்ஷன் அசரவில்லை. சீந்தவும் இல்லை.

காவல்துறை இப்படித்தான் ஸ்கெட்ச் போட்டது. ஸ்ரவன் அப்பாவி. நதீமுடன் இணைந்து பணியாற்றியதைத் தவிர வேறு தவறு செய்யவில்லை. ஆனால் நதீம் கயவன். அவனைப் பிடித்தால் போதும். கேஸை முடிவுக்குக் கொண்டு வந்துவிடலாம் என்று நினைத்தது.

ஆனால் நதீம் எத்தனாக இருந்தார். தாவூத் - அபு சலீமுடன் கைகுலுக்கிக் கொண்டு நேராக ஜூன் 17-ம் தேதியே லண்டன் பறந்துவிட்டார். குல்ஷன் கொலையுண்டது ஆகஸ்ட் 12. அதாவது சந்தேகம் வந்துவிடக் கூடாது என்பதற்காக முன்கூட்டியே வெளிநாட்டில் ஒளிந்து கொண்டார் என்று முடிவே செய்துவிட்டது போலீஸ்.

பாலிவுட்டால் இச்செய்தியை ஜீரணிக்க முடியவில்லை. 'போட்டி, பொறாமையால் ஒரு மனிதன் தன்னை ஏற்றிவிட்டவரைக் கொலை செய்யும் அளவுக்கா துணிவான்?' என்று நம்ப முடியாமல் தவித்தது. பொதுவாக சர்ச்சைக்குரிய விஷயங்களுக்கு மூக்கை நுழைக்காத பாடகர்கள் பலரும் இம்முறை நதீமுக்கு ஆதரவாக கருத்துத் தெரிவித்தனர். நதீமின் பார்ட்னர் ஸ்ரவனும், நதீமை போலீஸ் தவறாக எடை போட்டுள்ளது என்றார். யாருக்கும் நதீமைக் குற்றவாளியாகக் விருப்பமில்லை.

இந்தச் சமயத்தில் லண்டனிலிருந்து பேட்டி கொடுத்தார் நதீம். 'நான் அப்பாவி. எனக்கும் குல்ஷனுக்கும் தொழிலில் கருத்து வேறுபாடுகள் இருந்தது உணமைதான். ஆனால் அதற்காகக் கொலையும் செய்வேன் என்று போலீஸ் நினைக்கக் கூடாது. நடப்பதைப் பார்க்கும்போது என்னால் தைரியமாக இந்தியா வரமுடியாது என்றே தோன்றுகிறது' என்றார்.

எல்லோருக்கும் குழப்பமாகிவிட்டது. போலீஸ் கண்டுபிடித்தது உண்மையா? அல்லது லண்டனிலிருந்து நதீம் சொன்னது உண்மையா? ஆனால் ஒன்று நிச்சயம். குல்ஷன் குமார் கொலையில் மாஃபியாக்களின் கைங்கரியம் கட்டாயம் உண்டு. ஆனால், யார் அவர்களைத் தூண்டினார்கள் என்பதுதான் மில்லியன் டாலர் கேள்வியே.

குல்ஷனைக் கொன்றது மூன்று பேர் என்று சாட்சியங்கள் மூலமாகத் தெரிந்து கொண்டது. இதில் ஒருவரான விக்ரம் வாஹியை போலீஸாரால் பிணமாக மட்டுமே கண்டெடுக்க முடிந்தது. அவனுடைய தலை நேபாளிலும் மீதி பகுதிகள் கரக்பூரிலும் தனித்தனியாக ரத்த வெள்ளத்தில் கிடந்தன.

மிரண்டு போனது மும்பை போலீஸ். பின்னர்தான் விக்ரம் வாஹியின் கொலைக்கான காரணம் தெரியவந்தது. குல்ஷனைக் கொல்லும்

வரைக்கும் அபு சலீமுக்கு சலாம் போட்டுக் கொண்டிருந்தவன் அடுத்து தாவூதிடமிருந்து பிரிந்துபோன சோட்டா ராஜனிடம் போய் அடைக்கல மானான். தலையைத் தனியாக எடுத்துவிட்டார்கள் அபு சலீமின் ஆட்கள்.

இதனிடையே நதீமின் பேட்டியில் திருப்தியடையாத மும்பை போலீஸ் நானூறு பக்கம் குற்றப்பத்திரிகை உருவாக்கி நதீம், அபு சலீம், அனீஸ் ஆகியோரை முக்கிய குற்றவாளிகளாகச் சேர்த்தது.

யார் இந்த அபு சலீம்?

சினிமா ஹீரோவுக்கான தோற்றம்தான் அபு சலீமுக்கு. அதனால்தான் அவன் வலையில் ஓர் அழகான நடிகையும் வீழ்ந்தார். ஆனால், அவரைத் தவிர மற்ற எல்லா பாலிவுட்காரர்களுக்கு அபு சலீம் என்றால் வயிற்றில் புளியைக் கரைக்கும். அப்படிப்பட்ட அழகான ராட்சஸன்.

உத்தரப் பிரதேசத்தைச் சேர்ந்த ஹசம்கர்க் மாவட்டத்தைச் சேர்ந்தவன் அபு சலீம். அப்பா அட்வகேட். சாதாரண குடும்பம். அபுவின் தந்தை சாலை விபத்தில் இறந்தாரோ அப்போது இருந்து அபு சலீமின் வாழ்க்கை திசை திரும்ப ஆரம்பித்துவிட்டது.

மெக்கானிக் ஷாப்பில் வேலை பார்த்தான். டெல்லிக்குப் புறப்பட்டுச் சென்று டாக்ஸி டிரைவராக வேலை பார்த்தான். வயிறு நிரம்பியதே தவிர மனசை நிறைய வைக்க முடியவில்லை. மும்பைக்குத் தாவினான். சாண்டா க்ரூஸில் ஒரு டிராவல் எஜென்ஸியை நடத்தினான். அப்படியே காலூன்றி நின்றிருந்தால் இன்றைக்கு மும்பையில் ஒரு பெரிய டிராவல் ஏஜென்ஸி உரிமையாளர் என்று அறியப்பட்டிருக்கலாம். ஆனால் விதி அவனை வேறுபாதைக்கு இழுத்தது.

தட்டிக் கேட்கவோ தண்டிக்கவோ தந்தை இல்லாததால் தன் இஷ்டத்துக்கு வாழ்ந்து வந்தான் அபு சலீம். இவன் வலையில் பதினேழு வயது அப்பாவிப் பெண் சமீரா ஜுமானி வீழ்ந்தாள். காதலித்த வேகத்தில் அவளை இழுத்துக் கொண்டுப் போய் திருமணம் செய்துவிட்டான். பெண்ணின் பெற்றோர்கள் பதறியடித்து மும்பை டி.என் நகர் காவல் நிலையத்தில் முறையிட்டனர். மைனர் பெண்ணைக் கடத்தியதால் எந்நேரமும் போலீஸிடம் பிடிபடலாம். நண்பர் ஒருவர் உதவிக்கு வந்தார்.

அவருக்கு தாவூத் தோஸ்து போல. சலீமுக்கும் தாவூதுக்கும் இடையே ஒரு நல்லுறவுப் பாலத்தை ஏற்படுத்தி விட்டார். பிரச்னையிலிருந்து தம்மை மீட்ட தாவூதுக்கு நன்றிக்கடனாக அந்தக் குழுமத்திலேயே தஞ்சமடைந்துவிட்டான் சலீம்.

அதுவே அபு சலீம் இருண்ட வாழ்க்கைக்குள் நுழைய ஏதுவாகி விட்டது.

அதன்பின்பு தாவூதின் வலது கையாகிவிட்டான் அபு சலீம். தாம் பெரிய தாதாவாகப் பேசப்பட வேண்டும் என்று விரும்பினான். தாவூதும் சலீமுக்கு பல பெரிய அஸைன்மெண்டுகளைக் கொடுக்க ஆரம்பித்தான்.

நட்சத்திரங்களுக்கு ஃபோன் போட்டு 'நான் தாவூதோட அஸோசியேட் பேசறேன். பத்து லட்சம் வேணும். எப்போ, எங்கே கொடுத்தனுப்புறீங்க' என்று கூலாக மிரட்டுவான். 'துபாய்ல ஒரு ஷோ இருக்கு. நீங்க வந்தா கூட்டம் கூடும். வந்துருங்க 'அந்த நடிகை நல்லாத்தானே இருக்காங்க. சாப் சொல்லிட்டாரு. அட்வான்ஸ் கொடுத்திருங்க', 'அந்த புரொடியூசர் உங்க கால்ஷீட் கேட்கறாரு. பணத்துக்கு நாங்க இருக்கோம். உங்களுக்கு கால்ஷீட் கொடுக்க என்ன இடைஞ்சல். கொடுத்துடுங்க.'

இதுதான் அபு சலீமின் தினசரி அஸைன்மெண்ட். மிரட்டலுக்குப் பயந்து பணம் கொடுத்தால் வாங்கி வருவது, திட்டக் குழுவில் தானும் ஓர் அங்கமாக இருப்பது என்று படிப்படியாக தனது திறமையை வளர்த்து கொண்டான். நாளடைவில் பாலிவுட் ஆசாமிகளை மிரட்டும் வேலை இவனுக்கும் சோட்டா ஷகீலுக்கும் பிரித்துக் கொடுக்கப்பட்டது.

அபு சலீம் சினிமாக்காரர்களை வளைத்துப் பிடிப்பதே ஒரு கலை மாதிரி இருக்கும். யாரைக் கொண்டு போய் நிறுத்தினாலும் மகுடிக்குப் பாம்பு மயங்குவது போலத் தன் பேச்சில் மயக்கிவிடுவான். மிரட்டுகிறானா அல்லது பணிய வைக்கிறானா என்று எதிராளி குழம்பிவிடுவான். அவனுடைய நெட்வொர்க் அடுத்த பலம். லைட்பாய் வரைக்கும் சினேகம் வளர்த்திருப்பான். பணத்தைக் கொண்டே யாரையும் வளைத்துவிடுவான். பேச்சு, பணம், நெட்வொர்க் இந்த மூன்றும் இவனுடைய வேலையை சுலபமாக்கிவிடும்.

இத்தனை அட்டூழியங்கள் செய்தும் 1994 வரை அபு சலீம் மீது ஒரு குற்றச்சாட்டுகூட காவல் நிலையத்தில் பதிவு செய்யப்படவில்லை என்பது குறிப்பிடத்தக்கது. (1993, பம்பாய் குண்டு வெடிப்பில் அபு சலீம் ஒரு முக்கியக் குற்றவாளி. ஆயுதங்கள் வழங்கியதாக குற்றம் சுமத்தப்பட்டது.) ஆனால் சலீமுடன் நெருக்கமாக இருந்த தினேஷ் ஆனந்த் என்கிற இரண்டாம் நிலை நடிகர் பின்னர் சோட்டா ராஜன் பக்கம் சாய்ந்து சலீமின் ரகசியங்களையெல்லாம் புட்டுப் புட்டு வைக்க அன்றிலிருந்து சரிவைச் சந்திக்கத் தொடங்கினான் சலீம்.

அதே சமயம், ஒரு காதல் பூத்து அது தன் பொலிவை இழக்கும் முன்னரே அவருக்கு அடுத்த காதல் வந்தது. இந்தியாவுக்கே அந்தப் பெண் மணியின் பெயர் தெரியும். அவர்தான் நடிகை மோனிகா பேடி.

எனில் காதல் மனைவி சமீராவின் கதை என்ன ஆனது?

2005-ம் ஆண்டு மோனிகா பேடியோடு அபு சலீம் கைது செய்யப்பட்ட பிறகு இந்தியா முழுக்க சமீராவின் பெயரும் அடிபட்டது. அவர் என்ன ஆனார்? அவரும் சலீமின் குற்றங்களுக்கு உடந்தையாக இருந்தாரா... என்று!

எப்படியோ ஸ்டார் நியூஸ் சேனல் அமெரிக்காவில் மறைந்து வாழ்ந்து வந்த சமீரா ஜுமானியைக் கண்டுபிடித்து பேட்டி எடுத்தது. ஒரு கேங்ஸ்டரின் மனைவி சேனலுக்குப் பேட்டி கொடுப்பது என்பது அதுவரைக்கும் கேள்விப்படாதது. தன் அத்தனை நாள் குமுறல் களையும் அந்த ஒரே பேட்டியில்* கொட்டித் தீர்த்தார் சமீரா.

'அபு சலீம் என்னைத் திருமணம் செய்தபிறகு என்னை துபாய்க்கு அழைத்துப் போனான். சில வருடங்கள் கழித்து அமெரிக்காவுக்குக் கடத்திவிட்டான். என்னுடன் சேர்ந்து ஒருநாள் கூட சாப்பிட்டது கிடையாது. ஏதோ என்னைத் திருமணம் செய்ததை குற்ற உணர்ச் சியாகவே கருதினான். என்னை எப்போதும் அடித்துக்கொண்டே இருப்பான். ஒருமுறை என் பின்னந்தலையில் அடித்து நான் சாகக் கிடந்தேன்.

சலீம் ஒரு சைக்கோ. பதினைந்து வருடங்களாக என்னை அடிப்பது போல, மோனிகா பேடியையும் (இரண்டாவது மனைவி) கடந்த இரண்டு வருடங்களாக அடித்துக் காயப்படுத்துகிறான். மாஃபியா மனைவிகளுக்குள் எப்போதும் ஒற்றுமை இருக்காது. என்னிடம் யாரும் பேசியதில்லை. தாவூதின் தம்பி அனீஸின் மனைவிக்கும் சோட்டா ஷகீலின் மனைவிக்கும் எப்போதும் ஒத்துப் போகாது. ஒருமுறை சலீமுக்கும் அனிஸுக்கும் சண்டை வந்துவிட்டது. வீடு தேடி வந்து என்னை மிரட்டிவிட்டுப் போனான் அனீஸ். தகவல் தெரிந்த தாவூத் பின்னர் எனக்கு ஃபோன் செய்து மன்னிப்புக் கேட்டார்.

சலீமுக்குத் தன் குழந்தை மீதும் பாசம் கிடையாது. குழந்தையின் முதல் பிறந்த நாளுக்குக்கூட வரவில்லை. மகன் பிறந்து எட்டு வருடங்களாகியும் ஒருநாள்கூட அவனைத் தூக்கி வைத்துக் கொஞ்சியதில்லை. சலீம் ஒரு கோழை. தாவூதைக் கண்டால் அவன் கை உதறும். அவனுக்கு எதுவுமே தெரியாது. அதனால்தான் தாதாவாகப் பிழைப்பு நடத்துகிறான்.

அவனுக்கு வாழ்க்கையில் எப்போதும் தேவையாயிருப்பது புகழ் மட்டுமே. இதற்காக அவனையேகூட அடகு வைப்பான். ஆனால்

---

* இந்தப் பேட்டி நவம்பர் 19, 2005-ம் தேதி ஒளிபரப்பானது.

உண்மையான புகழுக்கான அர்த்தம் தெரியாதவன். அவனை நான் பிரிவது ஒன்றும் கடினமல்ல. ஆனால் என் குடும்பத்தின் பாதுகாப்புக் காகத்தான் அவனுடன் வாழ்ந்தேன்.

மோனிகாவுக்கும் அபு சலீமுக்கும் இடையே உருவான காதலைப் பற்றி பின்னால் பார்ப்போம். இப்போது குல்ஷன் குமார் கொலை வழக்கு.

லண்டன் மும்பை போலீஸ் தம்மை கிடுக்கிப்பிடி போடுவதைக் கண்ட நதீம் லண்டன் உயர்நீதிமன்றத்திடம் தஞ்சம் புகுந்தார். நதீமை மும்பை போலீஸிடம் ஒப்படைக்கக் கோரி இந்திய அரசாங்கம் விடுத்த கோரிக்கையைத் தள்ளுபடி செய்தது லண்டன் உயர்நீதிமன்றம். நதீம் குற்றவாளி என்பதற்கான வலுவான சாட்சியங்கள் இல்லை என்று தீர்ப்பு எழுதப்பட்டு நதீம் வயிற்றில் பால் வார்க்கப்பட்டது. நதீமுக்கு ஆதரவாகத் தீர்ப்பு கிடைத்த பிறகு அங்கிருந்தபடியே தன் ஜோலியைப் பார்க்க ஆரம்பித்தார் நதீம்.

இந்தி சினிமாவில் புது இசையமைப்பாளர்கள் நினைத்த நேரத்துக் கெல்லாம் தோன்றிவிட மாட்டார்கள். அதே அனு மாலிக், அதே பப்பி லஹரி அதே நதீம்-ஸ்ரவன்தான் வேண்டும் அவர்களுக்கு. இந்த நடைமுறை நதீமுக்குச் சாதகமாக அமைந்தது. குறுகிய காலத்தில் லண்டனில் இருந்து கொண்டே இருபத்தேழு படங்களுக்கு இசையமைத்துக் கொடுத்தார். பர்தேஷ் படத்துக்கு பிலிம்பேர் விருது கிடைத்தது. அங்கிருந்து பேட்டிகளும் கொடுக்க ஆரம்பித்தார். ‘கூடையிலுள்ள சில அழுகிய ஆப்பிள்களால் மொத்தக் கூடையும் நாறுகிறது’ என்று மும்பை போலீஸைத் திட்டித் தீர்த்தார்.

பார்த்தது மும்பை போலீஸ். நதீமைக் கழித்து விட்டு கேஸை எப்படிக் கையாளலாம் என்று யோசித்தது. ஏற்கெனவே துபாய் இசை நிகழ்ச்சிக்குச் சென்ற அத்தனை நட்சத்திரப் பட்டாளங்களையும் விசாரணைக்கு உட்படுத்தியாகிவிட்டது. அதில் பெரிசாக க்ளூ ஒன்றும் சிக்கவில்லை. வேறு யார் யாரெல்லாம் குல்ஷனுக்கு எதிரியாக இருக்கக்கூடும் என்று கணக்குப் போட்டது. டிப்ஸ் ஆடியோ நிறுவனத்தின் அதிபர் ரமேஷ் துரானியை அதிரடியாகக் கைது செய்தது. குல்ஷன் குமாரின் வளர்ச்சியைத் தடுக்கும் விதத்தில் ஆள் வைத்து திட்டம் தீட்டியதற்காக.

நதீம் மற்றும் துரானி இருவர் மீதும் போட்டி, பொறாமை காட்டி போலீஸ் குற்றச்சாட்டுகள் பதிவு செய்ததே ஒழிய சரியான ஆதாரத்தைக் காட்ட முடியவில்லை. நதீம் போல லண்டனுக்கு ஏதும் செல்லாமல் கைது செய்யப்படும் வரை மும்பையிலேயே இருந்ததால் துரானி மீது அனைவருக்கும் பச்சாதாபம்தான் ஏற்பட்டது. ஆனால் ‘தாவூதுக்கும் அபு சலீமுக்கும் இருபத்தைந்து லட்சம் கொடுத்து

துரானிதான் குல்ஷனைக் கொன்றிருக்கிறார்' என்றது போலீஸ். அதே சமயம் அபு சலீமின் கூட்டாளியான அப்துல் ரவ்வை மூன்று வருடங்கள் கழித்து கொல்கத்தாவில் பிடித்தது போலீஸ். குல்ஷனைக் கொல்லச் சென்ற மூன்று பேர்களில் அப்துல் ரவ்வும் ஒருவன். (ஏற்கெனவே ரவ்வின் சகோதரரான அப்துல் ரசீத் குல்ஷனைச் சுட்டுக் கொன்ற வழக்கில் கைது செய்யப்பட்டிருந்தான்.)

பல்வேறுவிதமான குழப்பங்களுக்கிடையில் செஷன்ஸ் கோர்ட் ஏப்ரல் 29, 2002 அன்று தனது தீர்ப்பை வழங்கியது. அப்துல் ரவ்வுக்கு ஆயுள் தண்டனை. ஆனால் அவனது சகோதரன் உள்பட குற்றம் சாட்டப்பட்ட பதினெட்டு பேரை போதிய சான்றுகள் இல்லாததால் விடுதலை செய்தது. ஆக குல்ஷனின் கொலை வழக்கு உப்பு சப்பில்லாமல் ஒரே ஒருவருக்கு மட்டும் பாதகமாக முடிந்தது.

17. தாதாக்கள் - நடிகைகள் - காதல்கள்!

பொதுவாக மாஃபியா கும்பல்கள் தொழிலதிபர்களைக் கடத்துவது, கை-காலை எடுப்பது, தலையைக் கொய்வது என்றுதான் இருப்பார்கள். ஆனால் மும்பை மாஃபியாக்காரர் களுக்கு சினிமா மோகம் அதிகம். அவர்கள் சினிமாவில் மூக்கை நுழைப்பதற்குப் பணம் மட்டுமே காரணமாக இருப்பதில்லை. மக்களுக்கு எட்டாக்கனிகளாக இருக்கும் நடிகைகளைச் சொந்தம் கொண்டாடுவதும் திரையில் வீரபுருஷர்களாக இருக்கும் நடிகர்களைத் துப்பாக்கி முனையில் மிரட்டுவதும் நட்பு பாராட்டுவதும் மாஃபியாக்களுக்கு ரொம்பவே பிடிக்கும்.

நடிகைகளை ஹீரோக்களும் இயக்குநர்களும் இன்னும் மிஞ்சிப் போனால் வெளிநாட்டுத் தொழிலதிபர்களும்தானே காதலிப்பார்கள். கல்யாணம் எல்லாம் செய்து கொள்ளு வார்கள்? ஆனால் துப்பாக்கி தூக்கும் தாதாக்களுக்கு சபலம் ஏற்பட்டு ஹீரோ கணக்காக நடிகைகளைக் காதலித்துக் கல் யாணம் வரைக்கும் போன கதையையெல்லாம் பாலிவுட்டில்தான் பார்க்க முடியும்.

மோனிகா பேடி நடிகையாக இருந்தபோது சஞ்சய் தத்துடனும் கோவிந்தாவுடனும் நடித்தபோதெல்லாம் அவரை ஒருத்தருக்கும் தெரியாது. ஆனால் அபு சலீமுடன் ஜோடி சேர்ந்த பிறகு அவர் புகழ் ஏறிவிட்டது.

பஞ்சாபைச் சேர்ந்த சபேவால் கிராமத்தைச் சேர்ந்தவர் மோனிகா பேடி. அவரது தந்தை ப்ரேம் பேடி ஒரு மருத்துவர். மோனிகா பத்து மாதக் குழந்தையாக இருக்கும் போதே அவரது குடும்பம் 1975-ம் ஆண்டு நார்வேக்கு குடிபெயர்ந்தது. ஓஸ்லோவிலிருந்து நாற்பத்தைந்து கிலோ மீட்டர் தள்ளியுள்ள டிராமன் என்கிற நகரில் வசித்தனர். மோனிகா நார்வேயிலும் இங்கிலாந்திலும்

கல்லூரிப் படிப்புகளைப் படித்து முடித்தார். கிளை எங்கு விரிந்தாலும் வேரை விட்டுவிட முடியுமா? நார்வேயில் இருந்தாலும் மோனிகாவுக்கு தான் ஒரு நடிகையாக வேண்டும், பாலிவுட்டின் கனவுக்கன்னியாக வேண்டும் என்கிற ஆசை நெஞ்சு நிறைய இருந்தது. யாரும் மோனிகாவின் ஆசைக்குக் குறுக்கே நிற்கவில்லை. 1995-ம் ஆண்டு மும்பை வந்திறங்கினார் மோனிகா.

ஆரம்பத்தில் அவருக்குத் தெலுங்குப் படங்களில் சிறிய வேடங்கள் மட்டுமே கிடைத்து வந்தது. 'சிவய்யா' என்கிற படத்தில் போலீஸ் வேடம் ஏற்று சட்டத்தை மீறுபவர்களை ஒடுக்கும் கதாபாத்திரத்தில் நடித்தார். பாலிவுட்டில் கை கொடுத்தார் முகேஷ் துக்கல் என்கிற தயாரிப்பாளர். பாவம் அவருக்கு அப்போது தெரியாது, தாம் மோனிகா பேடியால் பரலோகம் செல்லவுள்ளோம் என்பது.

முதல் பட வாய்ப்பை அவர்தான் மோனிகாவுக்கு வழங்கினார். துக்கல்-மோனிகாவை மாஃபியாக்களுக்கும் திரை உலகத்துக்குமான பாலமாக பயன்படுத்தினார். கலை நிகழ்ச்சிகளுக்கு நடிகைகள் வேண்டும் என்று துபாயிலிருந்து தகவல் பறந்தால் உடனே துக்கல் மோனிகாவைத்தான் அனுப்புவார். அப்படித்தான் ஒருமுறை துக்கல் மோனிகாவை துபாய்க்கு அழைத்துச் சென்று ஒரு பார்ட்டியில் அபு சலீமை அறிமுகம் செய்துவைத்தார். அன்று தொடங்கியதுதான் அது. அதன்பிறகு மோனிகா அபு சலீம் ஆட்டுவித்தபடி ஆடினார். சந்தர்ப்பம் கிடைத்த போது, தான் திரையுலகில் காலூன்ற, தன்னை எவ்வாறு தயாரிப்பாளர் துக்கல் பயன்படுத்திக் கொண்டார் என்று விலாவாரியாகச் சொன்னார்.

பொறுக்கவில்லை அபு சலீமுக்கு. துக்கலை தீர்த்துக் கட்டத் திட்டம் தீட்டினான். கூடவே, மோனிகாவுக்கு வரிசையாகப் படங்கள் கிடைக்கும்படிப் பார்த்துக் கொண்டான். மார்ச் 7, 1998 - ம் தேதி நல்ல நாளாகக் குறித்து முகேஷ் துக்கலைத் தீர்த்துக் கட்டினான் அபு சலீம். காதல் கண்ணை மறைக்கும். அறிவையும் மழுங்கடிக்கும். கொசுவை அடிக்கிற மாதிரி சர்வ சாதாரணமாக ஒரு கொலையையும் செய்ய வைக்கும்.

அபு சலீமைக் காதலிக்காதிருந்தால் மோனிகா பேடியின் வாழ்க்கை நடிகையாக மட்டுமே பதிவு செய்யப்பட்டிருக்கும். ஆனால் இன்று ஒரு குற்றவாளியாக, பாலிவுட் நட்சத்திரம் என்கிற ஸ்தானத்தை உதறிய வராகக் கம்பிகளுக்கிடையே வாழ்க்கையை நடத்திக் கொண்டிருக்கிறார்.

அபு சலீமின் முதல் மனைவி சமீராவைப் பேட்டியெடுத்த ஸ்டார் டி.வி.தான் இப்போதும் மோனிகா பேடியின் குடும்பத்தைப் பல சிரமங்களுக்கிடையே நார்வே சென்று பேட்டியெடுத்தது. சிவனே என்று வாழ்க்கை வாழ்ந்தவர்களுக்கு இப்போது தூக்கம் தொலைத்த

வாழ்க்கை. 'நார்வேயில் வாழும் குழந்தைகள் வெளி உலகம் தெரியாமல் வளர்ந்து விடுவார்கள். இந்த கதிதான் மோனிகாவுக்கும் நடந்திருக்கிறது. அவள் யாரையும் சுலபமாக நம்பிவிடக்கூடியவள். அவளுக்கு இந்தியக் குடியுரிமை கிடையாது. இன்னமும் நார்வே பிரஜையாகவே இருக்கிறாள். அவள் கட்டாயம் அபு சலீமைத் திருமணம் செய்திருக்க மாட்டாள். (நவம்பர் 2005, சிறையில் சந்தித்த மாமாவிடம் தமக்கு இன்னமும் சலீமுடன் திருமணமாகவில்லை என்றே கூறியிருக்கிறார் மோனிகா பேடி.) அவள் எங்களிடம் ஒருபோதும் அபு சலீமைக் காதலிப்பதாகச் சொல்லவில்லை, சஞ்சய் என்கிறவரையே காதலிப்பதாகச் சொன்னாள். போர்ச்சுகல் சிறையில் இருந்தபோதுதான் முதன்முறையாக அபு சலீமைச் சந்தித்தேன். என்னை பப்பா என்றுதான் கூப்பிட்டார். தவறான மனிதர்களால் இந்நிலைமைக்கு ஆளாகிவிட்டேன் என்று வருந்தினார்' அழுது கொண்டே பேட்டி கொடுத்தது குடும்பம்.

மோனிகா பேடியின் தாய் தற்போது பக்கவாத நோயால் பாதிக்கப் பட்டிருக்கிறார். மோனிகாவின் சொந்த ஊரான பஞ்சாபிலிலுள்ள சபேவா கிராமத்தில், மோனிகா பற்றிய பேச்சை ஆரம்பித்தாலே கோப மடைகிறார்கள். தாதாவுடன் கூட்டுச் சேர்ந்து ஊரின் பெயரையே நாசம் பண்ணிவிட்டார் என்று அந்த மண்ணின் மக்கள் துடிக்கிறர்கள்.

2002 ஆகஸ்ட் மாதம் போலி டாக்குமெண்டுகளோடு போர்ச்சுகல் நாட்டில் நுழைந்தபோது அபு சலீம் - மோனிகா பேடி கைது செய்யப்பட்டு இரண்டு வருடங்கள் கடுமையான சிறைவாசம் இருந்து தற்போது இந்தியாவிலும் கம்பி எண்ணிக் கொண்டிருக்கின்றனர்.

பரபரப்பாக அபு சலீமின் வழக்குகள் நடந்து கொண்டிருக்கும் இச்சமயத்தில் ஜனாதிபதி அப்துல் கலாமுக்குக் கடிதம் எழுதி இருக்கிறார் மோனிகா பேடி. 'அபு சலீமின் காதலி என்பதைத் தவிர நான் வேறெந்தத் தவறையும் செய்யவில்லை' என்று மன்னிப்பு கேட்டிருக்கிறார்.

●

சிஷ்யனே இப்படி இருக்கும் போது குரு மட்டும் சாமானியப்பட்ட ஆளா என்ன? இன்னும் சொல்லப் போனால் நடிகைகளை தாதாக் களாலும் வளைத்துப் பிடிக்க முடியும் என்பதை மற்றவர்களுக்குச் சொன்னவனே தாவூத் இப்ராஹிம்தான். அவனுக்கு மட்டும் தனியாக ஒரு காதல் கதை இல்லாமல் போய்விடுமா?

எல்லோரையும் போல தாவூத் சொன்ன சொல்லுக்கு மறு பேச்சில்லாமல் மும்பையிலிருந்து ஃப்ளைட் பிடித்து துபாய்க்கு வந்திறங்கிய நட்சத்திரம்தான் மந்தாகினி.

ராஜ் கபூரின் மூன்றாவது மகனான ராஜீவ் கபூருடன் இணைந்து ராம் தேரி கங்கா மெய்லி படத்தில் 1985-ம் ஆண்டு அறிமுகமானவர் கிறிஸ்துவப் பெண்ணான மந்தாகினி. இவரது நோக்கமெல்லாம் கவர்ச்சியால் ரசிகர்களை அப்போது கிறங்கடித்துக் கொண்டிருந்த ஜீனத் அமனை வீட்டுக்கு அனுப்புவதுதான். 1990 வரைக்கும் இவரின் அழகில் சொக்கிக் கிடந்தனர் ஹிந்தி ரசிகர்கள். ஆனால் மந்தாகினிக்கு தாவூதையே பிடித்தது. நட்பு, காதல் எல்லாமும் வளர்ந்தது. சோட்டா ராஜன் ராஜ்குமார் சந்தோஷியை மிரட்டி சைனா டவுன் படத்தில் மந்தாகினிக்கு வாய்ப்பு வாங்கிக் கொடுத்தான்.

மந்தாகினி தாவூதைத் திருமணம் செய்து கொண்டது தாமதமாகவே பாலிவுட்டுக்குத் தெரிந்தது. இன்றுவரை இந்தத் தகவல் உறுதிபடுத்தப் படாமல் இருந்தாலும் தாவூதினால் மந்தாகினிக்கு ஓர் ஆண் குழந்தை பிறந்தது என்றும் செய்திகள் உண்டு. இப்படியெல்லாம் வழி தவறிப் போகாமல் இருந்திருந்தால் மாதுரி தீட்சித் அளவுக்கு மந்தாகினி பெயர் பெற்றிருப்பார் என்று இன்றைக்கும் பாலிவுட்டில் விசனப்படுபவர்கள் உண்டு.

•

தமிழ் சினிமா ரசிகர்கள் திவ்ய பாரதியை மறந்திருக்க வாய்ப்பு இல்லை. நிலாப்பெண் படத்தில் நடித்தவர். ஹிந்திக்கு நடிக்கப் போனவர், திடீரென ஒருநாள் 1993-ம் ஆண்டு ஐந்தாவது மாடியிலிருந்து கீழே விழுந்து தற்கொலை செய்து கொண்டார். வழக்கமான காதல் தோல்வியாகத்தான் இருக்கும் என்று நினைத்தவர்களுக்கு அதன் திரைமறைவில் நடந்த சமாசாரங்கள் தூக்கி வாரிப்போட்டது.

சஜித் நதியாத்வாலா என்கிற நிழல் உலக நபரோடு அவருக்கு ஏற்கெனவே திருமணம் ஆகியிருந்தது. சஜீத் ஹிந்தி சினிமா தயாரிப் பாளரும்கூட. ரகசியமாகக் காக்கப்பட்ட இத்திருமணம் திவ்ய பாரதியின் திரை வாழ்க்கைக்குப் பெரும் முட்டுக்கட்டை போட்டது. கணவர் சொன்ன படங்களில் மட்டும்தான் அவரால் நடிக்க முடிந்தது. எதிர்த்துக் கேட்ட அழகுப் பதுமைக்கு அடி, உதைதான் பதிலாகக் கிடைத்தது. இதனால் மதுவுக்கு அடிமையாகித் தன் சோகத்தை ஆற்றிக் கொண்டார் அவர். சம்பவ தினத்தன்று திவ்ய பாரதி அதிகமாகக் குடித்துத் தன் உயிரைப் போக்கிக் கொண்டார்.

மந்தாகினி, மோனிகா பேடி போல கொமிலா விர்க் என்கிற நடிகையும் கலை நிகழ்ச்சிகளுக்காக துபாய் சென்றிருந்தபோது மாஃபியாக் கும்பலில் உள்ள ஒருவனைத் திருமணம் செய்தார். அதன்பிறகு அவர் என்ன ஆனார் என்கிற தகவல் இல்லை.

சில வருடங்களுக்கு முன்பு நடிகை நக்மா தாவூதின் கையாளான ஜமீர் அன்சாரியுடன் கிசுகிசுக்கப்பட்டது இந்தியா முழுக்க பரபரப்பானது.

பிரியங்கா சோப்ரா உலக அழகி டைட்டில் வாங்கியது முதல், சம்பளத்தில் பத்து பர்செண்ட் கமிஷன் என்கிற அடிப்படையில் பிரகாஷ் ஜாஜு என்பவரைத் தன் மேனேஜராக நியமித்தார். ஆனால் 'அப்புறம் தரேன்' என்று தள்ளிப் போடப்பட்ட கமிஷன் பாக்கி பல குட்டிகள் போட்டு இன்று ஒரு கோடியே முப்பது லட்சத்துக்கு வந்து நிற்கிறது. இது வேலைக்கு ஆகாது என்று ஜாஜு கோர்ட்டில் முறையிட, ஆரம்பித்தது விவகாரம். அன்றிலிருந்து அடிக்கடி ஃபோன் போட்டு டார்ச்சர் கொடுக்க ஆரம்பித்துவிட்டான் சோட்டா ஷகீல். ஜாஜு அதிர்ந்து போனார். 'ஒன்றும் தெரியாதவள் போல இருந்து கொண்டு தாதாவை வைத்து மிரட்டுகிறாயா?' என இந்த விஷயத்தையும் கோர்ட்டில் போட்டு உடைத்துவிட்டார்.

உலக அழகிக்கும் நிழல் உலகத் தொடர்பா? அதிர்ந்துபோனது பாலிவுட்.

மனீஷா கொய்ராலாவின் செயலாளர் அஜீத் தேவானியும் மனீஷாவுக்குத் தொல்லைகள் தந்ததால் அபு சலீமுக்கு அஸைண்ட்மெண்ட் கொடுத்து அவரைத் தீர்த்துக் கட்டியதாகவும் வதந்திகள் உள்ளன. (அபு சலீம் கைதான பின்பு மனீஷா தமக்கு சுபாரி கொடுத்ததாக விசாரணையில் கூறியுள்ளான். சுபாரி என்பது, பணம் கொடுத்து ஆளைக் கொல்லும் திட்டத்துக்கு தாதாக்கள் வைத்திருக்கும் கோட் வேர்ட்!)

பாலிவுட் நடிகைகள் மாஃபியா கும்பல்களுக்கு ஆதரவாகவும் அடிபணிந்தும் இருக்கிற சமயத்தில் ஒரேயொரு நடிகை மட்டும் தில்லாக துப்பாக்கி மைந்தன்களுக்கு எதிராக கோர்ட்டில் வாக்குமூலம் கொடுத்தார். அவர் - ப்ரீத்தி ஜிந்தா. சோரி சோரி சுப்கே சுப்கே படத்தில் நடித்ததால் அந்தப் படத்தில் ஏற்பட்ட குழப்பங்களுக்கு கோர்ட் படியேற வேண்டியிருந்தது. அங்கு அத்தனை பேர் முன்பும் தமக்கு தாவூதின் ஆள்கள் அடிக்கடி ஃபோன் செய்து மிரட்டுகிறார்கள். லட்சக் கணக்கில் பணம் கேட்கிறார்கள். ஆனால் நான் அவர்களுக்கு பயந்தவள் இல்லை என்று பொங்கியிருக்கிறார்.

எல்லா பாலிவுட் நட்சத்திரங்களும் ப்ரீத்தி ஜிந்தா போல தைரிய லட்சுமிகள் கிடையாது. அதுதான் பாலிவுட்டின் பிரச்னையே.

18. அக்னி நட்சத்திரங்கள்

சினிமா ஹீரோக்கள் படத்தில்தான் வில்லன்களிடம் அடியும் மிதியும் படவேண்டியிருக்கிறது என்றால் நிஜ வாழ்க்கையில்கூட சில வில்லன்களிடம் உயிரைப் பணயம் வைத்து உறவாட வேண்டியிருக்கிறது.

1980-களில் ரியல் எஸ்டேட் பிஸினஸ் படுத்துவிட்ட பிறகு பில்டர்களை மிரட்டிப் பணம் கேட்க முடியாத நிலையில் இருந்தனர் மாஃபியாக்கள். அவர்களுக்குச் சாதகமாக வீடியோ கேபிள் டி.வி. பிஸினஸும் அப்போதுதான் மும்பையில் மூச்சுவிட ஆரம்பித்தது. அப்படியே அபகரித்துக் கொண்டார்கள் மாஃபியாக்கள். பம்பாய் முழுக்க தாவூதின் ஆள்கள்தான் ஏகபோக உரிமையை எடுத்திருந்தனர்.

1981-ல் ஷக்தி படத்தின் தயாரிப்பாளர் முஷிர் ரியாஷைக் கடத்திச் சென்றனர் அமிர்ஷதா, அலம்ஷெப் என்கிற தாதாக்கள். பதினொரு லட்சம் கொடுத்த பிறகே முஷிரின் கட்டுக்களை அவிழ்த்தனர். இது அடுத்து நடக்கவிருக்கும் பல கடத்தல், மிரட்டல்களுக்கு ஓர் ஆரம்பமாகவே இருந்தது.

தாதாக்களுக்கு சினிமா நடிகர்களோடு புகைப்படங்கள் எடுத்துக் கொள்வதும் அவர்களோடு ஒரு முறையாவது பேசிவிட வேண்டும் என்பதும் நிறைவேற்ற முடியாத ஓர் அல்ப ஆசையாகவே இருந்து வந்தது. என்ன இருந்தாலும் அவர்களுக்கும் ஆசாபாசங்கள் இருக்கத்தானே செய்யும்! ‘நடிகர்களுடைய படம் கேட்டு என்னை மிகவும் தொந் தரவு படுத்துவார்கள்’ என்கிறார் 1980-களில் பத்திரிகை போட்டோகிராஃபராக இருந்த கோபால் ஷெட்டி.

எண்பதுகளின் மத்தியில் சோட்டா ஷகீல், சுனில் சவண்ட், ஷரத் ஷெட்டி போன்ற தாதாக்கள் துபாய்க்கு இடம்

பெயர்ந்து தாவூத்தின் கரங்களுக்கு வலிமை சேர்த்தனர். இதனால் தாவூதுக்குப் பல வேலைகள் சுலபமாயின. திரைத் துறைக்குள்ளேயே தாவூதுக்கு மனமுவந்து உதவி செய்பவர்கள் அதிகமானார்கள். மேக்னம் வீடியோஸ் அதிபர்களான சமீர்-ஹனீஃப் இருவரும் தாவூத் சொன்ன சொல்லுக்குத் தலையாட்டும் பொம்மைகளாக இருந்தனர். ஆடியோ ரைட்ஸ் அத்தனையும் தாவூத் பெயருக்கு எழுதிவைத்தனர். இவர்கள்தான் நட்சத்திரங்கள் துபாய்க்குப் போய் சார்ஜா மேட்ச் பார்த்துவிட்டு அப்படியே தாவூதை வணங்கி விட்டு வருகிற புது நடைமுறையை உருவாக்கினார்கள்.

தமிழ் சினிமாவில் 90-களுக்குப் பிறகுதான் எட்டுகால் பாய்ச்சல் வேகத்தில் வெளிநாடுகளுக்குச் சென்று பாடல்கள் எடுக்கும் நடைமுறை வந்தது. ஆனால் பாலிவுட்டில் இந்தப் பழக்கம் 80-களிலேயே தொற்றிக் கொண்டது. பல ஹிந்திப் படங்களின் படப்பிடிப்புகள் துபாயில் நடந்தன. இப்படி ஒருமுறை யால்கர் படப்பிடிப்புக்காக துபாய் சென்றபோதுதான் சஞ்சய் தத் - தாவூத் சந்திப்பு நடைபெற்றது. அதன்பின்பு நடந்த கதையை முன்பே பார்த்தோம்.

1990-ல் தாவூதின் சகோதரர் அனீஸின் குழந்தையின் முதல் பிறந்த நாளுக்கு பாலிவுட்டின் பல பிரபலங்களுக்கு அழைப்பு விடுக்கப் பட்டது. ஹீரோக்கள், நடிகைகள், வில்லன்கள், இசையமைப் பாளர்கள் என இருபத்தியிரண்டு டிக்கெட்டுகள் ப்ளைட் ஏறியது. சமர்த்தாகச் சென்று அனீஸின் குழந்தைக்கு 'ஹாப்பி பர்த்டே' பாட்டுப் பாடி நாடு திரும்பினர். என்ன செய்வது, அழைத்தது தாவூத் ஆச்சே!

மந்தாகினி திருமணம் செய்தது தாவூதை அல்ல. அவனது இன்னொரு சகோதரன் நூராவைத்தான் என்றும் செய்திகள் உண்டு! நூரா ஒரு கவிஞர். இந்தி சினிமாவில் பாடல்கள் எல்லாம் எழுதியிருக்கிறார். நூர் கசர் என்கிற புனை பெயரில். பத்தர் கே பூல், இண்டேகம் ஹை இண்டேகம், ஸ்ரீமான் ஆசிக் போன்ற படங்களில் இந்தக் கவிஞனின் எழுத்தாற்றலையும் பார்க்கலாம்.

தயாரிப்பாளர் ஜாவத் ரியாஷ் சித்திக்தான் தாதாக்களின் குண்டுகளுக்கு முதல்முதலாக உயிரைவிட்டார். ஜூன் 7, 1994 அன்று சலீம் ஆட்களால் இறுதிப் பயணம் மேற்கொண்டார். சலீம் கட்டளையிட்டபடி அவனுக்கு விருப்பமான ஹீரோயினை ஜாவத் ஒப்பந்தம் செய்யவில்லை என்கிற குற்றச்சாட்டின் பேரில் இந்தத் தண்டனை நிறைவேற்றப்பட்டது. அதன்பின்பு தனது ஆசை நாயகி மோனிகா பேடியை இம்சிக்கிறான் என்று தயாரிப்பாளர் முகேஷ் துக்கலைத் தீர்த்துக் கட்டினான்.

சோட்டா ராஜன், தாவூதிடமிருந்து பிளவுபட்ட பிறகு பாலிவுட்டுக்குப் போறாத காலம் ஆரம்பமானது. நீயா நானா என்று சோட்டா

ராஜனுக்கும் தாவூதுக்கும் பகைமை நாளுக்கு நாள் வளர்ந்து கொண்டு போனது. சலீமுடன் உறவாடிய ஒரே காரணத்துக்காக நடிகர் குத்தி மாருதியின் சகோதரர் தவாரை வெட்டிக் கொன்றார்கள் சோட்டா ராஜனின் ஆள்கள். மோனிகா பேடியை 'பியார் இஷ்க் ஆவுர் முகபத்' படத்தில் நடிக்க வைத்த காரணத்துக்காக இயக்குநர் ராஜீவ் ராய்க்கு சோட்டா ராஜனின் ஆள்கள் தொடர்ந்து கொலை மிரட்டல்கள் விடுத்தனர்.

குல்ஷன் குமார் கொலைக்குப் பிறகு இந்த ஆட்டங்கள் கொஞ்சம் குறைந்ததுபோல் தோற்றமளித்தாலும் உண்மையில் குறையவில்லை. உதாரணம், ராகேஷ் ரோஷன் மீது தாவூத் நடத்திய தாக்குதல்.

கஹோ நா ப்யார் ஹை நினைவிருக்கிறதா? வெளியாவதற்கு முன்பே ஊரெங்கும் பரபரப்பாகப் பேசப்பட்டது. அதுவரை ஷாரூக் கான், அமீர் கான், சல்மான் கான் என மூன்று கான்களின் ஆதிக்கத்தில் இருந்த பாலிவுட்டின் முகத்தை ஹிருத்திக் ரோஷன் மாற்றப் போகிறார் என்கிற பலத்த எதிர்பார்ப்பு நாலா பக்கமும் ஏற்பட்டது. துபாயில் இருந்து கொண்டு ரிமோட் மூலம் தயாரிப்பாளரான ராகேஷ் ரோஷனை ஆட்டுவிக்க நினைத்தான் தாவூத். தமக்கு கஹோ நா ப்யார் ஹை படத்தின் வெளிநாட்டு உரிமைகளை வழங்க வேண்டும் என்று மிரட்டினான். இந்த மிரட்டல், பாலிவுட் காலம் காலமாகப் பார்த்து வருவதுதான். தலையாட்டிக் கொண்டு அவன் கேட்கிற உரிமைகளை எல்லாம் தாரை வார்த்துக் கொடுத்துவிட்டால் பிறகு அவனே அடிபணிந்தவர்களின் ரட்சகனாக மாறிவிடுவான். தெரிந்த கதைதான். ஆனால் ராகேஷ் ரோஷன் முரண்டு பிடிக்க ஆரம்பித்துவிட்டார். வெறும் தயாரிப்பாளர் மட்டுமல்ல அவர். ஹிருத்திக் ரோஷனின் தந்தை. பல கனவுகளோடு மகனை சினிமாவுக்குள் இறக்குகிறார். அவர் வகுத்த திட்டங்களுக்கெல்லாம் தாவூத் இடைஞ்சலாக இருப்பான் என்று நினைத்தார்.

'அப்படியா! இனி உன்னிடம் பேசிப் பயனில்லை' என்று ராகேஷ் ரோஷனைப் பொட்டலம் கட்டி அரபிக் கடலில் வீசியெறிய ஆணையிட்டான் தாவூத். 2000 ஜனவரி மாதம் அலுவலகத்தை விட்டு வெளியே வந்தார் ரோஷன். டபடபவென துப்பாக்கிக் குண்டுகள் முழங்கின. சினிமாவில் வருவதுபோல் ஒரு குண்டு ரோஷனின் நெஞ்சை உரசிச் சென்றது. இன்னொன்று நேராக வந்து இடது கையைத் துளைத்தது. ரத்தம் சொட்டச் சொட்ட ரோஷன் உடனடியாக ஆஸ்பத்திரிக்குச் செல்லாமல் காவல் நிலையத்துக்குச் சென்று புகார் செய்தார். காவலர்களே அவரைப் பதைபதைப்புடன் நானாவதி மருத்துவமனைக்கு அனுப்பி வைத்தனர்.

இந்தக் கலாசாரம் எந்த ஒரு சந்தர்ப்பத்திலும் முற்றுப் பெறவில்லை. லேட்டஸ்ட்டாக தயாரிப்பாளரும் பூஜா பட்டின் தந்தையுமான மகேஷ் பட் அலுவலகத்துக்குள் இரண்டு ஆசாமிகள் நுழைந்து சரமாரியாக துப்பாக்கிகளைப் பிரயோகப்படுத்திவிட்டுச் சென்றனர். அந்த நேரம் மகேஷ் பட் அங்கே இல்லையென்றாலும் அவருக்கான எச்சரிக்கையாக இது தெரிந்தது. (மகேஷ் பட், பரத் ஷா வழக்கின்போது அவருக்கு உதவியாக இருந்தார்.)

சம்பவம் நடந்த இரண்டாவது நாள் ரவி பூஜாரி என்கிற தாதா இந்தச் செயலுக்கு பொறுப்பு ஏற்றுக்கொண்டான். இந்த ரவி பூஜாரி, ஒரு பிக்பாக்கெட்டாகத் தம் வாழ்க்கையைத் தொடங்கி படிப்படியாக கிரிமினல் நடவடிக்கைகளில் ஈடுபட்டவன். 90-களில் சோட்டா ராஜனிடம் சேர்ந்து துபாய் சென்று தாவூதிடம் ஆசி பெற்று, நல்ல கம்பெனியில் தம்மை வேலைக்கு அமர்த்தியதற்காகக் கடவுளுக்கு நன்றி சொன்னான். ஆனால் சோட்டா ராஜன் தாவூதிடமிருந்து பிரிந்த பிறகு இவனும் சுயமாக முன்னேறுவோம் எனத் தனியாக ஆரம்பித் தான். அப்போதிலிருந்து அவன் எடுத்துக் கொண்ட சத்தியம் - தாவூத், சோட்டா ராஜனுக்கு யார் யாரெல்லாம் கொடி பிடிக்கிறார்களோ அவர்களைப் போட்டுத் தள்ளுவது என்பது.

ஒருமுறை இயக்குநர் மகேஷ் பட் அலுவலகத்தில் நடந்த தாக்குதல் குறித்து 'மகேஷ் பட் ஒரு நச்சுக் கிருமி. நாட்டின் இறையாண்மைக்குக் குந்தகம் விளைவிப்பவர். தாவூதுடன் தொடர்பு வைத்துக் கொண்டு பாலிவுட்டையே கூறு போடுகிறார். நான் அவரைக் கொன்றாலும் அது குற்றமாகாது. நாட்டின் நலனுக்காக நான் செய்த சேவையாகும்' என்று பேட்டி கொடுத்தான் ரவி பூஜாரி.

பூஜாரியின் பூஜையில் ஆடிப் போன மகேஷ் பட் எல்லா டி.வி. சேனல்களுக்கும் பேட்டி கொடுத்தார். 'எனக்கு எந்தத் தீவிரவாதி களோடும் தொடர்பு இல்லை. அப்படி இருப்பதாக யாராவது நிரூபியுங்கள் பார்க்கலாம்!'

இதுதான் இன்றைய பாலிவுட். தாதாக்கள் இல்லாமல் பாலிவுட்டும், பாலிவுட் இல்லாமல் மாஃபியாக்களாலும் வாழவே முடியாது என்பது தான் நிதர்சனமாக இருக்கிறது.

19. மும்பை : கடத்தல் கூடாரமாக மாறியது ஏன்?

இந்தியாவில் கிரிமினல் நடவடிக்கைகளுக்கு உகந்த இடம் எது என்று பத்து கடத்தல்காரர்களிடம் கேட்டால் ஒன்பது பேர் பம்பாய் என்பார்கள். ஏன்?

1. பம்பாயின் பொருளாதாரம்

பிற நகரங்களோடு ஒப்பிடும்போது பம்பாயின் பொருளா தாரம் போஷாக்கானது. பம்பாய் ஒரு முக்கிய வர்த்தக நகரம் என்பதால் பணப் புழக்கம் அதிகம். உள்ளூர் கரன்ஸிகள் மாத்திரமல்ல, உலகிலுள்ள அனைத்து நாடுகளின் கரன்ஸிகளும் சர்வ சாதாரணமாக இங்கு புழங்கும். வர்த்தகம் எங்கு அதிகமோ அங்குதானே கடத்தலும் செழிப்புடன் வளரும்!

2. புவியியல் அமைப்பு

பம்பாயின் புவியியல் அமைப்பு குற்றவாளிகளுக்கு மிகவும் ஏற்றது. திரைமறைவு வேலைகள் செய்வது இங்கு சுலபம். ஒளிந்து கொள்வதும் சுலபம். தாராவி போன்ற அகண்டவெளியில் ஒருவர் ஒளிந்து கொள்வார் என்றால் அவரைக் கண்டுபிடிப்பது இயலாத காரியம். குற்றவாளிகள் ஒளிந்துகொள்ள யாருமற்ற காடுகள்தான் தேவை என்று கிடையாது. மும்பை என்கிற கான்கிரீட் காடு போதும். இந்தியாவில் வேறு எங்கும் இல்லாதபடி பம்பாயில் மட்டும் நிழலுலகத்தின் சாம்ராஜ்ஜியம் விருட் சத்தைப் போலப் படர்ந்துள்ளதற்கு இதுதான் காரணம்.

3. பம்பாய் துறைமுகம்

பம்பாய் என்றில்லை, உலகெங்கிலுமுள்ள பல துறைமுகங்கள் கடத்தல்காரர்களின் சொர்க்கபுரியாக இன்று வரையில் நீடிக்கிறது. இன்று நேற்றுல்ல, துறைமுகம் என்ற ஒன்று என்று உருவானதோ அன்றிலிருந்தே இதுதான் நிலைமை.

ஏன்? கொஞ்சம் விரிவாகப் பார்க்கலாம்.

பெரும்பயணம் மேற்கொள்ளும் கப்பல் ஊழியர்கள் எப்போதாவதுதான் தரையை வந்தடைகிறார்கள். அவர்களின் பெரும்பாலான வாழ்க்கை, கடல் பயணத்திலேயே கழிந்துவிடுகிறது. கப்பலில் அவர்களுக்குப் பொழுதுபோக்குகள் குறைச்சல். ஒரு வித இறுக்கமான சூழலிலேயே வாழ வேண்டிய கட்டாயம். ஆகவே கரையைத் தொடும்போதெல்லாம் அவர்களது உற்சாகம் கரைபுரண்டு ஓடத்தொடங்கிவிடும். இவர்களது தேவையை உணர்ந்தே துறைமுகத்தை ஒட்டிய பகுதிகளில் மது வியாபாரம் தொடங்கப்பட்டது. இதே காரணத்துக்காகத்தான் பாலியல் தொழிலும் ஆரம்பித்து வைக்கப்பட்டது.

கவனிக்கவும். இவை இரண்டுமே அரசாங்கத்தின் பார்வையில் படாமல் நடத்தப்பட வேண்டிய சங்கதிகள். அப்படியானால் இவற்றை யார் எடுத்து நடத்த முடியும்? பெரிய ஆள்கள்? சரி, ஆள்கள் இருக்கிறார்கள் என்றே வைத்துக் கொள்வோம். அவர்களைக் காவல்துறை மோப்பம் பிடித்து உள்ளே தள்ளிவிட்டால்?

ஆக, வியாபாரம் நடத்த ஆள்கள் தேவை, காவல்துறையின் குறுக்கீடு இல்லாமல் கவனித்துக் கொள்ள ஆள்கள் தேவை. மது, மாது போன்றவற்றைத் தங்கு தடையில்லாமல் சப்ளை செய்ய ஆள்கள் தேவை. மிக முக்கியமாக, இவை அனைத்தையும் ஒருங்கிணைக்க ஒரு தலைமை தேவை.

இங்குதான் தாதாக்கள் நுழைகிறார்கள். கரீம் லாலா, வரதராஜ முதலியார் தொடங்கி இன்றைய தாவூத் இப்ராஹிம் வரை அனைவரும் இதிலிருந்துதான் ஆரம்பித்தார்கள். அப்போது மது, மாது மட்டுமே தேவைப்பட்டது. இப்போது கூடுதலாக அபின், கஞ்சா, ஆர்.டி.எக்ஸ். தங்கம், வெள்ளி என்று தேவைகள் பெருகி விட்டன. முதலில் கப்பலில் பணி புரிந்த ஊழியர்களுக்காக மட்டுமே திரை மறைவு வேலைகள் செய்யப்பட வேண்டியிருந்தது. இப்போது இந்த வட்டம் விரிவடைந்து விட்டது.

அடிமட்ட ஆள்கள் முதல் மேல்தட்டு வர்க்கம் வரை போதை மருந்துகளை உட்கொள்ளும் ஆள்களின் எண்ணிக்கை நாளுக்கு நாள் அதிகரித்துக் கொண்டே போகிறது. அதே போலத்தான் ஆயுதங்களின் தேவைகளும். 'இன்ன ரகம், இன்ன அளவு, இத்தனை மணிக்குள் இத்தனை வேண்டும்' என்று ஆர்டர் கொடுப்பவர்கள் பெருகிக் கொண்டே போகிறார்கள்.

நிழலுலகை நம்பித்தான் இவர்கள் பிழைத்துக் கொண்டிருக்கிறார்கள். இவர்களை நம்பித்தான் நிழலுலகம் பிழைத்துக் கொண்டிருக்கிறது.

4. தாதாக்கள் இல்லாமல் வர்த்தகம் இல்லை

பம்பாயை அரசாங்கம், நிழலுலகம் இரண்டும் சரிக்கு சமானமாக நிர்வகித்து வருகின்றது. ஒருவர் வழியில் மற்றது குறுக்கிடாது. இது கிட்டத்தட்ட எழுதப்படாத ஓர் ஒப்பந்தம். நட்ட நடுப்பகலில் மோட்டார் சைக்கிளில் வந்து கடைக்குக் கடை கப்பம் வாங்கிச் செல்லும் சிறு தாதாக்களை இங்கு அநாயசமாகச் சந்திக்கலாம்.

ஒரு சின்ன பிஸினஸ் தொடங்க வேண்டும் என்றாலும்கூட நிழலுல கத்தின் உதவி கட்டாயம் தேவை. உங்கள் பிசினஸ் சட்டபூர்வமான ஒன்றாக இருந்தால், ஒரு தாதாவின் மிரட்டலிலிருந்து தப்பிக்க மற்றொரு தாதாவுக்கு கப்பம் கட்ட வேண்டியிருக்கும். சட்டத்துக்குப் புறம்பான பிசினஸ் என்றால் கேட்கவே வேண்டாம்.

பணம் அதிகம் புழங்கும் வர்த்தகங்களில் தாதாக்களின் பங்கு நிறையவே இருக்கும்.

உதாரணம் ரியல் எஸ்டேட், சினிமா.

20. யார்? ஏன்?

மும்பை நகருக்குக் குண்டுவெடிப்புகள் புதிது இல்லை.

பதிமூன்று ஆண்டுகளுக்குமுன், 1993 மார்ச் மாதத்தில், மும்பையின் பல பகுதிகளில், கிட்டத்தட்ட ஒரே நேரத்தில் வெடிகுண்டுகள் வெடித்தன. இந்தத் தொடர் குண்டு வெடிப்புகளில் 257 பேர் மரணமடைந்தார்கள், எழுநூறு பேருக்குமேல் காயம் அடைந்தார்கள். சுமார் இருபத்தேழு கோடி ரூபாய் மதிப்புள்ள சொத்துகள் சேதமாயின.

1993 மும்பைத் தொடர் குண்டுவெடிப்புகளை, உலகிலேயே அமைதிக் காலத்தில் நிகழ்ந்த மிகப் பெரிய தாக்குதல்* என்று குறிப்பிடுகிறார்கள். அதன் பிறகும், அடுத்தடுத்த பல தாக்குதல்கள் மும்பையை உலுக்கி இருக்கின்றன. கடந்த ஐந்து ஆண்டுகளில் மட்டும் ஆறு முறை தீவிரவாதக் குழுக்களின் தாக்குதலுக்கு இலக்காகியிருக்கிறது மும்பை.

டிசம்பர் 2, 2002 - காட்கோபர் (Ghatkopar) புறநகர் ரயில் நிலையத்துக்கு வெளியே ஒரு பேருந்தில் சக்தி வாய்ந்த குண்டு ஒன்று வெடித்தது. இதில் இருவர் கொல்லப் பட்டனர்; முப்பத்தியோரு பேர் காயமடைந்தார்கள்.

டிசம்பர் 6, 2002 - மும்பை மத்திய ரயில் நிலையத்தில் (சென்ட்ரல்) நிகழ்ந்த குண்டுவெடிப்பில் இருபத்தைந்து பேர் பாதிக்கப்பட்டார்கள்.

ஜனவரி 27, 2003 - விலெ பார்லெ (Vile Parle) ரயில் நிலையத்துக்கு வெளியே வெடித்த ஒரு குண்டால், முப்பது பேர் காயமடைந்தார்கள்.

மார்ச், 2003 - பெண்கள் ரயில் ஒன்று முலுந்த் (Mulund) ரயில் நிலையத்தினுள் நுழைந்து கொண்டிருந்தபோது ஒரு சக்தி

---

* பின்னர் 9/11 தாக்குதல் இந்த 'உலக சாதனை'(?)யை முறியடித்து விட்டது!

வாய்ந்த குண்டு வெடித்தது. இதில் பதினொரு பேர் கொல்லப்பட்டனர்; அறுபத்தைந்து பேர் காயமடைந்தார்கள்.

ஆகஸ்ட், 2003 - கேட்வே ஆஃப் இந்தியா (Gateway Of India) மற்றும் ஜவேரி பஜார் (Zaveri Bazaar) பகுதிகளில் இரண்டு ஆர்.டி.எக்ஸ். வகைக் குண்டுகள் வெடித்தன. இதில் நாற்பத்தியோரு பேர் கொல்லப் பட்டார்கள். 160 பேருக்கு மேல் காயமடைந்தார்கள்.

சென்ற வருடம் (2005) ஜூலை 7-ம் தேதி, லண்டன் ரயில்களில் குண்டு வைக்கப்பட்டதற்கும் இந்த மும்பைத் தொடர் குண்டுவெடிப்புகளுக்கும் பல ஒற்றுமைகள் இருப்பதாகத் தெரிவிக்கிறார்கள் நிபுணர்கள். அதனா லேயே, இது வெளிநாட்டுக் குழுக்களின் சதிவேலையாக இருக்கலாம் என்று எண்ணப்படுகிறது.

நீண்ட நாட்கள் அமைதியாக இருந்த சிவசேனைத் தொண்டர்களை மீண்டும் போராட்டக் களத்துக்கு அழைத்து வந்தது பால் தாக்கரேவின் மனைவி மீனாதாயின் சிலை அவமானப்படுத்தப்பட்ட விவகாரம்தான்.

மும்பை சிவாஜி பூங்காவில் மறைந்த மீனாதாய்க்கு ஒரு மிகப்பெரிய சிலை சிவசேனாவின் சார்பாக அமைக்கப்பட்டது. இந்தச் சிலையை ஜூலை 8, 2006 அன்று யாரோ விஷமிகள் சிலர் அவமானப்படுத்தி விட்டதாகச் செய்திகள் வெளியாயின. செய்தி காதில் விழுந்த அடுத்த நிமிடமே களத்தில் இறங்கிவிட்டனர் சிவசேனைத் தொண்டர்கள். அவர்களுக்கே வழக்கமான கலவர முறைகளான முஸ்லிம்களைத் தாக்குவது, கடைகளை உடைப்பது என்பன போன்ற நடவடிக்கைகளில் ஈடுபட ஆரம்பித்தனர்.

ஔரங்கபாத்-ஜல்னா சாலையில் மறியலில் ஈடுபட ஆரம்பித்தனர். மத்திய மும்பை உள்ளிட்ட பகுதிகளிலும், புறநகர் பகுதிகளிலும் வன்முறை வெடித்தது. பேருந்துகள் அடித்து நொறுக்கப்பட்டன. சுற்றுலாப் பயணிகளுடன் சென்று கொண்டிருந்த பேருந்து ஒன்றில் தீ வைக்கப்பட்டது. அருகில் இருந்த காவல் நிலையத்தை சிவசேனைத் தொண்டர்கள் முற்றுகையிட்டுத் தாக்கினர். மாநிலம் முழுவதும் கண்டன ஊர்வலம் நடந்தது. ஏகப்பட்ட பொதுமக்கள் தாக்குதலுக்கு ஆளானார்கள். பல இடங்களில் கல்வீச்சு சம்பவம் அரங்கேறியது.

சம்பவம் நடந்த இடத்தைப் பார்வையிட்ட பால் தாக்கரேவின் மகன் உத்தவ் தாக்கரே, சிலைக்கு அருகில் போலீஸ் பூத் ஒன்று இருந்தும் இந்தச் சம்பவம் நடக்காமல் தடுத்து நிறுத்த முடியவில்லை என்று குற்றம் சாட்டினார். சிவசேனையின் கூட்டணிக் கட்சியான பாரதிய ஜனதா, சம்பவத்திற்குக் காரணமானவர்களை உடனடியாகக் கைது

செய்ய வேண்டும் என கோரிக்கை விடுத்தது. மிகப் பெரிய அளவில் போராட்டத்தில் ஈடுபட்டது.

இவ்வாறு சிலை அவமானப்படுத்தப்பட்டதற்காக சிவசேனைகள் ஒருபக்கம் வீதியில் இறங்கிப் போராடிக் கொண்டிருக்க, மறுபக்கம் ஜூலை 11 அன்று மீண்டும் மும்பையில் தொடர் குண்டுவெடிப்புகள் நடைபெற்றன. ரயில் பெட்டிகளில் வெடித்த குண்டுகள்.

இந்தமுறை மும்பை குண்டுவெடிப்புகளைத் தொடர்ந்து மதக் கலவரங்கள் ஏதும் நடக்காதது பெரிய நிம்மதி. எனினும், வெகு ஜனப் போக்குவரத்தை வலுக்கட்டாயமாகத் தடுத்து நிறுத்தி, சம்பாதிக்கும் வர்க்கத்தைச் சேர்ந்த பெரும்பான்மையினரை பயத்தில் மூழ்கடித்து முடக்குவதுதான் தீவிரவாதிகளின் நோக்கம் என்றால், மும்பையில் அது கச்சிதமாக நிறைவேறிவிட்டது என்றுதான் சொல்லவேண்டும்.

மறுநாளே ரயில்கள் பழையபடி ஓட ஆரம்பித்துவிட்டன, மும்பை வாசிகள் அலுவலகங்களுக்குச் செல்லத் தொடங்கிவிட்டார்கள் என்று சமாதானங்கள் சொல்லிக் கொண்டாலும், மும்பையில் எப்போதும் இல்லாத அதிசயமாக, காலியான ரயில் இருக்கைகளைப் பார்க்க முடிகிறது. பக்கத்தில் யாரும் இல்லாமல் ஒரு வாழைப்பழத் தோல் கீழே கிடந்தால்கூட, பயந்து அலறி ஓடுகிறார்கள் பயணிகள்.

இந்தக் குண்டுவெடிப்புகளை நேரில் பார்த்தவர்கள், அதைச் சந்திக் காமல் தப்பிவிட்டவர்கள் என்று எல்லோரும், இனிமேல் ரயிலில் பயணம் செய்வது பாதுகாப்பானதுதானா என்று முதல் முறையாக யோசிக்கத் தொடங்கியிருக்கிறார்கள்.

ஒருவேளை, இந்தக் குண்டுகளை வைத்தவர்கள் யார் என்று உடனடியாகக் கண்டறிந்து காவல்துறையினர் அவர்களைக் கைது செய்திருந்தால், கொஞ்சமாவது பயம் குறைந்திருக்கும். அதற்கும் வழியில்லாதபடி, சம்பவம் நடந்து பல நாள்களான பிறகும், இவர்கள் தான் இதில் பங்கேற்றவர்கள் என்று யாரையும் உறுதியாகச் சொல்ல முடியாமல் திணறியது உளவுத்துறை.

இதற்கு முக்கியமான காரணம், குண்டுகள் வெடிக்கத் தொடங்கிய அதே நேரத்தில், மும்பையில் மழை பொழியத் தொடங்கியிருந்தது. இதனால் மீட்புப் பணிகள் பாதிக்கப்பட்டது ஒருபக்கமிருக்க, வெடித்த குண்டு எவ்வகையானவை, எப்படி வெடிக்கப்பட்டன என்பதுபோன்ற முக்கியமான தடயங்கள் இந்த மழையால் பாழாகிவிட்டன.

அதுமட்டுமின்றி, குண்டுவெடிப்பு நிகழ்ந்த எந்தப் பகுதிக்கும், காவல்துறை உடனடியாகச் செல்லவில்லை. அந்தந்தக் காவல் நிலையங்களில் எப்போதும் பாதுகாப்புக்கு இருக்கும் சில ரயில்வே

காவல் படையினர்கூட, சம்பவ இடங்களில் தடயங்களைக் கண்டறிவதற்கு எந்தவிதமான முயற்சிகளையும் எடுத்ததாகத் தெரியவில்லை.

ஆகவே, மழையோடு சேர்ந்து, மீட்புப் பணிகளில் ஈடுபட்டிருந்த மக்களும்கூட, சில முக்கியமான தடயங்களைத் தெரியாமல் அழித்திருக்கக்கூடும். குண்டு வைத்தவர்களே மக்களோடு மக்களாகக் கலந்து, இதைச் செய்திருக்கிற வாய்ப்புகளும் உண்டு.

இதுபோன்ற சந்தர்ப்பங்களில், வெடிகுண்டுகளைக் கண்டறிந்து அழிக்கும் படைக்குதான் (Bomb Detection and Disposal Squad) உடனடியாகத் தகவல் தரப்பட வேண்டும். தாக்குதலுக்குள்ளான ரயில்களில் ஒருவேளை வேறு வெடிகுண்டுகள் இருந்திருந்தால், மீட்புப் பணியில் ஈடுபட்டிருந்தவர்களும் அதனால் பாதிக்கப்பட்டிருப்பார்கள்.

ஆனால், இந்தத் தொடர் குண்டுவெடிப்புகளில், வெடிகுண்டுகளைக் கண்டறிந்து அழிக்கும் படை சம்பவ இடங்களுக்குச் செல்வதற்கு மிகவும் தாமதமாகிவிட்டது. இதனால், தாக்குதலுக்குப் பயன்படுத்தப் பட்ட குண்டுகளைப் பற்றிய எந்தத் தகவல்களையும் அறிந்து கொள்ள முடியாமல் உளவுத்துறையும் காவல்துறையும் திணறின.

அன்று மாலை, 'யார் குண்டு வைத்தார்கள்? என்ன மாதிரியான குண்டு? எப்படி வெடித்தார்கள்?' என்று நிருபர்கள் அடுக்கடுக்காக முன்வைத்த எந்தக் கேள்விக்கும் மாநில காவல்துறைத் தலைவரால் பதில் சொல்ல முடியவில்லை. 'இப்போதைக்கு, காயமடைந்தவர்களுக்கு உடனடி மருத்துவ வசதி, நிவாரணம் தருவதற்கான ஏற்பாடுகளில்தான் நாங்கள் அதிகக் கவனம் செலுத்துகிறோம்' என்றுதான் மழுப்பிக் கொண்டிருந்தார் அவர்.

அதன்பிறகும், ரயில்வே அமைச்சர் லாலு பிரசாத் யாதவ் உள்பட, பெருந்தலைகள் யாரும், இந்தத் தொடர் குண்டுவெடிப்புகளுக்குக் காரணகர்த்தா யார் என்பது பற்றி வாயைத் திறக்கவே இல்லை. மறுநாளே தொலைக்காட்சியில் பேசிய பிரதமர் மன்மோகன் சிங்கூட, 'இந்தியாவை இதனாலெல்லாம் அசைத்துவிட முடியாது' என்று பொத்தாம் பொதுவாக நுனிப்புல் மேய்ந்து கொண்டிருந்தார்.

எனினும், இந்தக் குண்டுவெடிப்பு விஷயத்தில் ஆரம்பத்தில் இருந்தே, 'லஷ்கர்-ஈ-தொய்பா' (Lashkar-e-Toiba) மற்றும் 'சிமி' (SIMI - Student Islamic Movement of India) ஆகிய இரு இயக்கங்களின் மீதுதான் காவல்துறையின் சந்தேகங்கள் குவிந்திருக்கின்றன. ஆனால், இவர்கள்தான் செய்தார்கள் என்று உறுதியாக நிரூபிப்பதற்கான எந்த ஆதாரமும் அவர்களுக்குக் கிடைக்கவில்லை.

‘லஷ்கர்-ஈ-தொய்பா’ என்றால், பெர்ஷிய மொழியில் ‘தூய்மையான வர்களின் ராணுவம்’ என்று அர்த்தம். 1990-ம் ஆண்டு பாகிஸ்தானில் தொடங்கப்பட்ட இந்த அமைப்பு, பெரும்பாலும், இந்தியாவின் ஜம்மு - காஷ்மீர் பகுதிகளில்தான் இயங்குகிறது. அல்-காயிதா (Al-Qaeda) அமைப்பிடம் நேரடிப் பயிற்சி பெற்ற லஷ்கர் உறுப்பினர்கள், அதனிடமிருந்து ஆயுத உதவிகளையும் பெற்று வருகிறார்கள்.

தங்களுடைய முதல் நோக்கம் காஷ்மீர் விடுதலைதான் என்று லஷ்கர்-ஈ-தொய்பா சொல்லிக் கொண்டாலும், அதற்கான கவன ஈர்ப்பை, காஷ்மீருக்கு வெளியேயும் பெறலாம் என்பதில் அவர்களுக்கு எந்தவிதத் தயக்கமும் இல்லை.

உதாரணமாக, கடந்த சில ஆண்டுகளில் டில்லி செங்கோட்டை, பாராளு மன்றக் கட்டடம், மும்பை கேட்வே ஆஃப் இந்தியா, அயோத்தி ராமர் கோயில் என்று பல இடங்களில் தனது திட்டமிட்ட தாக்குதல்களை வெற்றிகரமாக அரங்கேற்றி இருக்கிறது லஷ்கர்-ஈ-தொய்பா. ஆகவே, அவர்கள் மும்பையில் குண்டு வைக்க மாட்டார்கள் என்று நம்புவதற்கில்லை.

ஆனால், டெல்லியிலும் மும்பையிலும் இப்படி குண்டு வெடிப்பதால் லஷ்கருக்கு என்ன லாபம்? அதற்கும், காஷ்மீருக்கும் என்ன சம்பந்தம்?

எழுபதுகளில் பாலஸ்தீன் - இஸ்ரேல் பிரச்னையைப் பரவலாக உலக கவனத்துக்குக் கொண்டு செல்வதற்காக, ‘ப்ளாக் செப்டம்பர்’ (Black September) என்ற ஒரு தீவிரவாத அமைப்பு 1972 மியூனிச் (Munich) ஒலிம்பிக் போட்டிகளின்போது இஸ்ரேல் வீரர்களைக் கடத்திச் சென்று சுட்டுக் கொன்றது நினைவிருக்கிறதா?

கிட்டத்தட்ட அதேமாதிரிதான், மும்பையில் வெடி வைத்தால், நாடு முழுதும் ‘யார் இந்த லஷ்கர்? எதற்காக இப்படி குண்டு வைக்கிறார்கள்?’ என்று விசாரிப்பார்கள், காஷ்மீர் பிரச்னை தொடர்பாக இந்தியா - பாகிஸ்தான் பேச்சுவார்த்தைகள் நடந்து கொண்டிருக்கும் போது, இதுமாதிரியான கவன ஈர்ப்பு, லஷ்கருக்கு மிகவும் அவசியம்.

போதாக்குறைக்கு, மும்பை குண்டுவெடிப்புச் சம்பவங்கள் நிகழ்ந்த சூட்டிலேயே, ‘இதெல்லாம் மனிதத்தன்மையற்ற தாக்குதல், இதிலெல்லாம் நாங்கள் ஈடுபடமாட்டோம்’ என்று முந்திக் கொண்டு அறிவித்திருக்கிறது லஷ்கர்-ஈ-தொய்பா. இது போன்ற அவசரக் குடுக்கை அறிக்கைகளால், அவர்கள் மீது சந்தேகம்தான் கூடுகிறது.

காரணம், எந்தத் திட்டத்தை நிறைவேற்றி முடித்தாலும், அடுத்த நிமிடம், ‘எங்களுக்கும் இதற்கும் எந்தச் சம்பந்தமும் இல்லை’ என்று ஓர் அறிக்கை வெளியிட்டுவிடுவது அல்-காயிதாவின் ஸ்டைல்.

அவர்களிடம் பயிற்சி பெற்ற லஷ்கரும், சம்பவத்தை விசாரிக்கும் உளவுத் துறையினரைக் குழப்புவதற்காகவே இப்படிப் பேசிவிட்டு வேடிக்கை பார்க்கிறது என்றுதான் நிபுணர்கள் கணிக்கிறார்கள்.

அடுத்ததாக, சிமி. இந்திய, இஸ்லாமிய மாணவர் இயக்கம் என்பதன் சுருக்கம்தான் சிமி. 1977-ல் இந்த இயக்கம் தோற்றுவிக்கப்பட்ட போதிலிருந்து, இதன் மீது காவல்துறையினருடைய சந்தேகக் கண் விழுந்தபடி இருக்கிறது. பல தீவிரவாதத் தாக்குதல்களுக்கு சிமி உதவியிருக்கிறது என்கிற சந்தேகங்கள், ஆதாரங்கள், குற்றச் சாட்டுகளின் அடிப்படையில், பல்வேறு சந்தர்ப்பங்களில் இந்த இயக்கம் தடை செய்யப்பட்டிருக்கிறது. அதன் உறுப்பினர்கள் கைது செய்யப்பட்டிருக்கிறார்கள்.

ஆனால், 'சிமி'யின் பழைய வரலாறைப் பார்க்கிறபோது, இதுவரை அவர்கள் இந்தியாவில் பெரிய அளவில் எந்தத் தாக்குதலையும் நடத்தி வெற்றியடைந்ததாகக் தகவல்கள் இல்லை. பல சந்தர்ப்பங்களில், வேறு இயக்கங்களின் தாக்குதல்களுக்கு உதவியாகச் செயல்பட்டிருக் கிறார்களே தவிர, இது போன்ற ஒரு தொடர் குண்டுவெடிப்பைக் கச்சிதமாகத் திட்டமிட்டு நடத்தி முடிக்கும் அளவுக்கு 'சிமி' பலமான இயக்கம் இல்லை.

கிட்டத்தட்ட இதே காரணத்துக்காக, பத்திரிகைகளும் இதர ஊடகங்களும் முன்வைக்கும் இன்னொரு முக்கியமான ஊகத்தையும் நாம் ஒதுக்க வேண்டியிருக்கிறது.

இந்தக் குண்டுவெடிப்புகளுக்கு முந்தைய வாரம்தான், 'சிவாஜி பார்க்' பகுதியிலிருந்த சிவசேனா தலைவர் பால் தாக்கரேயின் மனைவி சிலையைச் சிலர் அவமானப்படுத்தினார்கள். அதனால் ஏற்பட்ட கலவரம் அப்போதுதான் குறையத் தொடங்கியிருந்தது.

இப்படி முந்தைய வாரத்தில் மும்பையில் நடைபெற்ற இரண்டு வன்முறைச் சம்பவங்களையும் சுட்டிக்காட்டி, அவற்றின் எதிர் வினையாகதான் இந்தக் குண்டுவெடிப்புகள் நிகழ்த்தப்பட்டிருக் கின்றன என்று சில ஊடகங்கள் தெரிவித்தன.

ஆனால், பிரிட்டனைச் சேர்ந்த உளவுத்துறை நிபுணர் ரிச்சர்ட் பென்னெட் (Richard M Bennett), 'இந்தத் தாக்குதல்களைத் திட்ட மிட்டவர்கள், நிச்சயம் இந்தியர்கள் இல்லை' என்கிறார். 'இந்தியாவில் காஷ்மீரிலோ, அதற்கு வெளியிலோ இயங்கும் தீவிரவாதக் குழுக்கள் எவற்றுக்கும், இப்படி ஒரு பெரிய, சிரமமான திட்டத்தைத் துளி பிசிறில்லாமல், நினைத்தபடி நடத்தி முடிக்கிற திறமையும் தகுதியும் இல்லை' என்பது அவருடைய கருத்து.

கடந்த சில ஆண்டுகளாகவே அல்-காயிதா அமைப்பு சுற்றுலாப் பயணிகள் அதிகம் வந்து செல்லும் இடங்களையும் (உதாரணம்: பாலி, இஸ்தான்புல் தாக்குதல்கள்), போக்குவரத்துக் கட்டமைப்புகளையும் (உதாரணம்: லண்டன், மாட்ரிட் தாக்குதல்கள்) குறிவைத்துத் தாக்கி வருகிறது. அந்த வரிசையில் மும்பை தாக்குதலும் இருக்க வாய்ப்புண்டு.

ஆகவே, ஒருவேளை லஷ்கர் அல்லது சிமி-யைப் பயன்படுத்திக் கொண்டு, வேறு யாரேனும் இந்த குண்டுவெடிப்புகளைச் செய்து முடித்திருக்கலாம் என்கிற கோணத்திலும் விசாரணை முடுக்கப்பட்டது. உள்ளூர் அரசியல்வாதிகளில் தொடங்கி, முந்தைய (1993) குண்டு வெடிப்புகளின் சூத்திரதாரியான தாவூத் இப்ராஹிம் வரை பலர்மீது சந்தேக வெளிச்சம் விழுந்தது.

இதைத் திட்டமிட்டவர்கள் யாராக இருந்தாலும், உள்ளூர்க்காரர்களின் துணை இல்லாமல், இப்படியொரு திட்டத்தை நிறைவேற்றியிருக்க முடியாது என்பதால், மும்பைக் காவல்துறை தடயங்களைத் தேடித் தீவிரமான விசாரணைகளில் இறங்கியது.

ஆனால், சர்வதேச அளவில் இதற்குமுன் இதுபோன்ற தொடர் குண்டு வெடிப்புகள் நிகழ்த்தப்பட்டிருக்கும் விதங்களை ஆராய்ந்து பார்க்கிற போது, இந்தப் புலனாய்வு அத்தனை சுலபத்தில் முடிந்துவிடுவதற்கான சாத்தியங்கள் மிகக் குறைவு. லஷ்கர் உதவியுடன் சிமி அமைப்பினர் மேற்கொண்ட நடவடிக்கை இது என்று பெரும்பாலான காவல் துறையினரும் அரசியல்வாதிகளும் மீடியாவும் சொன்னபோதிலும் அதைத் தாண்டியும் இதன் வேர்கள் ஊடுருவியிருக்கும் சாத்தியங்கள் இருப்பதை மறுப்பதற்கில்லை.

காரணம், ஏழு இடங்களில் குண்டு வைப்பது என்று முடிவு செய்தவர்கள் யாராக இருப்பினும், இதற்காகக் குறைந்தது ஏழு குழுக் களையாவது பயன்படுத்தியிருப்பார்கள். ஒட்டுமொத்தத் திட்டத்தின் ரகசியத்தன்மையைக் காப்பாற்றுவதற்காக, இவற்றில் எந்தக் குழுவுக்கும், மற்றவர்களைப் பற்றித் தெரிந்துவிடாதபடி கவனமாகப் பார்த்துக் கொண்டிருப்பார்கள்.

இதனால், ஒருவரை வைத்து இன்னொருவரைப் பிடித்துவிடலாம் என்கிற வழக்கமான துப்பறியும் கதைகளெல்லாம் இங்கே உதவாது. குண்டுவெடிப்புகள் நிகழ்ந்தவுடன், சம்பவ இடங்களில் தடயங்களைச் சட்டென்று கைப்பற்றாத பிழைக்கு, மும்பைகாவல்துறை மிகப் பெரிய விலை கொடுக்க வேண்டியிருக்கும்.

இதனிடையே, இரண்டு தீவிரவாதக் குழுக்களின் அறிக்கைகள் இங்கே பெரிய பரபரப்பை உண்டாக்கின.

முதலாவதாக, மும்பை தொடர் குண்டுவெடிப்புகளைப் பற்றி மகிழ்ச்சி தெரிவித்து அறிக்கை வெளியிட்டிருக்கிறது அல்-காய்தாவின் ஜம்மு காஷ்மீர் பிரிவு. சமீபத்தில் அமெரிக்க அதிபர் ஜார்ஜ் புஷ் இங்கே வந்து சென்றது தொடங்கி, பல விஷயங்களில் தொடர்ந்து இந்தியாவுக்கு எதிரான நிலைப்பாடை எடுத்துவரும் அல்-காயிதா, 'இந்தக் குண்டு வெடிப்பைச் சிறப்பாகச் செய்து முடித்தவர்களைப் பாராட்டுகிறோம்' என்று இந்த அறிக்கையில் புளகாங்கிதம் அடைந்திருப்பதையும், 'இந்தியாவில் சிறுபான்மையினர் ஒடுக்கப்படுவதற்கு எதிரான எச்சரிக்கை இது' என்று முழங்கியிருப்பதையும் பார்க்கும்போது, இந்தியாவில் அவர் களுடைய வருங்கால நோக்கங்கள் குறித்து திகில் உண்டாகிறது.

இதே போல், தொடர் குண்டுவெடிப்புகள் நடந்து ஐந்து நாள்களுக்குப் பிறகு, அவ்வளவாக அறியப்படாத 'லஷ்கர்-ஈ-குவாகார்' (Lashkar-e-Qahhar) என்ற தீவிரவாதக் குழு, 'இந்தத் தாக்குதலைத் திட்டமிட்டு நடத்தியது நாங்கள்தான்' என்று பொறுப்பேற்றுக் கொண்டது.

இந்த லஷ்கர்-ஈ-குவாகார் அமைப்புக்கு அல்-காயிதா, லஷ்கர்-ஈ-தொய்பா போன்ற அமைப்புகளுடன் தொடர்பு உண்டு என்று சொல்லப்படுகிறது. ஏற்கெனவே 2006 மார்ச்சில் வாரணாசியில் நடைபெற்ற தாக்குதலுக்குப் பொறுப்பேற்ற குழு இது.

'ஆஜ் தக்' (Aaj Tak) என்ற ஹிந்தித் தொலைக்காட்சி சேனலுக்கு இந்த அமைப்பினர் எழுதியுள்ள மின்னஞ்சலில், தங்கள் குழுவைச் சேர்ந்த பதினாறு பேர்தான் இதைச் செய்தார்கள் என்று ஒப்புக் கொண்டு, காஷ்மீர் விடுதலைப் போராட்டத்துக்கு ஆதரவாக இந்த நடவடிக்கையில் ஈடுபட்டதாகக் குறிப்பிட்டுள்ளது.

ஆனால், இப்படி ஒரு தாக்குதலைச் செய்து முடிக்கிற திறமையோ, பலமோ லஷ்கர்-ஈ-குவாகாருக்கு உண்டா என்பது உறுதி செய்யப் படாத சூழலில், இதுவும் ஒரு திசை திருப்புகிற முயற்சியாக இருக்கலாம் என்றுதான் நம்ப வேண்டியிருக்கிறது.

மும்பை குண்டுவெடிப்புகள் பற்றிய புலனாய்வு முழுமையாக நடை பெற்று முடியும் வரை (அல்லது அதற்குப் பிறகும்கூட) இதற்குச் சூத்திர தாரிகள் யார் என்கிற விஷயம் உறுதி செய்யப்பட வாய்ப்பில்லை. எனினும், இந்தத் தாக்குதல்களை ஓர் எச்சரிக்கையாக எடுத்துக் கொண்டு, உள்நாட்டுப் பாதுகாப்பு ஏற்பாடுகள் அனைத்தையும் ஆய்வு செய்ய வேண்டியது இப்போதைய உடனடித் தேவை.

'கடந்த சில ஆண்டுகளாகவே, மும்பை ஒரு பெரிய வெடிகுண்டின் மீதுதான் இயங்கிக் கொண்டிருந்தது' என்று பத்திரிகைகள் எழுதுகின்றன. அது இப்படித் தீவிரமாக வெடித்துச் சிதறப் போகிறது

என்பதை உளவுத்துறையோ, காவல்துறையோ கண்டறிந்து, தடுப்பு நடவடிக்கைகள் எடுக்காதது ஒரு மிகப் பெரிய தோல்வி.

இப்போதாவது விழித்துக் கொண்டு மற்ற நகரங்கள், மாநிலங்களிலும் நிலைமை இந்த அளவு தீவிரமடைந்து விட்டதா என்று சோதித்து, ஆம் எனில், அதற்கு எதிரான துரித நடவடிக்கைகளை மத்திய, மாநில அரசுகள் தூண்டிவிடவேண்டும்.

இல்லாவிட்டால், இப்போது மும்பை ரயில்களில் நடந்தது, நாளைக்கு தில்லி மெட்ரோக்களில் நடக்கலாம், சென்னை ரயில்களில் நடக்கலாம், பெங்களூரின் மென்பொருள் நிறுவனங்களில் நடக்கலாம், வேறு எங்கெல்லாம் மக்கள் அதிகம் கூடுகிறார்களோ, அங்கெல்லாம் வெவ்வேறு காரணங்களுக்காக குண்டுகள் வெடிக்கலாம். தீவிர வாதத்தின் கோரக் கரங்களுக்கு வானம்கூட எல்லையில்லை.

பிற்சேர்க்கை

சோட்டா ராஜன் :

நிழலுலகில் தாவூதுக்கு அடுத்தபடியாகச் செல்வாக்கு கொண்டவன் சோட்டா ராஜன். ராஜேந்திர சதாஷிவ் நிகல்ஜி (Rajendra Sadashiv Nikhalje) என்பது உண்மையான பெயர். ஆனால் உருவத்தில் குள்ளமாக இருப்பதால் சோட்டா ராஜன் என அழைக்கப்பட்டான். பம்பாயின் செம்பூரில் சினிமாவில் பிளாக் டிக்கெட் விற்பவனாகத் தன் தொழிலை ஆரம்பித்தான். பின் கள்ளச்சாராயம் விற்றான். இவனுக்கு, மற்ற தொழில்கள் சொல்லிக் கொடுக்கும் குருவாக ராஜன் நாயர் என்ற படா ராஜன் கிடைத்தான். படா ராஜன் கோஷ்டியினர் ஆயுதங்களைக் கையாள்வதில் திறமை வாய்ந்தவர்கள். படா ராஜன் என்ற ராஜன் நாயரிடம் கள்ளச்சாராயம் விற்பவனாக சேர்ந்தான். பின்னர் ராஜன் நாயர் கொலை செய்யப்பட்ட பின் கூட்டத்தின் தலைவனானான்.

ஒவ்வொரு கோஷ்டிக்கும் எதிர்கோஷ்டி உண்டென்பது நிழலுலகில் எழுதப்படாத விதி. படா ராஜனுக்கு, சூதாட்டத் தொழில் நடத்தி வந்த யஷ்வந்த் ஜாதவ் கோஷ்டியினருடன் எப்போதுமே தகராறு உண்டு. அக்கோஷ்டியின் அப்துல் குஞ்சு, படாராஜனைக் கொன்று விட்டான். தன் குருவைக் கொன்றவர்களைச் சோட்டா ராஜன் அதிரடியாகப் பழிவாங்கினான். நிழலுலகமே சோட்டா ராஜனைத் திரும்பிப் பார்த்தது. தாவூத், சோட்டா ராஜனைத் தன்னுடன் சேர்த்துக் கொண்டான். சோட்டா ராஜனுக்கு தாவூத் முதலில் ஒரு கொலை ப்ராஜெக்ட் கொடுத்தான்.

நாயக்குக்கும் தாவூதின் கூட்டாளி ஒருவனுக்குமே ஏற்பட்ட நிலத்தகராறைத் தீர்க்கும் விதமாக, நாயக்கையே தீர்க்கும் வேலை சோட்டா ராஜனுக்கு வழங்கப்பட்டது. சோட்டா ராஜன் சமயோசிதமாக ராமா நாயக் பற்றி போலீஸில் தகவல் கொடுக்க போலீஸ் அவனை சலூனில் சுட்டுக் கொன்றது.

ஆள்கடத்தல், போதைக் கடத்தல், சினிமா தயாரிப்புக்குப் பணம் கொடுத்தல் போன்ற தொழில்களில் ஈடுபட்ட இவன் மேல் பதினேழு கொலை வழக்குகள், ஏழு கொலை முயற்சி வழக்குகள் உள்ளன. 1988-ல் இந்தியாவிலிருந்து தப்பி துபாய்க்குச் சென்றான். இன்டர்போல் என்னும் சர்வதேசக் காவல் துறை நெட் ஒர்க் இது விஷயத்தில் இயங்க ஆரம்பித்ததும் துபாயிலிருந்து மலேசியாவுக்குத் தப்பினான்.

தாவூதுக்கு மிக நம்பகமான உதவியாளனாக இருந்த சோட்டா ராஜன் பின் தாவூதுக்கே தலைவலியாக உருவெடுத்தான். மும்பை குண்டுவெடிப்புக்குப் பின் தாவூத், சோட்டா ராஜன் மோதல் ஏற்பட்டது. காரணம் மதம்தான். இந்துவான ராஜனுக்கும், முஸ்லிமான தாவூதுக்கும் பாபர் மசூதி, மும்பை மதக்கலவரங்கள் போன்ற சம்பவங்களால் மோதல்கள் ஏற்பட்டன.

குண்டுவெடிப்பில் சம்பந்தப்பட்ட பலரை, தாவூதின் நம்பிக்கைக்குரிய பலரை சோட்டா ராஜன் கொன்றான். இந்த இருவருக்கும் ஏற்பட்ட மோதல்களால் போலீசுக்குத்தான் லாபம். ஒருவரையொருவர் அழித்துக் கொண்டனர், ஒருவர் பற்றி ஒருவர் போலீசுக்குத் தகவல் தெரிவித்தனர். அதன் பின் ஹேமந்த், ரவி, ஹரீஷ் என துளு மொழி பேசும் பூஜாரிகள் சேர்ந்து ஒரு கோஷ்டியும், விக்கி மல்ஹோத்ரா ஒரு கோஷ்டியும் ஆரம்பித்தனர்.

சோட்டா ராஜனைக் கொல்லும் பொறுப்பு ஷோயிப் கானிடம் கொடுக்கப் பட்டது. ஷோயிப் கான், போலூ என்பவனிடம் வேலையைக் கொடுத்தான். போலூ தாவூதுக்காகப் பல ஒப்பந்தக் கொலைகள் செய்தவன். அல்-ஜுல்பிகர் (Al-Zulfikar) தீவிரவாத அமைப்பைச் சேர்ந்த கூலிப்படையினர் மூன்று பேரை ஏவினான். அவர்கள் ஏற்கெனவே பல்வேறு வழக்குகளில் சிக்கியிருப்ப வர்கள். சோட்டா ராஜன் 'ரா'வுடன் சேர்ந்து தாவூதின் கோஷ்டியினரைக் கொல்கிறான் என்பதால் அவனைக் கொன்றால் நிறைய சன்மானமும் வழக்குகளிலிருந்து வெளிவர ஏற்பாடும் செய்யப்படுமென கூறப்பட்டது. பாகிஸ்தான் ஒற்றர் படையின் முன்னாள் ஏஜெண்டுகள் சிலரும் உதவினார்கள்.

சோட்டா ராஜன் பாங்காக்கில் ஒரு குறிப்பிட்ட இடத்தில் தன் நம்பிக்கைக்குரிய வலது கையான ரோஹித் வர்மாவின் வீட்டில் இருப்பது கண்டுபிடிக்கப்பட்டது. கொலைத் திட்டமும் தீட்டப்பட்டது. (ரோஹித் வர்மாதான் காட்டிக் கொடுத்தான் என்பது பின்பு தெரிந்தது.)

குறிப்பிட்ட நாளில், வர்மா வீட்டில் சினிமாவில் வரும் காட்சிகளைப் போல மோதல் நடந்தது. அதில் ரோஹித் வர்மாவும் அவனது மனைவியும் சுட்டுக் கொல்லப்பட்டனர். அந்தக் கூலிப் படையினர் உள்ளே புகுந்து ஒவ்வொரு அறையாகச் சோட்டா ராஜனைத் தேடினர். ஒரு பூட்டிய அறையில் அவனிருப்பதை அறிந்து குண்டுகளால் துளைத்தெடுத்தனர்.

குண்டுகளால் தாக்கப்பட்ட ராஜன், குளியலறை சன்னல் வழியாக வெளியே குதித்துத் தப்பினான். போலீஸார் வரும் வரை, குப்பைத் தொட்டி ஒன்றில் ஒளிந்து கொண்டிருந்தான். பின் பாங்காக் மருத்துவமனையில் அனுமதிக் கப்பட்டான். சிகிச்சை பெற்ற பின் காவலாளிகளுக்கு அதிகமான லஞ்சம் கொடுத்து விட்டு அங்கிருந்து தப்பினான். ராஜனைக் கொல்ல முடியாமல் அந்தக் கூலிப் படையினர் பாகிஸ்தானுக்குத் திரும்பினர். சோட்டா ராஜன் தற்போது கனடாவின் கல்கேரியில் (Calgary) இருப்பதாக நம்பப்படுகிறது.

அருண் காவ்லி:

அருண் காவ்லி - ஒரு மில் தொழிலாளியின் மகன். - தாக்டி சாவல், (Dagdi Chawl), என்ற மத்திய மும்பைப் பகுதியில் தன் மாஃபியா வாழ்க்கையைத் தொடங்கியவன். பதினைந்து வருடங்கள் தாதா வாழ்க்கை தந்த செல்வாக்கால் அகில் பாரதிய சேனா (ABS) என்ற கட்சியை ஆரம்பித்து இப்போது அப்பகுதியின் சட்டப்பேரவை உறுப்பினராக உள்ளான்.

ஆரம்பத்தில் தாவூத் இப்ராஹிம் கோஷ்டியிலிருந்த காவ்லி, அங்கிருந்து வெளியேறிய பின் தனக்கென தனி சாம்ராஜ்ஜியத்தை அமைத்துக் கொண்டான். தேர்தல் நேரத்தில் தாக்டி சாவலில் உள்ள கால்பந்து கழகத்தினர் அப்பகுதி சட்டமன்ற உறுப்பினரான சிவசேனா கட்சியின் மோகன் ராவாலேயிடம் ஜிம் கட்ட இருபத்தைந்து ஆயிரம் ரூபாய் கேட்டனர். அவர் பத்தாயிரம் ரூபாய் கொடுத்தார். அவர்கள் காவ்லியிடம் நிதி கேட்டுச் சென்றனர். அவர் இரண்டு லட்ச ரூபாய் கொடுத்தான்.

'இந்தத் தொகுதி மக்களெல்லாம் எனக்குத்தான் ஓட்டுப் போடணும்' என்ற அன்புக் கட்டளையும் இட்டான். அடுத்த வாரம் அப்பகுதி மக்கள் தேர்தல் பிரசாரத்துக்கு வந்த சிவசேனா கட்சியினரை உள்ளே விடவே இல்லை. பணபலத்தால் மக்களிடையே செல்வாக்கு பெற்ற காவ்லி, தேர்தலில் எளிதாக வெற்றி பெற்றான். இளைஞர்களால் செல்லமாக 'டேடி' (Daddy) என அழைக்கப்படும் இவரை அப்பகுதி மக்கள் எவ்விதத்திலும் விட்டுக் கொடுப்பதில்லை.

சுரேஷ் என்ற பப்பு கலானி: (Pappu Kalani)

ஒவ்வொரு செவ்வாய்க்கிழமையும் உல்ஹாஸ் நகரில் (Ulhas nagar) ஓரிரு கொலைகள் விழுந்து கொண்டிருந்த காலம் உண்டு. காரணம் பப்பு கலானி. தாவூத் கோஷ்டியில் முதலில் இருந்த பப்பு கலானி, இப்போதுகூட தாவூதின் ஆதரவாளர்தான். வடகிழக்கு மும்பையின் சிந்தி தொகுதியில் நான்கு முறை தொடர்ந்து எம்.எல்.ஏ.வாகத் தேர்ந்தெடுக்கப்பட்டுள்ளார். அதுவும் இரண்டு முறை ஜெயிலில் இருந்தபடியே ஜெயித்திருக்கிறார். உல்ஹாஸ் நகரை டெக்ஸ்டைல்ஸ், எலக்ட்ரானிக் முதல் அப்பளம் வரை தயாரிக்கும் தொழில் நகரமாக மாற்றியுள்ளார்.

'ஏன் பயப்படணும்? அவரு மேல உள்ள வழக்குகள் எல்லாம் அவரோட சொந்த விஷயங்கள். அது எங்களுக்குத் தேவையில்லை. அது எங்களைப் பாதிக்கப் போறதில்லை.' - கலானியைப் பற்றி அவர் தொகுதியில் உள்ள ஒருவர்.

ஹிதேந்திர தாகூர் (Hitendra Thakur):

1992 முன் வரை தாவூதின் படைத் தளபதி. இப்போது மக்கள் பிரதிநிதி.

‘ஏதாவது மீட்டிங் இருந்தாலொழிய நான் மக்களைச் சந்திக்காம இருக்கறதே இல்லை. எல்லாருக்கும் நிறைய வேலைகள், வசதிகள் செய்து கொடுக்கிறேன். நான் ஒவ்வொருவருக்கும் அறிமுகமானவன். என் தொகுதி மக்களோட குடும்பப் பிரச்னைகள் கூட எனக்குத் தெரியும். இரவானாலும் கூட நான் அவர்கள் குறையைத் தீர்க்கத் தேடிப் போவேன்’ - எனக் கூறும் தாகூர் 1990-க்கு முன் தினமும் கொலைத் தொழில் செய்து கொண்டிருந்த அக்மார்க் தாதா.

போலீஸ் தாதா!

மும்பை நிழலுலகில் பல தாதாக்களின் கதையை முடித்த பெருமை சப்-இன்ஸ்பெக்டர் தயா நாயக்கைச் சாரும். தயா நாயக், என்கவுண்ட்டர் ஸ்பெஷலிஸ்ட். மும்பையில் மாஃபியா கும்பல்காரர்களின் சிம்ம சொப்பனம். நான்கு வருடங்களில் எண்பத்திமூன்று என்கவுண்ட்டர்கள் நடத்திய மங்களூர்க்காரர்.

குடும்ப வறுமை காரணமாக ஏழாம் வகுப்பு வரை படித்தார். பின் சம்பாதித்துக் கொண்டே படிப்பதற்காக மும்பை வந்தார். உடுப்பி ஹோட்டல் ஒன்றில் வேலை கிடைத்தது. முதலாளி மிகவும் நல்லவர். உணவு, உடை, உறைவிடம், படிப்பு சம்பந்தப்பட்ட பிரச்னைகளுக்குத் தீர்வு கிடைத்தது.

பட்டப்படிப்பு வரை படித்தார். அதற்குப் பின் பிளம்பர் வேலையில் சேர்ந்தார். அதுவரை அதே உடுப்பி ஹோட்டலில்தான் தங்கியிருந்தார். 1995-ல் போலீஸ் வேலை கிடைத்தது. ஒரு வருடம் பயிற்சி முடிந்து காவல் துறையில் சப் இன்ஸ்பெக்டராகச் சேர்ந்தார். அவருக்குக் கொடுக்கப்பட்ட முதல் அஸைன்மெண்ட்டே மிகப் பெரியது.

டிசம்பர் 31, 1996, அன்று இரவு சோட்டா ராஜன் கோஷ்டியினர் இருவர் ஒரு குறிப்பிட்ட இடத்துக்கு வருவதாகத் தகவல் கிடைத்தது.

தயா, சரியாக அந்நேரத்தில் அவர்களைக் கைது செய்ய முயற்சிக்கையில், அவர்கள் சுட ஆரம்பித்தனர். பதிலுக்கு தயாவும் சுட்டார். பிள்ளையார் சுழியாக தயாவின் முதல் என்கவுண்ட்டர் அப்போதுதான் ஆரம்பமானது. முதல் என்கவுண்ட்டரானதால் கொஞ்சம் பயந்துதான் போயிருந்தார். ஆனால் எல்லோரும் பாராட்ட, தைரியம் வந்தது.

அதன்பின் நிழலுலக தாதாக்களை அழிப்பதற்காக ஏற்படுத்தப்பட்ட ஐந்து பேர் கொண்ட ஸ்பெஷல் ஸ்குவாடில் தயாவும் தேர்ந்தெடுக்கப்பட்டார். முந்நூறுக்கும் மேற்பட்ட கைதுகள், நான்கு வருடங்களில் எண்பத்திமூன்று என்கவுண்ட்டர்கள் என தாதா உலகை அடக்கி வைத்தார். நிலுவையில் இருந்த பல வழக்குகளை முடிவுக்குக் கொண்டு வந்தார். வேண்டுமென்றே பல என்கவுண்ட்டர் செய்கிறார் என தயா நாயக் மீது குற்றச் சாட்டுகள் எழுந்தன.

‘இது எண்ணிக்கை விளையாட்டல்ல, நாங்கள் மும்பையை ஐந்து பகுதிகளாகப் பிரித்து வைத்துள்ளோம். ஒவ்வொரு பகுதியும் ஒருவர் கையில். ஒருவர் பகுதியில் இன்னொருவர் தலையிடுவதில்லை. ஒவ்வொரு முறையும் வெவ்வேறு விதமான அபாயங்கள். கிரிமினல்கள் ஒவ்வொருவரும் துப்பாக்கிச் சுடுவதில் திறமை வாய்ந்தவர்கள் அல்ல. ஆனால் எங்கள் குறி தப்புவது மிக அரிது. நாங்கள் எப்போது வேண்டுமானாலும் கொல்லப் படலாம்.

மும்பையின் டாப் கிரிமினல்கள், வினோத் மட்கார், ரஃபிக் தாபாவாலா, டாஃபிக் கலியா இவர்களையெல்லாம் நான் ஒழித்துள்ளேன். ஒருமுறை தாதர் பூ மார்க்கெட்டில் மக்கள் நெருக்கம் மிகுந்த வேளையில் துப்பாக்கிச் சண்டை போட்டு, மூன்று கிரிமினல்களைச் சுட்டு வீழ்த்தினேன். அவர்கள் என்மேல் வெடிகுண்டு வீசினர். காயங்களுடன் பதினேழு நாள் மருத்துவமனையில் இருந்தேன். 1997-ல் பத்தாயிரத்துக்கும் மேற்பட்ட மக்கள் மத்தியில் ஒரு கிரிமினலைச் சுட்டு வீழ்த்தினேன். அதற்கு முன் இருமுறை என்னை அவன் சுட்டுவிட்டான். இருபத்தேழு நாள் சிகிச்சைக்குப் பின் குணமடைந்தேன்.

தாதாக்களின் பின்னணியில் ஐ.எஸ்.ஐ.யின் பலம் இருக்கிறது. ஆனாலும், மும்பை போலீஸின் நெட்வொர்க் பலம் அதைவிட அதிகமானது. ஒன்றும் செய்ய முடியாது. நான் செய்வது சரியென்று எனக்குத் தெரியும், பிறர் சொல்வது பற்றிக் கவலையில்லை. சொந்த வாழ்க்கை என்பது எனக்குக் கிடையாது. இந்த வாழ்க்கை ரிஸ்க்கானது. எனவே குடும்ப வாழ்க்கைக்கு இடமில்லை’ என்று சொல்லியிருக்கிறார் தயா.

தயாவின் வாழ்க்கையை வைத்து காகர்(Kaagar) என்ற படமும், ராம் கோபால் வர்மாவின் அப் தக் சப்பன் (Ab tak chhapan) என்ற படமும் வெளிவந்தன. தயாவின் நிஜ வாழ்க்கையில் நடந்ததையெல்லாம் திரைக்கதையாக அமைத்திருந்தனர். இப்படங்களைத் தயாரிக்க தயாதான் பண உதவி செய்தார் என்றும் சர்ச்சைகள் கிளம்பின. தயா அதை மறுத்தார். ‘அத்தனை பெரிய பணக்காரனா நான்!’

ஆனால், இதன் பின்கதை வேறாக இருந்தது!

பத்திரிகையாளர் கேதன் திரோத்கர்(Ketan Tirodkar) என்பவர், 2003-ம் ஆண்டு, ‘தயாவுக்கு மாஃபியா கும்பலோடு தொடர்பு உண்டு. அவர்களிடமிருந்து தயா பணம் வாங்கியிருக்கிறார்’ என்று ஒரு வழக்கு தொடர்ந்தார். மும்பை போலீஸ் கமிஷனர் ஏ.என்.ராய் சிபாரிசு செய்தும் கூட தயா மேல் விசாரணை நடந்தது. தயா, வடக்கு மும்பையில் காண்டிவல்லி (Kandivali) என்ற ஒரு சிறிய போலீஸ் ஸ்டேஷனுக்கு மாற்றப்பட்டார். ஜனவரி 21, 2006 அன்று லஞ்ச ஒழிப்பு அதிகாரிகள், தயாவின் வீட்டில் ரெய்டு நடத்தினர். வருமானத்துக்கு அதிகமாக சொத்து சேர்த்திருப்பதாக தயாவின் மேல் குற்றம் சாட்டப்பட்டது. தயா சஸ்பெண்ட் செய்யப்பட்டார். சரணடைந்தார். சிறையில் அடைக்கப்பட்டார்.

ஆதாரங்கள்

உதவிய நூல்கள்

Maximum City: Bombay Lost and Found, Suketu Mehta

The Most Dangerous Man in the World - Dawood Ibrahim, Gilbert King

Black Friday: The True Story of the Bombay Bomb Blasts, S Hussain Zaidi.

அயோத்தி: நேற்று வரை, என். சொக்கன்.

இணையத் தளங்கள்

http://cbi.nic.in/bblast.htm

http://news.co.uk/onthisday/hi/dates/stories/march/12/newsid_4272000/4272943.stm

http://news.indiainfo.com/2005/11/12/1211salem-arrest-1993-bombay-bomb-blast.html

http://news.bbc.co.uk/2/hi/south_asia/3786645.stm

http://www.rediff.com/news/2003/sep/01blast.htm

http://www.rediff.com/election/2004/mar/22up.htm

http://www.rediff.com/news/2003/oct/27inter.htm

http://www.rediff.com/news/2001/feb/22inter.htm

http://www.rediff.com/news/2000/dec/21inter.htm

http://www.milligazette.com/Archives/15082001/27.htm

http://www.milligazette.com/Archives/15092001/34.htm

http://www.cybernoon.com/DisplayArticle.asp?

http://en.wikipedia.org/wiki/1993_Mumbai_bombings

http://www.answers.com/topic/daya-nayak

http://www.flonnet.com/fl2225/stories/20051216004501700.htm

http://www.hinduonnet.com/fline/fl2125/stories/20041217001704400.htm

http://www.hinduonnet.com/fline/fl2004/stories/20030228003910800.htm

http://www.hinduonnet.com/fline/fl1607/16070420.htm

http://www.hinduonnet.com/fline/fl1607/16070450.htm

http://www.islamicvoice.com/january.2003/profile.htm

http://www.ipcs.org/nmt_criminal.jsp

http://www.the-week.com/23mar09/cover.htm

http://www.atimes.com/atimes/South_Asia/FB27Df02.html

http://parliamentofindia.nic.in/ls/lsdeb/ls10/ses6/0521049301.htm

http://www.outlookindia.com/full.asp?Cover+story+%28F%25

http://www.outlookindia.com/full.asp?fodname=20031020&fname=dawood&sid=2

http://www.newsline.com.pk/NewsSept2001/coverstory2.htm

http://ww3.mid-day.com/news/city/2006/july/140413.htm

http://www.chowk.com/show_article.cgi?aid=00001243&channel=civic%20center

http://www.countercurrents.org/comm-ketkar011104.htm

http://www.rediff.com/news/2000/jul/27column.htm

http://www.hinduonnet.com/fline/fl1517/15170200.htm

http://www.rediff.com/news/1998/jan/21nandy.htm

http://www.thehindubusinessline.com/2003/09/08/stories/2003090800711300.htm

http://www.hinduonnet.com/2003/11/24/stories/2003112400851000.htm

http://www.indiatogether.org/manushi/issue130/shivsena.htm

http://www.india-today.com/itoday/20000731/cover.html

http://www.umiacs.umd.edu/users/sawweb/sawnet/news/fire.html#5

http://www.hinduonnet.com/fline/fl1604/16040340.htm

http://mondediplo.com/1998/06/10india2

http://www.pucl.org/from-archives/Religion-communalism/shiv-sena.htm

http://timesofindia.indiatimes.com

http://www.bollywhat.com

http://www.centralchronicle.com

http://www.indiaglitz.com

http://www.dalitstan.org

http://www.starswelove.com

http://news1.indiainfo.com

http://www.atimes.com

http://www.desifans.com/blogs/

http://www.dnaindia.com

http://www.bollyvista.com

http://archive.gulfnews.com

http://www.indiadaily.com

http://en.wikipedia.org

www.ingramcontent.com/pod-product-compliance
Lightning Source LLC
LaVergne TN
LVHW100357181026
850499LV00037B/503
* 9 7 8 8 1 8 3 6 8 2 4 5 9 *